நூலாசிரியர் க. பழனித்துரை (பி. 1953), அண்ணாமலைப் பல்கலைக் கழகத்தில் முதுகலை வரலாறும் முனைவர் பட்டமும் பெற்றவர். அண்ணாமலைப் பல்கலைக்கழகத்திலும் காந்திகிராம கிராமியப் பல்கலைக்கழகத்திலும் பேராசிரியராகப் பணியாற்றி ஓய்வு பெற்றவர்; கிராமிய மேம்பாட்டுக்காகச் செயல்படும் களச் செயல்பாட்டாளர். ராஜீவ் காந்தி பஞ்சாயத்து ஆராய்ச்சி இருக்கையின் தேசியப் பேராசிரியராகப் பணியாற்றினார். இதுவரை ஆங்கிலத் திலும் தமிழிலும் 83 புத்தகங்களையும் பல முன்னணி இதழ்களில் நானூறுக்கும் மேற்பட்ட கட்டுரைகளையும் எழுதியுள்ளார். பல பன்னாட்டு நிறுவனங்களின் ஆதரவுடன் கள ஆய்வுகள் நடத்தி, புத்தகங்களும் ஆய்வுக் கட்டுரைகளும் எழுதியிருக்கிறார். புதிய பஞ்சாயத்து அரசாங்கம் உருவாக்கப்பட்ட பிறகு, பல பயிற்சிக் கையேடுகளைத் தயாரித்து, பஞ்சாயத்துத் தலைவர்களுக்கு இன்றுவரை பயிற்சிகளை நடத்திவருகிறார். ஒன்றிய, மாநில அரசுகளின் உள்ளாட்சி, ஊரகச் செயல்பாடுகளுக்கான உயர்நிலைக் குழுக்களில் உறுப்பினராகவும் செயல்பட்டார். ஜெர்மனியிலுள்ள கொலோன் பல்கலைக்கழகத்தில் வருகைதரு பேராசிரியராகவும் பணியாற்றினார். ஆராய்ச்சிச் செயல்பாடுகளுக்காகப் பேராசிரியர் ராம் ரெட்டி விருதும், சமூகச் செயல்பாடுகளுக்காக நீதியரசர் வி. ஆர். கிருஷ்ணய்யர் விருதும், ஊரக வளர்ச்சித்துறையில் ஆற்றிய பணிக்காக அமெரிக்கா ஏழாம் தலைமுறை விருதும், அரசுடன் உள்ளாட்சியில் இணைந்து சிறப்பாகச் செயல் பட்டதற்காக குடியரசு நாள் விருதும் பெற்றிருக்கிறார். பணி ஓய்வுக்குப் பிறகு, அரவிந்த சமூகம் நடத்திவரும் ஊரக வளர்ச்சி செயல்பாட்டகத்தின் கௌரவ இயக்குநராகச் செயல்படுகிறார்.

நமது ஊர்
நமது பொறுப்பு

க. பழனித்துரை

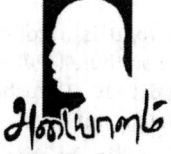

அடையாளம்

முதல் பதிப்பு ஆகஸ்ட் 2024
மீளச்சு: நவம்பர் 2024

© க. பழனித்துரை

வெளியீடு: அடையாளம், 1205/1 கருப்பூர் சாலை, புத்தாநத்தம் 621310, திருச்சி மாவட்டம், இந்தியா, தொலைபேசி: 9444 77 2686, 04332 273444.

நூல் வடிவம்: த பாபிரஸ், அச்சாக்கம்: அடையாளம் பிரஸ், இந்தியா
ISBN 978 81 7720 357 8
விலை: ₹ 220

Namathu Ur Namathu Poruppu is a collection of essays on Village Leadership in Tamil by G. Palanithurai, Published by Adaiyaalam, 1205/1 Karupur Road, Puthanatham 621310, Thiruchirappalli District, Tamil Nadu, India, email: info@adaiyaalam.net

பொறுப்புமிக்க பணிகளுக்கு
ஆசிரியர்களாக வாழ்ந்து
மறைந்த என் தாய்க்கும் தந்தைக்கும்

பொருளடக்கம்

	நன்றி	ix
	குடிமக்களுக்கான நூல் - எஸ். எம். விஜய் ஆனந்த்	xi
	ஏன் இந்த நூல்?	xv
1	கிராமிய மேம்பாடு: ஒரு நாகரிகத்தை மீட்டெடுத்தல்	1
2	கிராமிய மேம்பாடு எளிதுதான்	22
3	கிராமிய மேம்பாட்டுக்கான புதிய பாதை	32
4	உள்ளாட்சியும் அடிப்படை மாற்றங்களும்	44
5	அதிகாரப் பரவலும் மக்களாட்சியும்	52
6	நீங்கள் தலைவர்தானா? சோதியுங்கள்	59
7	நம் உள்ளாட்சித் தலைவர்கள் செய்யாத பணி	66
8	மக்களாட்சிக்கான பயிலரங்கம்	73
9	ஏன் உள்ளாட்சி வலுப்படவில்லை?	82
10	கிராமப் பஞ்சாயத்து மேம்பாட்டுத் திட்டம்	89
11	உள்ளாட்சியும் நிலைத்த மேம்பாட்டு இலட்சியங்களும்	103
12	உள்ளாட்சியை வலுப்படுத்த செய்ய வேண்டியவை	109
13	நாம் பொறுப்புடன் செயல்படத் தயாராவோம்	119
14	குடிமைப் பண்பை வளர்த்தெடுப்போம்	127

15	பெருந்தொற்றிலிருந்து தொடர்தொற்று	133
16	மக்கள் பங்கேற்பும் மக்களாட்சியும்	139
17	கிராமங்களும் உயர் கல்வி நிலையங்களும்	145
18	குடியானவனாக இரு	151
19	புதுமைக் காந்தியர்	161

நன்றி

நீண்ட சட்டப் போராட்டத்திற்குப் பிறகு கிராமப்புற உள்ளாட்சி களுக்குத் தேர்தல் நடந்தது. தேர்தல் முடிந்த பிறகு, 'புதிய சூழலில் உள்ளாட்சிகள் எப்படிச் செயல்பட வேண்டும்?' என்று ஒரு கட்டுரை எழுதுங்கள் என நண்பர்கள் வேண்டினர். அதேபோல, 2021இல் தமிழகச் சட்டமன்றத் தேர்தல் நடந்தபோதும், 'புதிய அரசு உள்ளாட்சியை வலுப்படுத்த என்ன செய்ய வேண்டும்?' எனக் கட்டுரை எழுதச் சொன்னார்கள்.

இன்னும் பலர், 'பஞ்சாயத்து ராஜ் நடைமுறைக்கு வந்து இருபத்து ஐந்தாண்டுகளுக்கு மேலாகிவிட்டது. இந்தக் கால கட்டத்தில் உள்ளாட்சிகள் சாதித்தவை குறித்து எழுதுங்கள்' என வேண்டினர். அதாவது, மத்திய அரசாங்கம் என்ன செய்ய வேண்டும், மாநில அரசாங்கம் என்ன செய்ய வேண்டும் என்று எழுதச் சொன்னார்கள். ஆனால், என் பார்வை வேறானது.

1947இல் இந்தியாவிற்குச் சுதந்திரம் வழங்க சட்டம் இயற்றிய பின், 'இந்திய அரசாங்கத்தைச் சீர்திருத்துங்கள்!' என்று யாராவது இங்கிலாந்து அரசாங்கத்தைக் கேட்டுக்கொண்டார்களா என்ன?! அதுபோல் அரசியல் சாசனத்தின் மூலம் உள்ளாட்சியைத் தனி அரசாங்கமாக உருவாக்கிய பிறகு, அதில் ஏன் மத்திய, மாநில அரசுகள் தலையிட வேண்டும்? இதுவே என் கருத்து. உள்ளாட்சிக் கான அதிகாரத்தைக் கைக்கொள்ள மக்களும் மக்கள் பிரதிநிதிகளும் தயாராக வேண்டும். இந்தியக் கூட்டாட்சியில், மாநிலங்களை ஒன்றிய அரசு எப்படி நடத்துகிறதோ, அப்படித்தான் உள்ளாட்சியை மாநிலங்கள் நடத்துகின்றன. மாநிலங்கள் எப்படி மைய அரசுடன் மோதிக்கொண்டும், முட்டிக்கொண்டும் ஆட்சி நடத்திக் கொண்டிருக்கின்றனவோ அப்படித்தான் உள்ளாட்சிகளும் மாநில அரசுடன் முட்டி மோதி ஆட்சி நடத்த வேண்டும். இதற்குத் தேவை உள்ளாட்சிகளுக்கு நல்ல தலைமை!

எடுத்துக்காட்டாக, 'கிராம சபையைக் கூட்டுவது உள்ளாட்சியின் கடமை. இதை மாநில அரசு தடுக்க முடியாது' என உயர் நீதிமன்றத்தில் வழக்குத் தொடுத்து வெற்றியும் கண்டாரே கடலூர் மாவட்டத்தைச் சேர்ந்த ஒரு பஞ்சாயத்துத் தலைவர்? அவர்தான் தலைவர்! அவரிடம் இருப்பதுதான் சரியான புரிதல். அவரிடம் அரசு அலுவலர்கள் பற்றியோ, ஆட்சியர் பற்றியோ அச்சம் இல்லை. நல்ல தலைவருக்கு அச்சம் இருக்கக் கூடாது. அப்படி அனைவரும் தலைமைத்துவத்தையும், உள்ளாட்சி பற்றிய புரிதலையும், உள்ளாட்சி பற்றிய பார்வையையும் உருவாக்கிக்கொண்டு செயல்பட வேண்டும். மத்திய, மாநில அரசுகளிடம் மனுக் கொடுத்து அதிகாரம் பெற இயலாது. அதிகாரத்தை நம் மக்களும் மக்கள் தலைவர்களும் கையிலெடுக்கத் தேவையான தலைமைத் துவத்தையும், கட்டுப்பாட்டையும், புரிதலையும் வளர்த்துக் கொள்ள செயல்பட வேண்டும்.

அதுமட்டுமல்ல, இன்றைய பேரிடர் காலத்தில் மக்களைத் தயார் படுத்துவதும், மக்களுடன் சேர்ந்து பொறுப்புடன் செயல்படுவதும் பஞ்சாயத்துத் தலைவரின் கடமை. பொறுப்புமிக்க குடிமக்களாக, நம் மக்கள் செயல்படுவதும் இன்றைய தேவை. அந்தப் புரிதலுக்காகவே இந்த நூலை எழுதினேன். இதிலுள்ள கருத்துக்கோவையை வைத்து விவாதிக்க வேண்டும் என்று தொடர்ந்து என்னிடம் வலியுறுத்தியவர் அறம் செந்தில்நாதன். இந்த நூலைப் படித்த உயர்நீதிமன்ற நீதிபதி ஜி. ஆர். சுவாமிநாதன், 'இந்தப் புத்தகத்தைத் தமிழகத்திலுள்ள அத்தனை பஞ்சாயத்துத் தலைவர்களும் படிக்க வேண்டும். அதற்குப் பதிப்பகத்தார் ஆவன செய்ய வேண்டும்' என்று கேட்டுக்கொண்டார்.

இந்த நூலை முற்றிலும் புதிய நிலையில் வெளியிடும் அடையாளம் பதிப்புக் குழுவினர் அனைவருக்கும் நன்றியைத் தெரிவித்துக்கொள்கிறேன். என் அனைத்துச் சமூகப் பணிகளுக்கும் எனக்கு உறுதுணையாய் இருந்துவரும் மனைவி மாலா, மகள் செந்தில் வடிவு, மருமகன் செந்தில் முருகன், மகன் அரோபிந்த், மருமகள் ஆரத்தி, என் பேரன்கள் பிரணவ் ராஜ், ஆத்மன் லிங்கேஸ்வரன், பேத்தி ஆரோசாய் மீரா அனைவருக்கும் என் அன்பு.

க. பழனித்துரை

குடிமக்களுக்கான நூல்
எஸ். எம். விஜய் ஆனந்த் இஆப (ஓய்வு)
மேனாள் தலைமைச் செயலர், கேரள அரசு

பேராசிரியர் க. பழனித்துரை எழுதியுள்ள நமது ஊர் நமது பொறுப்பு என்னும் இந்த நூல், உள்ளாட்சி அமைப்புகளுக்குத் தேர்ந்தெடுக்கப் பட்டுள்ள மக்கள் பிரதிநிதிகளும், மக்கள் சேவையில் ஈடு பட்டிருக்கும் அரசியல் கட்சியினருக்கும், குடிமைச் சமூக அமைப்புகளின் உறுப்பினர், ஆசிரியர், மாணவர் ஏன் ஒவ்வொரு குடிமக்களும் அவசியம் வாசிக்க வேண்டிய நூல். யாரெல்லாம் இந்த நாட்டில் அரசாங்கம் மக்களின் தேவைகளைப் பூர்த்தி செய்யவில்லை என்று ஆதங்கப்படுகின்றார்களோ அவர்கள் அனைவரும் அவசியம் உன்னிப்பாக வாசித்துப் புரிந்துகொள்ள வேண்டிய நூலாகும். சிறிய நூலாக இருந்தாலும், அடர்த்தியான கருத்துகளைக்கொண்டதாக இருக்கிறது. அது மட்டுமின்றி மிகவும் எளியநடையில் அனைவரும் புரிந்துகொள்ளக்கூடிய வகையில் எழுதியிருப்பது இந்த நூலின் தனிச் சிறப்பு. இன்று நாம் சந்திக்கும் பிரச்சினைகளுக்குத் தீர்வைத் தரும் அருமருந்தாக இருக்கிறது இந்த நூல். இதில் மிகவும் வியப்பில் ஆழ்த்துவது கருத்துகளில் உள்ள சிந்தனைத் தெளிவுதான்.

இந்த நூலின் மையக் கருத்தே 73, 74ஆவது அரசமைப்புத் திருத்தச் சட்டங்களில் பொதிந்து கிடக்கின்ற மேம்பாட்டுக்கான வாய்ப்புகளை விளக்குவதுதான். அதை விவேகானந்தர், அரவிந்தர், மகாத்மா காந்தி, ரவீந்திரநாத் தாகூர், ஜே. சி. குமரப்பா, பாரதியார், ஜெயப்பிரகாஷ் நாராயணன் போன்றோரின் இலட்சியங்களின் பின்புலத்தில் நின்றுகொண்டு மிகவும் எளிதாக விளக்குகிறார். அதன் மூலம் இவ்வளவு இலட்சியக் கருத்து களையும் மக்களின் ஒத்துழைப்போடு நிறைவேற்ற வழிகாட்டும்

ஒரு கையேடாக உருப் பெற்றிருக்கிறது. 75 ஆண்டுகால ஆட்சியில் சுதந்திர இந்தியக் கிராமங்கள் சில தோற்றமாற்றங்களைப் பெற்றிருப்பதை யாரும் மறுக்க இயலாது. ஆனால் மக்களின் வாழ்வியல் சார்ந்த தேவைகள் நிறைவேற்றப்படவில்லை என்பதுதான் நிதர்சனமான உண்மை. அதற்குக் காரணம் கிராம மேம்பாட்டை அரசாங்கம் கிராமக் கட்டுமானப் பணிகளோடு நிறுத்திக்கொண்டதுதான். கட்டுமானப் பணிகளைக் கிராமங் களில் நடைமுறைப்படுத்தும் போது எந்த இடத்திலும் மக்களின் கருத்துகளுக்கோ, பங்களிப்பிற்கோ இடமளிப்பது இல்லை. அதனால்தான் குடிமக்கள் தங்களின் வலிமையையும் அடையாளத் தையும் இழந்து, ஒரு பயனாளியாக, ஒரு வாக்காளராக, ஒரு மனுதாரராக, ஒரு நுகர்வோராகச் சித்திரிக்கப்பட்டு, அரசைச் சார்ந்து வாழும் சூழலுக்குத் தள்ளப்பட்டுள்ளனர் என்ற கருத்தைக் கவனமாகவும் அழுத்தமாகவும் பதிவு செய்துள்ளார் நூலாசிரியர். மேலும் புறக்கணிக்கப்பட்ட மக்களின் மேம்பாடு ஒடுக்கப் பட்ட மக்களின் மேம்பாடு தொடர்ந்து புறக்கணிக்கப்பட்டு வந்துள்ளதையும் கோடிட்டுக் காட்டியுள்ளார்.

அதேபோல, 'இந்தியாவில் ஆளுகை' என்பது, மையப் படுத்தப்பட்ட செயல்பாடாகவே இருந்து வந்துள்ளதையும் கவனப்படுத்தியுள்ளார். உள்ளாட்சி என்பது அதிகாரம் படைத்தவர் களுக்குச் சேவகம் செய்யும் அமைப்பாகத் தள்ளப்பட்டு விட்டதையும், அதுவும் மாநில அரசின் கட்டுப்பாட்டுக்குள் குறிப்பாக மாநில அரசு அதிகாரிகளின் கட்டுப்பாட்டுக்குள் வந்துவிட்டதையும் சுட்டிக் காட்டியுள்ளார். இருந்தபோதும், நாம் நம்பிக்கை இழக்க வேண்டியதில்லை என்றும் உரத்துக் கூறுகிறார். காரணம், பல உள்ளூர்ச் செயல்பாடுகள் நமக்கு மிகவும் நம்பிக்கை அளிப்பதாக இருப்பதாகவும் அந்த நம்பிக்கையை அளிப்பது எது என ஆராய்ந்து பார்த்தால், ஒரு நல்ல தலைமைதான் என்றும் அதுவும் சுய கட்டுப்பாடுடைய மக்களுடன் சேர்ந்து பணியாற்றும் நல்ல தலைமைதான் என்றும் சுட்டுகிறார். மகாத்மா காந்தி கிராம சபையை மக்கள் பாராளுமன்றமாகக் கருதினார்; அதை மையப் படுத்திச் செயல்படக்கூடிய தலைமை இருக்க வேண்டும். அந்தத் தலைமை கடையனுக்கும் கடைத்தேற்றம் என்பதை மையப் படுத்தியதாக இருக்க வேண்டும். அந்தத் தலைமை மக்களிடம்

விழிப்புணர்வை ஏற்படுத்தி, உணர்வூட்டி, அவர்களைத் தயார்ப்படுத்திப் பங்கேற்க வைத்து மக்களின் உண்மையான மேம்பாட்டுக்குத் தேவையான அனைத்தையும் நிறைவேற்றிக் கொள்ளப் பஞ்சாயத்தைப் பயன்படுத்த வேண்டும். அதில் மையப்படுத்த வேண்டியது, சார்ந்தொழுகும் நிலையிலிருந்து தற்சார்பை அடைவது. அதன் வழியாக, 'நமக்கு நாமே' அல்லது 'சுய உதவி' என்ற தாரக மந்திரத்தை மக்களுக்குக் கற்றுக் கொடுக்க வேண்டும். இதில் மிகவும் முக்கியமானது, பெண்களை இணைத்துக்கொண்டு செயல்படுவது. இந்தியப் பெண்களுக்கு இருக்கும் சக்தியும் ஆற்றலும் எல்லையற்றவை. அவற்றை நாம் பயன்படுத்த வேண்டும்.

க. பழனித்துரை மேம்பாடு பற்றிப் பொதுமக்கள் கொண்டுள்ள தவறான புரிதல்களை மிகவும் எளிமையாக இந்த நூலில் கவனப் படுத்துகின்றார். நவீனமயமாதலை, நகரமயமாதலை, நகர வாழ்க்கையைப் பின்பற்றுவதை மேம்பாடு என்று சித்திரிப்பது எவ்வளவு முறையற்றது என்பதை விளக்குகின்றார். இதை மக்களிடம் மிகவும் எளிதாகப் புரியவைக்கலாம். அதற்கு இந்தக் கிராமப்புற ஊராட்சியை ஒரு பங்கேற்பு மக்களாட்சியாக மாற்றினால், அதுதான் அனைவருக்குமான கிராமம், அதுதான் சமூகம் என்ற புரிதலையும் உணர்வையும் பெறுவார்கள் என்று எடுத்துக்காட்டு களுடன் விளக்கியுள்ளார்.

நூலாசிரியர், கிராம மேம்பாட்டுக்கான திட்டத்தை மக்கள் பங்கேற்புடன் நிகழ்த்தும்போது, ஐநாவின் நிலைத்த மேம் பாட்டுக்கான அனைத்துக் குறியீடுகளையும் அடையும் வழியில் உள்ளாட்சிகள் செயல்பட முடியும் என்பதையும், அதற்குப் புதிதாக வந்துள்ள உயர்கல்வி நிலையங்களுக்கான உன்னத் பாரத் திட்டத்தை எப்படிப் பயன்படுத்தலாம் என்பதையும் விளக்கி யிருக்கிறார்.

பஞ்சாயத்துகள் முறையாகச் செம்மையாகச் செயல்படும்போது ஒரு சமூகம் நல்ல ஜனநாயகத்தைக் கட்டியெழுப்ப முடியும் என்பதை விளக்கி இந்தச் செயல்பாடுகள் மூலம் அரசியல் கட்சிகளை அடித்தட்டு அமைப்புகளை மரியாதையுடன் நடத்தும் போக்கைக் கொண்டுவர முடியும் என்றும் விளக்கியுள்ளார்.

இதற்கு நம் பஞ்சாயத்துத் தலைவர்களுக்கு ஒரு முறையான பயிற்சி வேண்டும் என்று கவனப்படுத்துவதுடன், அப்படிச் செயல்பட்ட முன்னுதாரணங்களையும் எடுத்துக்காட்டியுள்ளார். அதிகாரம் என்பது தட்டில் வைத்துத் தருவது அல்ல, அது என் உரிமை பொறுப்பு என முழக்கமிட்டுப் பறித்துக்கொள்வது என்று கூறும்போது அவர் ஒரு புரட்சிக்காரராகத் தென்படுகிறார்.

கிராமங்களில் உள்ள சமூக வளம் அல்லது சமூக மூல தனத்தைப் பயன்படுத்தும்போது உள்ளாட்சிக்கு மிகப்பெரிய பலம் வந்துவிடும். அதன் மூலம் அரசை மக்களின் தேவைகளுக்காகச் செயல்பட வைத்துவிடும். அந்த வளத்தைப் பயன்படுத்தும்போது உரிமைகளைக் கடந்து மக்கள் பொறுப்பேற்றுச் செயல்படும் ஒரு கலாச்சாரம் கிராமங்களில் உருவாகிவிடும் என்பதையும் விளக்கியுள்ளார். தன் நீண்டகாலக் கள ஆய்வு அனுபவத்தின் அடிப்படையிலும், ஆழ்ந்த புலமையின் அடிப்படையிலும், கிராமப் பஞ்சாயத்தில் ஒரு செயலாக்கத் திட்டத்தை வடித்து எளிதாகச் செயல்படுவதற்கான வழிமுறைகளையும் முன்வைக் கிறார். இதைத் தன்னலமற்று பொதுநலம் பேணும் சமூகச் சிந்தனைகொண்ட 'நல்லோர் வட்ட இளைஞர்கள்' செயல்படுவது போல் தமிழகமெங்கும் உள்ள ஊராட்சிகள் செயல்பட்டால், கிராமங்களில் இலட்சியச் சமூகம் உருவாகி அது மக்கள் மேம்பாட்டு அரசியலாக மலரும் என்கிறார். தமிழில் இப்படிப் பட்ட சமூக மேம்பாட்டுக்கான சிந்தனைகளையும் செயல்படத் தேவையான கருத்துகளையும் மேம்பாட்டு இலக்கியத்தைக் காந்தி காலத்திற்குப் பிறகு இப்பொழுதுதான் நான் பார்க்கிறேன். இந்த நூலின் பெருஞ்சிறப்பு செயல்படத் தூண்டும் உணர்வை உருவாக்கும் சக்தி பெற்றதாக அனைவருக்கும் புரியும் வகையில் எளிதாக வடித்திருப்பதுதான். அந்த வகையில் இது ஒரு குடிமக்களுக்கான நூல். இதை அனைவரும் வாசிக்க வேண்டும்.

ஏன் இந்த நூல்?

கிராமத்தில் பிறந்து, வளர்ந்து, அங்கேயே பள்ளியில் படித்து, நகரத்துக்குச் சென்று உயர்கல்வி பயின்று கிராமத்தைவிட்டு வெளியேறியவன் நான். கிராமத்து வாழ்க்கையோடு, கிராமிய மேம்பாட்டுக் கல்வியை மாணவர்களுக்குப் போதிக்கும் போதும், ஆராய்ச்சி செய்யும்போதும் கிடைத்த புரிதலே இந்த நூலை உருவாக்க என்னைத் தூண்டியது. இதற்காக எனக்கு சுமார் இருபது ஆண்டுகள் ஆகியிருக்கிறது. இந்தப் புரிதலுக்கு மூலக் கருத்துகளை வழங்கியவர்கள் மகாத்மா காந்தி, அரவிந்தர், விவேகானந்தர், ரவீந்திரநாத் தாகூர். இவர்களின் கருத்துகளிலிருந்து உருவான 'இந்தியா', 'வெள்ளையர்களின் இந்தியா'விலிருந்து வேறுபட்டது. இவர்களின் இந்தியா, 'மக்களின் வாழ்வுமுறை இந்தியா.'

நாம் இந்தியாவில் வாழ்கிறோம்... ஆனால், இந்தியர்களாக வாழவில்லை. நாம் கிராமத்தில் வாழ்கிறோம்... ஆனால், கிராமிய வாழ்வை வாழவில்லை. இந்தியாவின் முகம் கிராமங்கள்தான். அங்குதான் இந்தியாவின் ஆன்மா இருக்கிறது. கிராமிய வாழ்வுமுறை ஒரு நாகரிகத்தின் வாழ்வுமுறை. அதில்தான் வாழ்வியல் விழுமியங்கள் இருக்கின்றன. அந்த 'இந்தியாவை மீட்டெடுக்க வேண்டும்' என்ற கனவுடன் உலகம் சுற்றிவந்து, 'எனக்கு இளைஞர்கள் வேண்டும்... புது இந்தியாவை உருவாக்கி உலகுக்கு வழிகாட்ட!' என்று பேசியும், எழுதியும் வந்தார் விவேகானந்தர். தீவிரவாதப் போராட்ட அரசியலிலிருந்து விலகி ஆன்மிகச் சோதனையில் ஈடுபட்டு, உலகுக்கு ஒளியூட்டும் இந்தியாவை உருவாக்குவதற்காக, புதிய சிந்தனை உருவாக்குவதற் காகப் பூரண யோக முறையை உருவாக்கினார் அரவிந்தர்.

'யோகம் முக்தி அடைய அல்ல... சமூகத்தைத் தெய்வீக வாழ்வுக்கு எடுத்துச் செல்ல! எனவே, யோகம் செய்யக் காட்டுக்குச்

செல்லாதே... மானுட சமூகத்தின்—மனிதனின்—சிந்தனையை மாற்ற உன்னை மாற்றிக்கொண்டு மக்களுடன் பணி செய்!' என்றார் அரவிந்தர்.

'இந்தியா கிராமத்தில் வாழ்கிறது. அதில் இன்று ஆன்மா இல்லை... நான் விரும்பும் கிராம வாழ்வு ஒரு கனவு. அந்தக் கனவுக் கிராமத்தை உருவாக்க வேண்டும். அதற்கு எனக்குத் தேவை கிராம நிர்மாண ஊழியர்கள். ஒரு கிராமத்திற்கு ஒருவர் கிடைத்தால்கூட, எனக்குப் போதும். அவர்களை வைத்து எனது கனவுக் கிராமத்தை உருவாக்கிவிடுவேன்' என்று சபதமிட்டுக் கிராம நிர்மாணத் திட்டத்தை உருவாக்கி நடைமுறைப்படுத்த முனைந்தார் காந்தி.

'மானுட வாழ்வு இயற்கையுடன் இணைந்தது... அதைப் பிரிக்க இயலாது. அந்த வாழ்வு உயிரோட்டமானது... அதுதான் ஆசிய வாழ்வு. அதை நாம் வாழ்ந்து காட்ட வேண்டும்' என்றார் ரவீந்திரநாத் தாகூர். கிராமப் பொருளாதாரத்தின் தந்தையான ஜே. சி. குமரப்பா, 'நம் மானுட வாழ்வு எளிய வாழ்வு... இயற்கையை நேசிக்கும் வாழ்வு' என்று சொன்னதோடு, அதை நடைமுறைப் படுத்துவதற்கான வழிகாட்டலையும் வழங்கினார்.

இவர்கள் அத்தனை பேருக்குள்ளும் ஒரு சில விஷயங்களில் முரண்பாடுகள் இருந்தன. ஆனால், இவர்கள் அத்தனை பேரும் ஒரு விஷயத்தில் ஒரே நேர்கோட்டில் நின்றார்கள். அது, 'இந்திய வாழ்வுமுறை.' இவர்கள் அத்தனை பேரும் மேற்கத்திய வாழ்வு முறைக்கு மாற்றுமுறை கண்டவர்கள். மேற்கத்திய முன்னேற்றம், வளர்ச்சி, மேம்பாடு என்பனவற்றைப் புறம் தள்ளியவர்கள். வெறுமனே தத்துவத்தை மட்டும் உருவாக்காமல், மானுட மாற்றத்துக்கும், மானுட உயர்வுக்கும், இந்திய வாழ்வு முறையைக் கட்டமைப்பதற்கும் தேவையான செயல்திட்டத்தைத் தீட்டியவர்கள். 'மானுட மேம்பாடு தொடங்கும் இடம் மனிதனின் ஆன்ம விழிப்பில்!' என்று நம்பியவர்கள். அந்த ஆன்ம விழிப்புக்கு மக்களைப் பக்குவப்படுத்த வேண்டும், மக்களைத் தயார்படுத்த வேண்டும். அது சுதந்திரப் போராட்டத்தைவிடச் சிரமங்கள் நிறைந்த பணி. அதற்குத் தியாகமும், ஆற்றலும், வீரமும், விவேகமும், கடின உழைப்பும் தேவை என்பதை உணர்த்திய

தோடு, அந்தப் பணிக்கான இளைஞர்களையும் ஊழியர்களையும் இவர்கள் தேடினார்கள்.

அந்த இளைஞர்கள் பலர் இன்று களத்தில் ஓசையின்றிச் செயல்பட்டு வருகின்றனர். அவர்கள் ஒவ்வொருவரும் தன் ஆன்மா விரும்பிய பணியைத் தாங்களே தங்கள் தோள்களில் சுமந்துகொண்டு களத்தில் பணியாற்றுகிறார்கள். ஒருவர் தூய்மைக்கும் துப்புரவுக்கும் வேலை செய்கிறார். சிலர் பள்ளி மாணவர்களுக்கான கல்விப் பணியாற்றுகிறார்கள். இதேபோல, சிலர் இயற்கை விவசாயத்தை முன்னெடுக்கவும், சிலர் இளைஞர் களின் திறன் மேம்பாட்டுக்கும், சிலர் தண்ணீர் பாதுகாப்புக்கும், சிலர் பள்ளி மேலாண்மையை வலுப்படுத்தவும், சிலர் மூலிகைத் தோட்டங்களை உருவாக்கவும் சிலர் பெண்கள்-குழந்தைகள் மேம்பாட்டுக்கும், சிலர் கிராம நூலகத்தை வாசிப்புக் களமாக மாற்றவும் பணி செய்கின்றனர்.

இவர்கள் அத்தனை பேரும் குட்டி மகாத்மாக்கள். இந்த வணிக உலகத்திலும், 'இந்தப் பூவுலகைக் காப்பேன்', 'என் மண்ணைக் காப்பேன்', 'என் மக்களைக் காப்பேன்' எனச் சபதமிட்டுக் களத்தில் நின்று செயல்படுபவர்கள். இவர்களுக்கு யாரிடமும் எந்த எதிர்பார்ப்பும் கிடையாது. இவர்கள் எதிர் பார்ப்பது, எப்படியாவது இந்தக் கிராமங்கள் மேம்பட்டுவிடாதா என்பதை மட்டும்தான். இந்த ஏக்கத்தோடு, பித்தர்கள்போல் பணியாற்றும் அந்த மாமனிதர்களின் தலைமைத்துவத்தை மெருகூட்டவே இந்த நூல். அவர்களுக்குக் கிராமம் உயிரோட்ட முள்ள ஒரு மக்கள் அமைப்பு. அங்கு இயற்கை வளம், மனித வளம், பொருளாதார வளம், வாழ்வாதாரம், அறிவியல், தொழில் நுட்பம், வணிகம், கலை, ஆன்மிகம், இலக்கியம், இசை என எல்லாமும் உண்டு, ஏன் பண்பாடும் உண்டு!

அரசாங்கம், கிராமத்தைத் தங்கள் துறைகளின் செயல் பாட்டிற்கு ஏற்றாற்போல் பிரித்து, கிராமத்து மக்களைப் பயனாளியாகப் பாவித்துச் செயல்பட்டுவந்ததன் விளைவு மக்கள் தங்களைப் பயனாளிப் பட்டாளமாக மாற்றிக்கொண்டுவிட்டனர். இதன் விளைவாக, கிராமங்கள் மக்கள் கையைவிட்டுச் சென்று விட்டன. கிராமங்களுக்குப் பொறுப்பு, மாநில அரசாங்கம். அது

பணம் தந்தால் அரசுத் துறைகள் கிராமங்களில் பணி செய்யும்... இல்லையென்றால் அப்படியான எந்த வேலையும் நடக்காது. ஆனால், அங்கு மக்கள் வாழ்கிறார்களே... அவர்களாவது, 'நம் கிராமம்... நம் பொறுப்பு!' என்று வாழ்கிறார்களா என்றால், இல்லை! அவர்கள் கிராமத்தில் வாழ்கிறார்கள் அவ்வளவுதான். இதன் விளைவு தங்கள் பொறுப்பில் இல்லாத பள்ளிக்கூடம், பொறுப்பில் இல்லாத சுகாதார நிலையம், பொறுப்பற்ற அரசு அலுவலகங்கள் என, யாரும் யாருக்கும் கடமைப்பட்டவர்களாக வாழாமல், அரசு தரும் பணத்தைச் செலவழிக்கவே பல துறை அலுவலகங்கள் என்றாகிவிட்டன. கடைசியாக, அந்தப் பட்டியலில் கிராமப் பஞ்சாயத்துகளும் சேர்ந்துவிட்டன!

இந்தச் சூழலை மாற்ற வந்ததுதான் பஞ்சாயத்து அரசாங்கம். ஆனால், மக்களால் தேர்ந்தெடுக்கப்பட்ட பிரதிநிதிகளுக்கு அது ஓர் அரசாங்கம் என்பதே தெரியாததால், அவர்களும் மனுதாரர் போல் அலுவலகங்களில் நிதிக்காக நிற்கின்றனர்.

இந்தப் பின்னணியில்தான், தன்முனைப்போடும், கனவோடும், பல இளைஞர்களும், யுவதிகளும் களத்தில் தங்களுக்குத் தெரிந்த பணிகளைத் தியாக உணர்வுடன் செய்துகொண்டுள்ளனர். அந்த இளைஞர்களுக்கும், யுவதிகளுக்கும் கிராமிய மேம்பாடு பற்றிய ஒரு பார்வையையும், புரிதலையும் ஏற்படுத்துவதற்காக, இந்தச் சிறிய கையேட்டை உருவாக்கியுள்ளேன். கிராமியம் என்பதை நம்முடைய மூதாதையர் எப்படி உருவகப்படுத்தினார்களோ, அதைப் பின்புலத்தில் வைத்து வடிவமைக்கப்பட்டதுதான் இந்தப் புத்தகம். அடிப்படையில் இந்தக் கையேடு காந்தியின் நிர்மாணத் திட்டத்தைப் பின்புலத்தில் வைத்துச் சூழலுக்கு ஏற்ப தயாரிக்கப்பட்டதாகும்.

அத்துடன் பொறுப்புமிக்க ஓர் இளைஞர் கூட்டத்தை நல்ல தலைமைத்துவத்துடன் உருவாக்க வேண்டும் என்று எண்ணி, 'மாற்றத்திற்கான மாற்றுத் தலைமை' எனும் தளத்தில் வெளி வந்த இலக்கியங்களிலிருந்து எடுக்கப்பட்ட கருத்துகளையும் பின்புலத்தில் வைத்துத் தயாரிக்கப்பட்டது இந்த நூல்.

இந்தப் புத்தகத்தை உருவாக்கும்போது அடிப்படைவாத காந்தியர்களுக்கின்றி, நவீன காந்தியர்களை முன்னிறுத்தி

உருவாக்கினேன். நவீன காந்தியர்களுக்குச் செயல்களத்தில் தேவைப்படும் கருத்தாக்கத்தையும் அவற்றை நடைமுறைப் படுத்தும் வழிமுறைகளையும் விளக்குவதுதான் இந்தக் கையேட்டின் முக்கியமான நோக்கம்.

இந்தியாவின் சுயராஜ்யத்தை, கிராமங்களின் சுயராஜ்யத்தில் தான் கட்டியெழுப்ப முடியும். கிராமத்தின் சுயராஜ்யம் எதில் கட்டப்படும் என்றால், தனிமனிதர் ஒவ்வொருவரின் சுயராஜ்யத்தில். இந்த சுயராஜ்யத்தைச் சத்தியம், அகிம்சை செயல்பாடுகள் மூலம் மட்டுமே அடைய முடியும் என்பதை நாம் புரிந்துகொள்ள வேண்டும். இதற்கு மக்களின் ஒற்றுமை மிக இன்றியமையாதது. எனவே, கிராமங்களில் சாதி, மதம் கடந்த ஒற்றுமையை உருவாக்க வேண்டியது மிக முக்கியமான பணி. கிராமங்களைப் பொறுத்த அளவில், இது அவ்வளவு எளிதான பணி அல்ல. அதைச் சாத்தியப்படுத்த நாம் பல்வேறு சிரமங்களை, துன்பங்களை அனுபவித்தாக வேண்டும். முதலில், அதற்கு நாம் நம்மைத் தயார் செய்துகொள்ள வேண்டும் என்பதைக் காந்தி நமக்கு விளக்குகின்றார். ஒரு கிராமத்தில், கிராம மக்கள் அனைவரும் கௌரவமான வாழ்க்கையை வாழ மிகவும் முக்கியத் தேவை சுய நிர்ணயம்தான். அந்தக் கிராம மக்கள் சாதியத் திலிருந்தும், கட்சிகளிலிருந்தும் வெளிவந்து 'கிராம மேம்பாடு' என்ற சிந்தனையில் செயல்படும் போது, கிராமம் ஒன்றுபட்டு ஒரு குடியரசாக எழுந்து நிற்கும். அதை நோக்கிச் செயல்பட இன்றைய சூழலைப் பயன்படுத்த வேண்டும்.

இதைவிடச் சிறந்த கையேடுகளையெல்லாம், நமக்கு வழிகாட்டிய பல தலைவர்கள் இந்தியா சுதந்திரம் அடைந்த காலத் திலேயே நமக்காக உருவாக்கித் தந்தார்கள். ஆனால், அவற்றில் பல நூலகங்களில்கூடப் பாதுகாக்கப்படவில்லை. கிராமிய மேம்பாட்டுக்காகச் செயல்பட்ட காந்திய பயிற்சி நிலையங் களில்கூட பாதுகாத்து வைக்கப்படவில்லை. ஒருவேளை அந்த நூல்கள் இன்று கிடைத்தாலும், அவை இன்றைய சூழலை வென்றெடுக்க உதவுமா என்று கேட்டால், 'ஆம்' என்று கூற இயலாது. 'சூழலை உள்வாங்கி, நடைமுறைப்படுத்த இயலாத எந்தக் கருத்தும் மறைந்துபோய்விடும்' என்றார் அர்னால்டு டாயின்பி. இன்றைய சூழல், எவரும் எதிர்பார்க்காத ஒன்று.

சிந்தனைச் சாகசமும், செயல் சாகசமும் செய்யத்தக்க மனிதர்களால் மட்டுமே இந்தச் சூழலை எதிர்கொள்ள முடியும். அவர்களுக்காகவே உருவாக்கப்பட்டது இந்தக் கையேடு!

இந்தக் கையேடு சிந்தனைச் சாகசக்காரர்களையும் செயல் சாகசக்காரர்களையும் உந்தச் செய்வதற்கான கருத்துகளை முன்வைக்கிறது. இந்தக் கருத்துகளை ஆழமாக்குவது, அகலமாக்குவது, வியாபிப்பது, விமர்சிப்பது, உள்வாங்கிப் பெருக்குவது போன்ற அனைத்துப் பொறுப்புகளையும் இந்தக் கருத்துச் சாகசக்காரர்களிடமே விட்டுவிடுகிறேன். இந்தக் கருத்துகளை எப்படி நடைமுறைப்படுத்துவது என்பதற்கு, இந்தக் கையேட்டில் நாம் ஒன்றும் தடம் (சாலை) அமைத்துக் காட்டவில்லை. மாறாக, கோடுகள் போட்டுக் காட்டியுள்ளோம். அது அனைவருக்கும் ஏற்புடையதாக இருக்க வேண்டும் என்பதில்லை.

கிராமியம் ஒரு கிராம நாகரிகத்தின் சின்னம். அதை மீட்டெடுப்பது கிராம மேம்பாடு குறித்துக் கனவு காணும் ஒவ்வொருவருடைய கடமையாகும். இதுதான் பிரபஞ்சலயத்தில் நம் மக்களை இணைத்து வாழ வழிகாட்டும் என்று திடமாக உணர்ந்ததால் இந்த நூலை இளைஞர்களிடம் சமர்ப்பிக்கிறோம்.

எப்படிச் செயல்படுவது?

இது ஓர் அவசர யுகம். எதுவும் உடனடியாக நடைபெற வேண்டும்... உடனே கிடைக்க வேண்டும் என்று தனிமனிதர்கள் மட்டுமன்றி, சமூகமும் எதிர்பார்க்கும் காலகட்டம். எனவே, நாம் செய்யும் அனைத்துச் செயல்பாடுகளையும், தாமதப்படுத்தாமல் உடனடியாகச் செய்து முடித்துவிட வேண்டும். அப்படி முடிக்காமல் தாமதப்படுத்தினால், நாம் தீர்க்கவேண்டிய பிரச்சினை மேலும் சிக்கலுக்கு உள்ளாகி, நம்மையும் சிரமத்துக்கு ஆளாக்கிவிடும். எனவே, பிரச்சினைகளைத் தள்ளிப் போடாமல் உடனே அவற்றைத் தீர்த்து வைத்துவிட வேண்டும். இதுதான் *முதல் விதி.*

அடுத்து, எந்தப் பணியையும் உடனடியாகச் செய்கிறோம், அவசரமாகச் செய்கிறோம் என்று ஏனோதானோ என்று முறையற்றுச் செய்யக்கூடாது. எந்தப் பணியையும் செய்ய ஒரு முறைமை உண்டு. அதற்கென்று ஒரு நிபுணத்துவம் உண்டு. அந்த நிபுணத்துவத்துடன்

செய்யவில்லை என்றால் நாம் எதிர்பார்க்கின்ற விளைவு கிடைக்காது. மோசமான விளைவுகளையே தரும். எனவே, அனைத்துப் பணிகளையும் முறைமையுடன் செய்யக் கற்றுக் கொண்டு, முறைப்படிச் செய்திட வேண்டும். இது இரண்டாவது விதி.

விதி எண் மூன்று: எந்தப் பணியில் ஈடுபட்டாலும், அதில் ஓர் ஈர்ப்பை உருவாக்கிக்கொண்டு அதில் நம்மைக் கரைத்துக் கொண்டு உயிர்ப்புடன்—உணர்வுடன்—செயல்பட வேண்டும். இயந்திரத்தனமாக அந்தப் பணிகளைச் செய்யக்கூடாது. அந்தப் பணி நிறைவேறும்வரை ஆழ்ந்த விழிப்புடன், நூறு சதவீத லயிப்புடன் செய்து முடிக்க வேண்டும்.

விதி எண் நான்கு: சமூகப் பணியில் ஈடுபடும்போது, நாம் தனிமனிதராகச் செயல்படக்கூடாது. நமக்கென ஓர் அமைப்பையோ, நிறுவனத்தையோ பின்புலத்தில் வைத்துக்கொள்ள வேண்டும். நாம் சமூகம் மேம்படப் பணி செய்வோம். ஆனால், சமூகத்தைச் சுரண்டி தனிமனிதச் சுகபோக வாழ்வில் இருக்கும் சிலர், நம் பணிகளுக்கு நேர் எதிராகச் செயல்பட்டு நாம் செய்யும் வேலையைப் பயனற்றதாகச் செய்துவிடுவார்கள். அல்லது மிக எளிதாக அந்தப் பணியிலிருந்தே நம்மை விரட்டிவிடுவர். எனவே ஏதாவது ஓர் அமைப்பில் நாம் இருக்க வேண்டும் அல்லது அமைப்பு ஒன்றை உருவாக்கிக்கொண்டு அதன் மூலம் செயல்பட வேண்டும். இந்த அமைப்பு நம் பணிக்கு உதவுமாறு உருவாக்க வேண்டும். எதற்காக இதை அழுத்தமாகச் சொல்கிறேன் என்றால், பல நேரங்களில் பணிகளுக்கென ஓர் அமைப்பை உருவாக்கிவிட்டு, பிறகு அந்த அமைப்புக்காகவே பணி செய்ய ஆரம்பித்துவிடும் ஆபத்து இருக்கிறது. கடைசியில் நாம் திட்டமிட்ட பணி, பின்னுக்குத் தள்ளப் பட்டுவிடுவதால், இதில் மிகக் கவனமாக இருக்க வேண்டும்.

விதி எண் ஐந்து: எந்தப் பணியைச் செய்யச் சென்றாலும், அந்தப் பணி மக்களுக்குத் தேவையா என்பதைப் பார்க்க வேண்டும். எடுத்துக்காட்டாக, குழந்தையின் கல்வி, உடல் நலத்தை அவசியத் தேவையாக ஏழைகள் உணர்ந்திருப்பதில்லை. ஆகையால், முதலில் மக்களிடம் அந்தத் தேவையை உணர்த்தி விட்டு, நாம் பணியாற்றக் கற்றுக்கொள்ள வேண்டும். அப்போது

தான், நம் செயல்பாட்டை மக்கள் ஆதரிப்பார்கள், பங்கேற்பார்கள், அதைச் சொந்தப்படுத்திக்கொள்வார்கள்.

விதி எண் ஆறு: எந்தப் பணியில் நாம் ஈடுபட்டாலும் அதில் நம் உழைப்பின் உச்சத்தைத் தொட வேண்டும். கடின உழைப்பு இன்றிச் செய்யப்படும் எந்தப் பணியும் நாம் எதிர்பார்க்கிற விளைவைத் தராது. தியாக உணர்வு, அர்ப்பணிப்பு உணர்வுடன் கடினமாக உழைத்தால், நிச்சயம் பலன் கிட்டும். இது ஒரு மெய்ப்பிக்கப்பட்ட கருதுகோள். எனவே, அந்தப் பணியின் தொடக்கம் முதல் முடிவு வரை அனைத்திலும் நாம் கடின உழைப்பைக் காட்ட வேண்டும்.

விதி எண் ஏழு: எந்தப் பணியிலும் அர்ப்பணிப்புடன் செயல்பட வேண்டும். அதற்கு ஓர் ஆற்றல் இருக்கிறது. இது சமூகத்திற்காக நாமக்கு நாம் இட்டுக்கொள்ளும் ஒரு கட்டளை என்னும் உணர்வுடன் தொடங்க வேண்டும். இந்த உணர்வு அந்தப் பணி முழுமையடையும்வரை தொடர வேண்டும்.

ஐன்ஸ்டீன் என்ற உலகப்புகழ் பெற்ற விஞ்ஞானியிடம், ஒருவன் ஒரு கேள்வியை முன்வைத்தான். 'எந்தச் செயலிலும் நாம் வெற்றிபெற என்ன செய்ய வேண்டும்?' அதற்கு அவர் அளித்த பதில், 'நாம் எந்தப் பணியைச் செய்தாலும் அந்தப் பணி செய்வதற்கு ஓர் உணர்வு *(ஸ்பிரிட்)* தேவை. அந்த உணர்வில் அதைச் செய்ய வேண்டும். அப்படிச் செய்தால் நாம் எதிர்பார்த்த விளைவு கிடைத்துவிடும். அதுதான் மிகவும் முக்கியம்!' பல உளவியலாளர்கள் இதற்கு ஓர் எடுத்துக்காட்டைக் காட்டுவார்கள். காந்தி வெறும் 79 நபர்களை உருவாக்கித்தான் தண்டி யாத்திரையை நடத்தினார். அந்த யாத்திரை உலகையே குலுக்கியது. காரணம், அந்த நிகழ்வுக்கு ஓர் உள்ளாற்றலை எல்லாரிடமும் உருவாக்கினார். அதைச் சிந்தனைச்சூழல் என்றும் கூறலாம், உணர்வுச் சூழல் என்றும் கூறலாம். அது எளியது அல்ல. அந்த விழிப்பு நிலைக்கு நாம் உணர்வை எடுத்துச் செல்ல வேண்டும். இந்த உணர்வைக் கொண்டுவர நாம் நம்மை ஒழுக்கப்படுத்தினால் மட்டுமே முடியும். எனவே, இந்த ஏழு விதிகளையும் பின்பற்றி நாம் செய்யும் ஒவ்வொரு பணியும் சமூகத்தில் மிகப் பெரிய தாக்கத்தை ஏற்படுத்திவிடும்.

இயங்கு விதிகள்

1. உடனடியாகச் செய்ய வேண்டும்.
2. நிபுணத்துவத்துடன் செய்ய வேண்டும்.
3. உணர்வுடன் செய்ய வேண்டும்.
4. அமைப்புடன் இணைந்து செய்ய வேண்டும்.
5. மக்கள் உணர்ந்த தேவையில் செயல்பட வேண்டும்.
6. கடின உழைப்பை மூலதனமாக்கிச் செய்ய வேண்டும்.
7. எந்தப் பணியிலும் ஓர் அர்ப்பணிப்பு வேண்டும்.

நிர்மாணப் பணி

இந்தச் சிறிய நூலில், இன்றைய சூழலில் நாம் வாழும் கிராமங்களை மேம்படுத்துவதற்குச் செய்ய வேண்டிய பணிகளை மட்டும் தான் கவனப்படுத்தியுள்ளோம். இது எல்லாக் கிராமங்களுக்கும் பொருந்துமா... எந்தப் பிரச்சினைகளை, எந்தெந்தக் கிராமங்களில், எப்படி முன்னிலைப்படுத்துவது? இதைத் தீர்மானிக்க வேண்டியது அந்தந்தக் கிராமத்தில் வசிக்கும் மக்களே. இந்தப் பணிகளில் எதை முதலில் செய்ய வேண்டும், எதை இரண்டாவதாகச் செய்ய வேண்டும் என வரிசைப்படுத்தி நாம் எழுதவில்லை. எந்தப் பணிக்கு முன்னுரிமை என்பதை, மக்களும் மக்களால் தேர்ந்தெடுக்கப்பட்ட பிரதிநிதிகளும்தான் முடிவு செய்வார்கள். இந்தக் கையேட்டில் வேலைத் திட்டங்களைப் பற்றிய செய்தி களை மட்டுமே கோடிட்டுக் காட்டியுள்ளோம். கிராமத்தில் உள்ள மக்களைச் சிந்திக்கப் பழக்குவதுதான் இதன் அடிப்படை நோக்கம். சிந்தனைச் சூழலை மாற்றுவதே இன்றைய தேவை.

பணிக்குத் தயாரான மனிதர்களுக்கு, வழிகாட்ட மற்றவர்கள் தேவையில்லை. அவர்கள் தங்களை நெறிப்படுத்திக்கொண்டு தாங்களே செயல்படுவார்கள். தமிழ் படிக்கும் மாணவர்களுக்கு, *கோனார் நோட்ஸ்* போல, நாம் விளக்கவுரை கொடுக்கவில்லை. மாறாக, நீந்தத் துடிப்பவரை நீந்துதலுக்கான அடிப்படையைப் புரியவைத்து தண்ணீருக்குள் தள்ளும் வேலை யைத்தான் இந்தச் சிறிய நூல் செய்யும். நிர்மாணப் பணியில் ஈடுபடும் ஒருவர், பணியை ஆரம்பிக்கும்போது மட்டும்தான் அவர் தனியாக ஆரம்பிப்பார். பணிகள் தொடரத் தொடர, அது மக்கள் இயக்கமாக

மாறி—ஒரு சிந்தனைச் சூழலில்—அங்கு வாழும் மக்களே அதற்குத் தயாராகிவிடுவார்கள்.

இதை விளக்கமாகச் சொல்வது என்றால், ஒரு கிராமத்தைத் தனி ஒருவர் மாற்ற முடியாது. ஒரு சில கருத்தாளர்களால் மாற்ற முடியாது. சில பெரிய மனிதர்களால் மாற்ற முடியாது. ஒரு கிராமம் மாற அந்தக் கிராமத்தில் வாழும் மக்களின் பங்களிப்பு மிகவும் முக்கியம். ஒட்டுமொத்த மக்களின் பங்களிப்பைப்பெற அந்தத் தன்னார்வலர்கள் தங்களிடமுள்ள ஆன்ம சக்தியைப் பெருக்கிக்கொண்டு செயல்பட வேண்டும்.

இன்று பஞ்சாயத்துத் தலைவர்களிடம், 'உங்கள் சாதனை களைச் சொல்லுங்கள்' என்றால், சாலை போட்டதை, குளங்கள் தூர்வாருவதை, மக்களுக்குத் தண்ணீர் கொடுப்பதை, தெருவிளக்கு எல்லா வீதிகளிலும் எரிவதை, சமுதாயக்கூடம் கட்டியதை, கழிப்பறை கட்டியதைக் கூறுவார்கள். எவ்வளவு தொகை செலவழித்தோம் என்று கூறுவார்கள். இவையெல்லாம் பல மாற்றங்களைக் கொண்டுவரும். ஆனால், நாம் எதிர்பார்க்கும் ஒரு கிராமிய வாழ்க்கை கட்டமைக்கப்படுகிறதா என்பதுதான் கேள்வி.

அடிப்படையில் கிராமத்து மக்களின் சிந்தனைப்போக்கிலும் நடத்தையிலும் ஒரு மாற்றம் வரவேண்டும். மூன்றாவதாக, அவர்களுடைய செயல்பாடுகளில் ஒரு மாற்றம் வந்தாக வேண்டும். எனவே, மக்களுடன் சேர்ந்து பயணிக்கும் ஒரு மனிதராக நாம் மாறி செயல்பட வேண்டும். நாம் ஏதோ ஒரு வேலையைச் செய்யக் கிராமத்திற்குச் செல்வோம். அங்கு ஒட்டுமொத்த கிராமிய மேம்பாட்டைக் கையிலெடுத்துச் செய்ய ஒரு குழுவைத் தயார்படுத்தி, மக்களைப் பங்கேற்புக்குத் தயாராக்க வேண்டும். அதுவே நம் முதன்மை இலக்கு!

நமது ஊர்
நமது பொறுப்பு

1

கிராமிய மேம்பாடு
ஒரு நாகரிகத்தை மீட்டெடுத்தல்

இன்று கிராம வளர்ச்சி, மேம்பாடு என்று பேசுவோர் அனைவரும் எதை மையப்படுத்துகின்றனர் என்றால், கிராமங்களில் வசதி களைப் பெருக்குவதையே. சாலை போடுதல், பள்ளிக்கூடம், அங்கன்வாடிக் கட்டடம் கட்டுதல், சிறு பாலங்கள், சமுதாயக் கூடம், கலையரங்கம் போன்றவற்றைக் கட்டுதல், பயணிகள் நிழற்குடை அமைத்தல், சுய உதவிக்குழுக் கட்டடம் கட்டுதல் போன்ற கட்டுமானப் பணிகளை மையப்படுத்தியே மேம் பாட்டைப் பார்க்கப் பழகிக்கொண்டனர். இந்த வசதிகள் அனைத்தும் தேவைதான்... யாரும் மறுக்கவில்லை. இந்த வசதிகள் வளர்ச்சிக்கு வித்திட வேண்டுமென்றால், இந்த வசதிகளை முறையாக வளர்ச்சிக்கும் மேம்பாட்டிற்கும் பயன்படுத்தும் புரிதலும் மனநிலையும் வேண்டும்.

அடிப்படைக் கேள்விகள்

வெறும் கட்டடம் மட்டுமே பள்ளிக்கூடம் ஆகிவிடாது. நல்ல கல்வியைத் தரும் சூழலில் அவை உருவாக்கப்பட்டிருக்கின்றனவா, அங்குத் தரமான ஆசிரியர்கள் நியமிக்கப்பட்டுள்ளார்களா, அவர்கள் மாணவர்களுக்கு நன்கு கற்றுத்தருகிறார்களா, இருபால் மாணவர்களுக்கும் நல்ல கழிப்பறைகள் இருக்கின்றனவா, கழிப்பறைகள் சுத்தமாகப் பேணப்படுகின்றனவா, வகுப்பறைகள்

காற்றோட்டம் உள்ளவையாக இருக்கின்றனவா, மாணவர்களுக்குப் பாதுகாக்கப்பட்ட குடிநீர் வைக்கப்பட்டுள்ளதா, பள்ளியில் வகுப்பறைத் தூய்மை பேணப்படுகிறதா, கரும்பலகைகள் எழுதும் நிலையில் இருக்கின்றனவா, ஊரிலுள்ள குழந்தைகள் அனைவரும் வயது நிரம்பியவுடன் பள்ளியில் சேர்க்கப்பட்டுள்ளார்களா, சேர்த்த குழந்தைகள் இடைநிற்றல் இல்லாமல் தொடர்ந்து பள்ளிக்குச் செல்கின்றனரா போன்றவற்றைக் கருத்தில்கொள்ள வேண்டும். அத்துடன், பிற துறைகள் சார்ந்தும் சில அடிப்படைக் கேள்விகளைக் கேட்டு, விடைகாண வேண்டும்; அவற்றுள் பின்வருவனவும் அடங்கும்.

மகப்பேறு வீட்டில் அல்லாமல், ஆரம்பச் சுகாதார நிலையத்தில் நடக்கின்றனவா, கருவுற்ற தாய்மார்களுக்குத் தேவையான ஊட்டச்சத்தும் பாதுகாப்பும் கிடைக்கின்றனவா, பிறந்த குழந்தைகள் போதிய எடையுடன் பிறந்துள்ளனவா, அந்தக் குழந்தைகள் உடல்நலத்துடன் வளர்க்கப்படுகின்றனரா, அவர்கள் அனைவரும் ஊட்டச்சத்துப் பாதிப்பில்லாமல் வளர்கின்றனரா, வளரிளம் பெண்கள் இரத்தச்சோகை இல்லாமல் வளர்க்கப்படுகின்றனரா, ஊரிலுள்ள இயற்கை வளங்கள் பாதுகாக்கப்படுகின்றனவா, ஊரில் தீண்டாமை பழக்கத்தில் இருக்கின்றதா, கூட்டுறவு அமைப்பு செயல்படுகிறதா, ஊரிலுள்ள அனைவருக்கும் கழிப்பறையைப் பயன்படுத்தும் பழக்கம் இருக்கிறதா, எல்லாச் சாதியைச் சேர்ந்தவர்களும் ஒரே மயானத்தைப் பயன்படுத்துகிறார்களா, பாதுகாக்கப்பட்ட குடிநீர் அனைத்துக் குடும்பங்களுக்கும் கிடைக்கிறதா, ஊரிலுள்ள நீர்நிலைகள் அனைத்தும் முறைப்படி பாதுகாக்கப்பட்டுப் பராமரிக்கப்படுகின்றனவா, வீதிகள் குப்பையின்றி, சாக்கடையின்றித் தூய்மையாகப் பராமரிக்கப்படுகின்றனவா, பொதுமக்கள் குப்பைகளை முறைப்படுத்தி மேலாண்மை செய்யும் முறையறிந்து தூய்மைக் கலாசாரத்தைப் பேணுபவர்களாக இருக்கின்றார்களா, ஊரில் வளரும் அரியவகைத் தாவரங்கள் பற்றிய விவரம் பொதுமக்களுக்குத் தெரியுமா, அவை அனைத்தும் பஞ்சாயத்தில் பதிவு செய்யப்பட்டுனவா, ஊரில் வளரும் ஆடு, மாடு, கோழி உள்ளிட்ட பிராணிகளுக்கு ஏதாவது சிறப்புக் குணம் இருக்கின்றதா, சித்த வைத்தியர்கள் இருக்கின்றார்களா, அப்படியிருந்தால்

மருத்துவம் பார்க்கிறார்களா, மக்கள் எந்த மருத்துவமுறையை நாடுகின்றனர், கிராமங்களில் விவசாயம் தவிர்த்து வேறு என்னென்ன பொருளாதாரச் செயல்பாடுகள் நடைபெறுகின்றன, உள்ளூரில் தயாரிக்கப்பட்டு, சந்தைப்படுத்தப்படும் பொருள்கள் ஏதாவது உண்டா, எத்தனை கோவில்கள் சமுதாயத்தால் பராமரிக்கப் படுகின்றன, அதன் ஒட்டுமொத்தச் செலவு எவ்வளவு, அதை எப்படிச் சமாளிக்கின்றார்கள், கோவில்களை நிர்வகிக்கச் சமூகக் குழுக்கள் இருக்கின்றனவா, ஊரில் அக்ரஹாரம் இருக்கின்றதா, கோவில்களுக்குப் பக்கத்தில் மேளக்காரர்கள் குடியிருக்கிறார்களா, கோவில்களில் நந்தவனம் இருக்கிறதா, நந்தவனத்திலுள்ள செடிகள் என்னென்ன, ஊரிலுள்ள பொதுச்சொத்துகள் முறையாகப் பராமரிக்கப்படுகின்றனவா, அவை பயன்பாட்டில் உள்ளனவா, ஊரிலுள்ள நீர் நிலைகளுக்குத் தண்ணீர் வரும், உபரிநீர் வெளி யேற்றும் வரத்து மற்றும் போக்குக் கால்வாய்கள் அனைத்தும் ஆக்கிரமிக்கப்படாமல் உள்ளனவா, அவை தூர்வாரப்பட்டுப் பயன்பாட்டில் உள்ளனவா, ஊரில் சிறு சிறு சமூகப் பிணக்குகளைத் தீர்க்கும் அமைப்புகள் இருக்கின்றனவா, அந்த அமைப்புகளின் மேல் மக்களுக்கு நம்பிக்கை இருக்கிறதா?

கிராமத்தில் நகர வாழ்க்கை

இதுபோன்ற கேள்விகளுக்குப் பதில் தேடும்போது நமக்கு ஒன்று தெளிவாகப் புலப்படும். நாம் வாழ்வது கிராமிய வாழ்வா, கிராமங்களில் நகர வாழ்க்கையை வாழ்கிறோமா என்பது தெள்ளெனத் தெரிந்துவிடும். பெரும்பாலும் நம் கிராமங்கள் கிராமிய வாழ்வை இழந்துவிட்டன. கிராமங்களை வாழ்விடமாக்கி, நகர வாழ்க்கையை வாழ்ந்துகொண்டிருக்கிறோம். நம் முன்னோர்கள் பல்லாயிரம் ஆண்டுகளுக்குமுன் வாழ்ந்த ஒரு நாகரிகமிக்க உன்னத வாழ்க்கை முறையை மீட்டெடுத்து நமக்கான வாழ்க்கைத் தத்துவத்தின் மூலம் வாழ்ந்து உலகுக்கு வழிகாட்டுவது தான் கிராமிய வாழ்க்கை என நம் முன்னோர்கள் நமக்கு வழிகாட்டினர். அந்த முறை இந்த மண்ணுக்கான முறை. அதுதான் இந்திய முறை. அப்படிப்பட்ட சமூகத்தை உருவாக்கவே— கிராமிய வாழ்வுமுறைக்கு நம் மக்களைத் திருப்பவே நமக்கு வழிகாட்டியவர்கள் முயன்றனர்.

எது நம் வாழ்வு முறை?

இந்திய வாழ்வு முறை மேற்கத்திய முறை, நவீனமயம், தொழில் மயம் போன்றவற்றுக்கு மாற்றானது. இந்தக் கிராமிய வாழ்வு முறை, முழுக்க முழுக்க மக்கள் செயல்பாட்டை மையப் படுத்தியது. இந்த வாழ்வுமுறையில் அறிவியல் உண்டு, தொழில் நுட்பம் உண்டு, பண்பாடு உண்டு, கலை உண்டு, இலக்கியம் உண்டு, இசை உண்டு. இவை அனைத்தும் நம் பண்பாட்டின், நாகரிகத்தின் தொன்மையிலிருந்து மீட்டுருவாக்கம் செய்து கிராமங்களைப் புனரமைப்பது. இந்த வாழ்வியலில் சமத்துவம் உண்டு, சகோதரத்துவம் உண்டு. இங்கு மக்களாட்சியின் உன்னத விழுமியங்கள் உண்டு. இவை அனைத்துக்கும் அறம் பின்புலத்தில் இருக்கும். அதுதான் கிராமிய வாழ்வு. இந்த வாழ்வு முறையை வைத்துத்தான் இந்தியா கிராமங்களில் வாழ்கிறது, கிராமங்கள் மேம்பட்டால்தான் இந்தியா மேம்படும் இல்லையேல் அழிந்து விடும் என்ற கருத்தை உருவாக்கினர். கிராமங்களை இந்திய நாகரிகத்தின் அடையாளமாகவும் சின்னமாகவும்தான் பார்த்தனர். இந்தக் கிராமிய வாழ்வு இன்றைய கிராமங்களில் இல்லை. மேற்கத்தியமயம், தொழில்மயம், காலனியமயம், நவீனமயம் போன்றவற்றால் நமது கிராமங்களைச் சிதைத்து, சமூக வாழ்க்கையைச் சீர்குலைத்து, கிராம சமூகத்தைச் சாதியமயமாகவும் ஆதிக்கமய மாகவும் ஆக்கிவிட்டன. மூடப் பழக்கவழக்கங்களில் வாழ அனுமதித்து, நகர வாழ்வை உயர்வாக எண்ணி, தனிமனிதச் சுகம் காணும் புலன்சார்ந்த வாழ்க்கைக்குக் கொண்டுவந்து நிறுத்தி விட்டனர்—நம்மை அண்மைக் காலத்தில் வழிநடத்தியவர்கள். இந்தக் கிராம வாழ்க்கையை மாற்றி அமைக்கத்தான் சுதந்திரப் போராட்டக் காலத்தில் கிராமப் புனரமைப்புக்குத் திட்டமிட்டார் அண்ணல் காந்தி.

நமது வாழ்வுமுறையின் அடிப்படைகள்

இந்த இந்திய வாழ்வுமுறையின் அடிப்படைகளையும் அவற்றை மீட்டுருவாக்குதலுக்கான முறைகளையும் நம் முன்னோர்கள் நமக்கு விளக்கியுள்ளனர். இந்திய வாழ்வுமுறையின் அடிப்படை மனிதம் மேம்படுவது, உயர்வது. அந்த வாழ்வு இயற்கைக்கும் மனிதர்களுக்குமான ஒரு நேச உறவை வளர்த்து வாழ்வது.

உலகம் மனிதர்களுக்கானது மட்டுமல்ல என்பதை உணர்ந்து வாழ்வது—மானுடத் தேவைக்காக இயற்கையைச் சுரண்டி வாழ்வதல்ல; மானுடத்தின் தேவையைப் பூர்த்திச் செய்ய இயற்கையைப் பயன்படுத்துவது. அடுத்து அன்பும் கருணையும் கொண்ட வாழ்வு, மனிதர்களின் வாழ்வில் நேசம், மிகுந்த உயர் தர்ம நெறிகள் ஆகியவற்றைக் கடைப்பிடித்து வாழ்வது. அங்கு முன்னேற்றம் மேம்பாடு என்ற சொல்லுக்குப் பொருளாதாரம் உயர்வது என்று பொருளல்ல; மனிதம் மேம்படுவது என்று பொருள். அனைத்து உயிர்களையும் நேசித்து வாழ்வது. மனித வாழ்வு என்பது தனக்கு வாழ்வது அல்ல, தன் குடும்பத்துக்கு வாழ்வதல்ல, சமூகத்துக்கு வாழ்வது. சமூகம் மேம்பட வாழ்வது. சமூக மேம்பாட்டில் அனைவரின் மேம்பாடும் உறுதி செய்யப்படும் என்ற அடிப்படையில் வாழ்வது.

இந்தியாவினுடைய சிறப்பு இந்தியக் கிராமங்களின் வித்தியாசங்களில் இருக்கின்றது. நேர்மை, தியாகம், அர்ப்பணிப்பு, அன்பு, அகிம்சை ஆகியவை இந்திய சமூகத்தில் விழுமியங்களாக வாழ்க்கை முறையில் இருந்திருக்கின்றன. நம் வாழ்க்கைக்கு வழிகாட்ட மேற்கத்திய அறிஞர்கள் நமக்குத் தேவையில்லை... நமது முன்னோர் கூறிய பாதைகள் மேற்கத்திய வாழ்வியலைவிட மேலானது. சமூகத்தில் அறிவியல், தொழில்நுட்பம், கலை, இலக்கியம், இசை இல்லாமல் எப்படி மக்கள் வாழ்ந்திருக்க முடியும்; அவற்றை மீட்டுருவாக்கி, மேம்படுத்தி வாழ்வதுதான் நமது கடமை.

ஆன்மிக வளர்ச்சி

இந்திய நாட்டின் சிறப்பு, அதன் ஆன்மிக வளர்ச்சிதானே ஒழியப் பொருளாதார வளர்ச்சி அல்ல. உயிர்ப்பு, உணர்வு, அறிவு ஆகியவற்றைக் கடந்த ஞானத்தில் உச்சத்தைத் தொட்ட சமூகம் நம்முடையது. மீண்டும் அந்த வாழ்க்கை நிலையை அடைய இந்தியச் சமூகத்துக்குத் தேவையான சிந்தனைச் சூழலை உருவாக்கத்தான் பலரும் பாடுபட்டனர். குறிப்பாக, காந்தி விடுதலைப் போராட்டத்திற்கென மிகப் பெரிய மக்கள் இயக்கத்தை உருவாக்கி, அதன் மூலம், எளிய மக்களை இந்திய மீட்டுருவாக்கத்திற்குத் தயார் செய்தார். விடுதலைக்கு பிறகு நாம் தடம் மாறினோம்.

இந்திய வாழ்வியல் விழுமியங்களை எளிய மக்களின் சிந்தனை யிலும், நடத்தையிலும், செயல்பாடுகளிலும் கடைப்பிடிக்கச் செய்து இந்திய சமூக மாற்றத்துக்குப் பணியாற்ற காந்தி மக்களை ஆயத்தப்படுத்தினார். ஆனால், காந்தியை விடுதலைப் போராட்டத் துடன் இணைத்துப் பார்த்துப் பெருமைப்படும் நாம், இந்திய மீட்டுருவாக்கப் பணியில் அவரின் சமூக மாற்றத்திற்கான வழிமுறைகளையும் வரையறைகளையும் வாழ்வியல் சிந்தனை களையும் நடைமுறைப்படுத்த முயலவில்லை. சுதந்திரத்துக்குப் பிறகு நடந்த அரசியல், ஆளுகை, நிர்வாக மேம்பாட்டுச் சூழல் ஆகியன அதற்கு இடம் தராததுதான் மிகப் பெரிய சோகம். காந்தியின் கனவு விடுதலையுடன் நிறுத்தப்பட்டு, அவரின் புதிய சமூகம் படைக்கும் கனவு சிதைக்கப்பட்டுவிட்டது. இந்தியச் சமூகம் தொழில்மயம், வணிகமயம், நவீனமயம், மேற்கத்திய மயம் ஆகியவற்றின் மூலம் உலகமயப் பொருளாதாரம், தனியார் மயம், தாராளமயம் போன்றவற்றில் தோய்ந்த இந்திய அரசியல், ஆட்சியியல், ஆளுகையியல், நிர்வாகவியல், மேம்பாட்டியியல் என அனைத்தும் வடிவமைத்துச் செயல்படுத்தப்பட்டன.

இன்று நாம் எங்கே?

இவற்றின் தாக்கமாக இன்று நாம் பார்ப்பது தகர்க்கப்பட்ட கிராமங்கள், அழிக்கப்பட்ட இயற்கைச் சூழல், சூறையாடப்பட்ட இயற்கை வளங்கள், அறம் இழந்த அரசியல், நேர்மையற்ற நிர்வாகம், ஆடம்பர அரசியல், கிராமத்தில் நகர வாழ்க்கை, நகரத்தை நோக்கிப் படையெடுக்கும் மக்கள், புலன்கள் சார்ந்த வாழ்க்கை, சாரம் இழந்த கல்வி, இலாபம் ஒன்றையே குறிக் கோளாகக் கொண்ட நியாயமற்ற வணிகம், பெரும்பான்மை மக்களைச் சுரண்டி வளம் பெருக்கும் தனிமனிதர்கள், நுகர்வு வெறிக்குள் சிக்கித் தவிக்கும் மக்கள் கூட்டம்.

அனைவருக்கும் தெரிகிறது பொருளில் வளர்ந்தோம், தொழிலில் வளர்ந்தோம், புறத்தோற்றத்தில் பொலிவுடன் வாழ மாறினோம், ஆடம்பரமாக வாழக் கற்றுக்கொண்டோம், நுகர்வுக் கலாசாரத்தில் தோய்ந்துவிட்டோம், விஞ்ஞானத்தில், தொழில்நுட்பத்தில் உயர்ந்தோம், கல்வி கற்றவர் எண்ணிக்கை கூடியது, மதங்கள் பெருகின, மத வழிபாடு வியாபித்தது, கோவில்கள், தேவாலயங்கள்,

மசூதிகள் என அனைத்தும் அதிகரித்து எங்கும் கூட்டம். ஆனால், அறம் சார்ந்த வாழ்வில் தாழ்ந்தோம். நாம் பெற்ற கல்வியாலும், மதங்களின் வளர்ச்சியாலும், சமூகத்தை மேம்படுத்த இயலவில்லை. ஒரு முரண்பட்ட வாழ்க்கைச் சூழலில்தான் நம் சமூகம் சிக்கித் தவிக்கிறது.

மேம்பாட்டுக்கு யார் பொறுப்பு?

இந்தியா சுதந்திரம் அடைந்தபோது இந்திய அரசு உருவாகி, மக்கள் முன்னேற்றமும் மேம்பாடும் அரசாங்கத்தின் பொறுப்பு எனப் பிரகடனப்படுத்தப்பட்டது. அது இந்திய நாட்டின் வளர்ச்சி, சமூக மேம்பாட்டை இலக்காகக்கொண்டு மேற்கத்திய முறை வளர்ச்சிப் பாதையில் பயணிக்க ஆரம்பித்தது. அதேபோல் சமூகத்தை மேம்படுத்துவதும் அரசாங்கத்தின் பணி என்பதைப் பிரகடனப்படுத்தியது நம் நாட்டின் அரசியல் தலைமை. மேற்கூறியவை அனைத்தும், 40 கோடியாக மக்கள்தொகை இருந்தபோது கொடுக்கப்பட்ட உத்தரவாதங்கள்! 142 கோடி மக்கள் வாழும் இன்றைய சமுதாயத்துக்கு பொருந்துமா என்பதுதான் கேள்வி. அரசாங்கத்தால், தான் கொடுத்த வாக்குறுதியை நிறைவேற்ற முடியவில்லை. வறுமையை ஒழிப்பேன் என்றது முடியவில்லை. வறுமையைக் குறைப்பேன் என்றது ஓரளவுக்குக் குறைத்தது. ஒரு நிலைக்கு மேல் குறைக்க முடியவில்லை. ஆனால், பொருளாதாரத்தை வளர்த்தது. அது யாருக்குச் சென்றது என்பதுதான் கேள்வி.

இன்றைய மக்கள்தொகையில் 80 கோடி பேருக்கு அரசாங்கத்தின் பொதுவிநியோகத் திட்டத்தில் உணவு வழங்கப்படவில்லை என்றால் பட்டினிச்சாவு உறுதியாகிவிட்டது. அதனால்தான் இவர்களுக்கு அரசே உணவுப் பாதுகாப்பு கொடுத்துள்ளது. இதை நம் பாரதப் பிரதமர் ஐநா நிறுவன விழா ஒன்றில் எடுத்துரைத்தார். இதில் நமக்குத் தெரியவரும் செய்தி ஏழு பத்தாண்டுகாலச் சுதந்திர இந்தியாவில் வளர்ச்சி ஒரு சிலருக்கு என்றாகிவிட்டது. இதை உணர்ந்த அரசு, இனி மக்கள் தேவைகளை அரசாங்கம் மட்டுமே செய்ய இயலாது என்பதைப் பிரகடனப்படுத்தி அரசாங்கம் தன் கடமைகளிலிருந்து வெளியேறிக்கொண்டிருக்கிறது. எனவேதான் சந்தை அரசுடன் இணைந்து மக்கள் பணி

செய்கிறேன் என்று மேம்பாட்டுச் செயல்பாடுகளில் இறங்கியது. அது குடிதண்ணீர் தரும் பணியாக இருந்தாலும் சரி, மருத்துவப் பணியாக இருந்தாலும் சரி, கல்விப் பணியாக இருந்தாலும் சரி சந்தை வந்து அடிப்படைச் செயல்பாடுகளில் மிகப் பெரிய கட்டமைப்பை உருவாக்கியது. ஆனால், முப்பது ஆண்டுகாலச் சந்தைச் செயல்களாலும் பிரச்சினைகளுக்குத் தீர்வுகாண முடியவில்லை; செயல்பாடுகளில் மக்களும் இயற்கை வளங்களும் பெருமளவில் சுரண்டப்பட்டதுதான் நாம் கண்ட எதார்த்த உண்மை. அதுமட்டுமல்ல, இந்த முப்பது ஆண்டுகாலச் செயல்பாடுகள் கிராமத்திலிருந்த மக்களை நகரம் நோக்கி புலம்பெயர வைத்தது. இதை நிறுத்தவே 100 நாள் வேலைத் திட்டம் வந்தது. 8 சதவிகித பொருளாதார வளர்ச்சி வந்தபோது, 100 நாள் வேலைத் திட்டத்தை நடத்துவது எவ்வளவு பெரிய முரண்பாடு? எனவே, அரசுக்கு ஆலோசனை கூறும் பொருளாதார வல்லுநர்கள் 'அரசும் தோற்றது; சந்தையும் தோற்றது' எனப் பிரகடனப்படுத்தினார்கள்.

புதிய பாதை

இந்த நேரத்தில்தான் ஒரு புதிய யுக்தி நடைமுறைக்கு வந்தது. அந்த யுக்தியைப் பயன்படுத்தி ஆளுகையில் மக்கள் பங்கேற்பை உறுதிசெய்து சமூக மேம்பாட்டைக் கொண்டுவரலாம் என உலக அளவில் முடிவு செய்தனர். அரசாங்கத்திலும், சமூக முன்னேற்றச் செயல்பாட்டிலும் மக்கள் பங்கேற்கும்போதுதான் மக்களுக்குப் பதில்கூற வேண்டிய கடமைப்பாடு மிக்க ஓர் அரசாங்கம் உருவாக முடியும். அப்படிப்பட்ட அரசாங்கம்தான் மக்களை மதித்து மக்களுக்கான பணியைச் சேவையாகச் செய்யும். அரசாங்கம் தங்களின் நலனுக்காக உருவாக்கப்பட்டது என்று கருதி, மக்களும் அரசைத் தங்களுக்குப் பணி செய்ய வைத்துக்கொள்வார்கள். இந்தக் கருத்து அரிஸ்டாட்டில் காலத்திலிருந்து வலியுறுத்தப்படும் கருத்துதான்.

இந்தக் கருத்தை உள்வாங்கி, மக்களை அரசாங்கத்தின் பயனாளியாக அல்லாமல் அரசாங்கத்தின் பங்காளியாக ஆக்கும் பொறுப்புமிக்கக் குடிமக்கள் தயாரிப்பைச் செய்த நாடுகளில் மக்கள் மதிக்கத்தக்க வாழ்க்கையை மரியாதையுடன் வாழ்கின்றனர். அங்கு ஏழை-பணக்காரர் ஏற்றத்தாழ்வுகள் இருந்தாலும், சமூகச் சமத்துவமும், அரசியல் சமத்துவமும் பெற்றுச் சுதந்திரமாக

வாழ்கின்றனர். அங்கெல்லாம் மக்கள் பங்கேற்பு அரசியலுக்கு மட்டுமல்ல, ஆளுகைக்கும், மேம்பாட்டுச் செயல்பாடுகளுக்கும் என அத்தனையிலும் உறுதி செய்யப்பட்டுள்ளது.

புதிய இந்தியாவில் மக்கள்

இந்தியாவிலும் அப்படியான நடைமுறையைக் கொண்டு வரத்தான் மக்களைத் தயார் செய்தார் மகாத்மா காந்தி. சுதந்திரம் பெற்றவுடன் கிராமங்களில் வாழும் மக்களின் சுயமரியாதையை மீட்டெடுத்து இயற்கையுடன் இயைந்த எளிய வாழ்க்கை முறையைக் கடைப்பிடிக்கத் தேவையான ஒரு வாழ்வியல் கல்வியை வடிவமைத்தார் மகாத்மா காந்தி. அந்தக் கல்வி வாழ்க்கைக்கான கல்வி... அனைவருக்குமான கல்வி. அது பள்ளிக் கல்வி அல்ல. அது மானுட வாழ்வின் நோக்கங்கள், மானுடத்துக்கும் இயற்கைக்கும் உள்ள உறவுமுறை, இயற்கை வளங்களின் மதிப்பு ஆகியவற்றை உள்வாங்கிக்கொண்டு செயல்படுபவர்களாக மக்கள் மாற்றம் பெறத் தேவையான அடிப்படைக் கூறுகளைக் கொண்டிருக்கும். அந்தக் கல்வி, உடல், மனம், உயிர், சமூகம், இயற்கை அனைத்துக்குமான உறவைப் போதிக்கும் கல்வி. அதில் மனித மாண்பை வளர்க்கும் கூறு இருக்கும். சுதந்திர நாட்டில் சுதந்திரத்தை அனுபவிக்க எப்படிப்பட்ட பொறுப்புமிக்கக் குடிமக்களாக நடந்துகொள்ள வேண்டும் என்ற குடிமக்கள் தயாரிப்பு அடிப்படை அம்சமாக அதிலிருக்கும். இந்திய வாழ்வு முறையின் விழுமியங்களான எளிமையான வாழ்வு, சமூகச் சிந்தனை, வாழ்வியல் அறம், இயற்கையை நேசித்து வாழ்தல் போன்ற கூறுகளைக் கொண்டிருக்கும். அந்தக் கல்வியில் சுகாதார அறிவியலும், சுதந்திரத்திற்கான அறிவியலும், குடியரசுக்கான அரசியலும், குடிமக்கள் பொறுப்புகளும் கடமைகளும் முதன்மைக் கூறுகளாக விளங்கும். வாழ்க்கையின் அனைத்துச் செயல் பாடுகளுக்கும் அடிப்படை ஆடம்பரம் அல்ல, பெருமை அல்ல, தேவை மட்டுமே. தேவை அடிப்படையில் வாழ்வதும், உடல் உழைப்பும் மக்களால் பெரிதும் மதிக்கப்படும் விழுமியங்களாக அதில் இருக்கும்.

மானுடச் சமூகம் சோம்பித் திரியாது சுறுசுறுப்பாய் செயல் பாட்டில் தன்னை ஈடுபடுத்தி எப்போதும் செயல்பாட்டில்

தோய்ந்திருக்கும். மானுட வாழ்க்கை பொறுப்புமிக்கதாக நடைபெறும். வாழ்க்கை பொறுப்புமிக்கதாக மாற மாற, சமூகம் தன்னை ஒழுங்குபடுத்திக்கொள்ளும். வாழ்க்கை பொறுப்புள்ளதாக மாற மக்களுக்கு விழிப்பு நிலை வேண்டும். விழிப்புநிலை வந்துவிட்டால், அறிவுத் தேடலும் ஆன்மிகத் தேடலும் வந்துவிடும். அறிவும் ஆன்மிகமும் உயர உயர மானுட வாழ்க்கை செம்மைப்படும். இதைத்தான் பாரதி, 'கஞ்சி குடிப்பதற்கிலார், காரணமும் அறிந்திலார்' என்று கூறினார். பசியால் வாடுபவனுக்கு, 'ஏன் அப்படி வாழ வேண்டியுள்ளது?' என்ற சிந்தனை வந்து விட்டால், அவன் அந்தச் சூழலிலிருந்து வெளியேறிவிடுவான். இவ்வாறு மக்களை விழிப்பு நிலைக்குக் கொண்டுவந்து சிந்தனை மாற்றத்தையும் சமூக மாற்றத்தையும் ஏற்படுத்திப் பொறுப்பு மிக்க சமுதாயமாக ஆக்க வேண்டும் என்பதற்காக விடுதலைப் போராட்ட காலத்திலே நமது தலைவர்களில் பலரும் திட்டமிட்டு செயல்பட்டனர்.

சமூக மாற்றம்

இவர்களைப் போன்று எண்ணற்ற மாமனிதர்கள் மக்களை மாற்றுவதற்கும் மேம்படுத்துவதற்கும் மக்களுடன் பணியாற்றினர். எல்லாச் செயல்பாடுகளிலும் மக்களைப் பங்கேற்க வைப்பதன் மூலம், இந்த மாற்றங்களைக் கொண்டுவர வேண்டும் என்று அவர்கள் விரும்பினர். அரசாங்கம் மட்டுமே மக்களை மாற்றி விடும் என்று இவர்கள் நம்பியது கிடையாது. அரசாங்கம் மக்களால் உருவாக்கப்படுவது... எனவே, எப்படிப்பட்ட சமுதாயம் உருவாகின்றதோ அதன்படிதான் அரசாங்கமும் உருவாகும் என்றே இவர்கள் கருதினர். எல்லோருமே, நல்ல அரசாங்கம் வேண்டும், நல்ல ஆளுகை வேண்டும், நல்ல நிர்வாகம் வேண்டும் என்றுதான் பேசுகின்றார்கள். அவையெல்லாம் எப்போது சாத்தியப்படும் என்றால் நற்சமுதாயம் உருவாகும்போதுதான். சீரழிந்த சமுதாயத்தில் சிறப்புமிக்க அரசாங்கம் உருவாகாது. எனவே, சமூக மாற்றம்தான் முதன்மையானது என இவர்கள் கருதினர். அதற்கான வாழ்க்கை முறையை வடிவமைக்கப் பாடுபட்டனர். ஆகையால்தான், இந்தியாவிற்கு முதலில் தேவைப்படுவது எது என்று கேட்டபோது மகாத்மா காந்தி, 'சுதந்திரம்' என்று கூறவில்லை. மாறாக, 'சுத்தம்,

சுகாதாரம், துப்புரவு!' என்றார். இந்தியச் சமூகம் குப்பைக்குள் வாழ்கிறது... அதிலிருந்து மக்கள் வெளியேற வேண்டும். எனவே துப்புரவு, தூய்மை, சுகாதாரம் பற்றிய சிந்தனை, விழிப்புணர்வு மக்களுக்கு வேண்டும். அது ஓர் அறிவியல். அந்த அறிவியலை மக்களுக்குக் கற்றுத்தர வேண்டும். இந்தத் தூய்மையை, துப்புரவை, சுகாதாரத்தை, வெளிப்புறம் உட்புறம் இரண்டிலும் கொண்டுவர வேண்டும் என்று முயன்றார். அந்த அறிவியலை, சுதந்திரம் அடைந்து ஏழு பத்தாண்டுகளைக் கடந்தும் மக்களிடம் கொண்டு சேர்க்காமல் கழிப்பறைகளை மட்டும் கட்டிக்கொண்டிருக்கிறோம்.

அன்று 40 கோடி மக்கள் வாழ்ந்த இந்தியாவில் இருந்த சுகாதாரக் கேட்டை வைத்து மகாத்மா காந்தி தம் கருத்தைக் கூறினார். பொறுப்புமிக்க ஆரோக்கியமான வாழ்க்கையை வாழ மக்களைத் தயார் செய்ய வேண்டும் என்றார். எனவே, கிராம நிர்மாணப் பணியில் அது ஒரு பெரும் அங்கம் வகித்தது. சுதந்திரம் அடைந்த பிறகான இந்த 75 ஆண்டுகளில், அறிவியலும் தொழில்நுட்பமும் எவ்வளவோ வளர்ந்துவிட்டாலும், பொறுப்புமிக்க ஆரோக்கியமான வாழ்க்கையை வாழ மக்களைத் தயார் செய்யத் தவறிவிட்டோம்; மாறாக மேற்கத்திய மருத்துவமும், மருத்துவமனைகளும், ஆங்கில மருந்துகளும், அரசாங்கத்தின் மருத்துவக் காப்பீடுமே இந்தப் பிரச்சினைகளுக்கு எல்லாம் தீர்வு என்று 142 கோடி மக்களையும் வைத்து சந்தைக்கேற்பச் செயல்பட அவர்களை உருவாக்கிவிட்டோம்.

வாழ்க்கைச் சீரழிவு

உணவென்பது நம் மண்ணில் விளைந்த தானியங்களைக்கொண்டு தயாரித்து உண்டு, நம் உடலுக்குத் தேவையான சத்துகளையும், சக்தியையும் பெறுவது என்ற அடிப்படையை முற்றிலுமாக மறந்துவிட்டோம். வெறும் நா ருசிக்காகவும், இரைப்பையை நிரப்புவதற்காகவும் பதப்படுத்திய உணவையும், துரித உணவையும் சந்தையிலிருந்து வாங்கி, நேரங்காலமின்றித் தாராளமாக உண்கிறோம். உடல் கெட்டுப் போவதைப் பற்றிய எந்தப் புரிதலும் இன்றி, உணவு எடுத்து வருகிறோம். பொருள் களை வாங்குவதிலும் அப்படித்தான். நமக்குத் தேவையான வற்றை வாங்குவதற்குப் பதில், சந்தைக்கு மயங்கி தேவையற்ற

பொருள்களையும் எல்லையில்லா அளவுக்கு வாங்கிக் குவிக்கும் மனநிலையுடன் வாழப் பழகிக்கொண்டோம். நம் நிதி ஆதாரம் இதற்கு இடம் தருகிறதா என்பதைப் பற்றி எந்தப் புரிதலும் இன்றி, கடன் வாங்கியாவது பொருள்களை வாங்கும் வழக்கத்துக்கு வந்துவிட்டோம்.

ஏற்கெனவே சொன்னபடி, இன்றைய கிராமத்தில் கிராமிய வாழ்க்கை நடைபெறவில்லை. நகர வாழ்க்கையைக் கிராமத்தில் மக்கள் வாழ்கின்றனர். கிராம மக்களின் வாழ்க்கையை, நகர வாழ்க்கைமுறை பெருமளவில் ஆக்கிரமித்துவிட்டது. இன்று மக்களை இயக்குவது புலன்கள்தான். அறிவு, ஞானம் அனைத்தும் பின்னுக்குத் தள்ளப்பட்டுவிட்டன. அறம் இழந்த வாழ்வாக, சாதியாக, கட்சியாக, மதமாகக் கிராம மக்கள் பிரிந்து கிடக் கின்றனர். அரசாங்கத்தின் பயனாளியாகவும், அரசியல் கட்சிகளின் உறுப்பினராகவும், மக்கள் பிரதிநிதிகளுக்கு வாக்காளராகவும், சந்தைக்கு நுகர்வோராகவும், அரசு அதிகாரிகளுக்கும் அலுவலர் களுக்கும் மனுதாரராகவும், முழுக்க முழுக்க அரசைச் சார்ந்து வாழும் மனநிலையுடன், பொறுப்பற்ற பயனாளிப் பட்டாளங் களாக மக்கள் வாழப் பழக்கப்பட்டுவிட்டனர்.

குடிமக்கள் மாட்சி

பொறுப்புள்ள குடிமக்களாக மக்கள் இருந்தால் கிராமத்தைக் கிராம மக்கள் ஒன்றுகூடி ஆட்சி செய்வார்கள். கிராமப் பொது நலன்களை நோக்கி அனைத்துச் செயல்பாடுகளையும் வடிவமைப்பார்கள். பொதுமக்கள் தங்கள் வாழ்க்கை தங்கள் கையில் இருப்பதாக உணர்ந்து செயல்படுவார்கள். அரசாங்கம் தங்களுக்கானது என எண்ணுவார்கள். அறம் சார்ந்து செயல்படுவார்கள். பயமற்று இருப்பார்கள். ஆரோக்கியமாக வாழக் கற்றுக்கொள்வார்கள். வாழ்க்கையில் முன்னேற்றச் சிந்தனை நிறைந்து மக்கள் தொடர்ந்து செயல்பாடுவார்கள். எளிய வாழ்விலும் ஏகாந்தம் அடைவார்கள். சுரண்டலற்ற, எளிய, உடல் உழைப்பில் வாழும் வாழ்க்கையில் உள்ள பெருமிதத்தை உணர்ந்து மகிழ்ச்சி யாக மரியாதையுடைய, மாண்புடைய மானுட வாழ்க்கையை அடிப்படை வசதிகளுடன் வாழ்வார்கள்.

புதிய வாய்ப்பு

இப்படிப்பட்ட வாழ்க்கையை வாழ்வதற்கான ஒரு வாய்ப்பு தற்போது கிராம மக்களுக்கு வந்திருக்கின்றது. அதுதான் நம் புதிய பஞ்சாயத்து அரசாங்கம்! மத்திய மாநில அரசுகள்போல் தனித்த அரசாங்கமாக அரசியல்சாசனத்தால் உருவாக்கப்பட்டிருக்கிறது இந்தப் பஞ்சாயத்து அரசாங்கம். அது மட்டுமல்ல... இந்த அரசாங்கம் மக்கள் கையில், மக்களின் நேரடிக் கண்காணிப்பில் செயல்படும் வகையில் வடிவமைக்கப்பட்டிருக்கிறது. எப்படி மத்திய அரசை, மாநில அரசைப் பார்க்கிறோமோ அப்படி இந்த அரசையும் பார்க்கும் புரிதல் வேண்டும். அதிலுள்ள வாய்ப்பு களைப் புரிந்து மக்களைத் தயார் செய்துவிட்டால், ஒரு குட்டிக் குடியரசை உருவாக்கிவிடலாம். காந்தி கண்ட கனவுக் கிராமத்தை உருவாக்கிவிடலாம். அண்ணல் அம்பேத்கர் கூறிய அழுக்கு களையும் கிராமங்களிலிருந்து வெளியேற்றிவிடலாம்.

புதிய தலைமை

இதற்குத் தேவை இதைப் புரிந்த ஒருவர் நம் கிராமப் பஞ்சாயத்து களுக்குத் தலைவர் ஆக வேண்டும். அவர் மக்களுக்கு இந்தப் புரிதலை உருவாக்க வேண்டும். 'கிராம சபை' என்ற பெயரில், ஒரு மக்கள் பாராளுமன்றத்தைப் பஞ்சாயத்தில் உருவாக்கி யிருக்கிறது அரசாங்கம். இதன் உண்மைத் தன்மையைப் புரிய வைத்துவிட்டால், கிராமத்தை மக்கள் பிடித்துக்கொள்வார்கள். அவர்கள் தங்கள் கிராமம் எப்படி இருக்க வேண்டும் எனக் கனவு காண்பார்கள். தாங்கள் கனவு கண்ட கிராமத்தை உருவாக்க ஒரு திட்டத்தைத் தயாரித்து அந்தத் திட்டத்தை நடைமுறைப்படுத்த அரசுத் துறைகளைப் பணிப்பார்கள்.

இதற்குத் தேவை, 'பொதுப் பணம் இறைவனின் சொத்து, அதை எடுத்து என் குடும்பம் வளர்ந்தால் அது எனக்கும் எனது குடும்பத்துக்கும் அவமானம், பாவம். அதைவிடப் பிச்சை எடுப்பது மேல்' என்ற எண்ணம் கொண்ட தலைவர் வேண்டும். அப்படிப்பட்ட தலைவர் ஒருவர் கிடைத்துவிட்டால், மேலே கூறியது நடக்கும். நாம் நீதியுடன் நியாயத்துடன், நேர்மையுடன் செயல்பட்டால் நாம் தீயாய் மாறுவோம். நம்மை நெருங்க எவருக்கும் துணிவிருக்காது. அப்படிப்பட்ட ஒரு தலைமை

நமக்குக் கிடைத்துவிட்டால், கிராமம் நமக்கு வசப்படும். பஞ்சாயத்து அலுவலகத்தில் என் வேட்டியில் என் சேலையில் ஒட்டியிருக்கும் தூசிகூட என் வீட்டுக்குச் செல்லக்கூடாது எனத் தட்டிவிட்டுச் செல்லும் தலைமை கிடைத்துவிட்டால், கிராமம் ஒரு கிராம ராஜ்யமாக, காந்தி கனவு கண்ட ராமராஜ்யமாக மாறும்.

குடிமக்களாக

கிராமத்தில் உள்ள பொதுமக்களுக்கு, 'நாங்கள் சுதந்திர நாட்டின் குடிமக்கள், எடுபிடிகள் அல்ல. அரசின் பயனாளிகள் அல்ல, பொறுப்பு மிக்கக் குடிமக்கள். நாங்கள் செய்யவேண்டிய பணிகளைக் குடிமக்களாகச் செய்வோம்' என்ற எண்ணம் வர வேண்டும். அரசு தரும் நலத்திட்டம் அனைத்தும் உதவிகள் அல்ல... நலத்திட்ட உரிமைகள். அது யாருக்காகக் கொண்டு வரப்பட்டதோ அவர்களுக்குக் கொண்டுசேர்க்க வேண்டியது பஞ்சாயத்தின் கடமை. அதைச் செய்யப் பஞ்சாயத்துத் தவறினால், அதைச் சட்டப்பூர்வமாகத் தட்டிக் கேட்க வேண்டியது ஒவ்வொரு கிராம சபை உறுப்பினரின் கடமை. குடிமக்களின் கடமைகள் பொறுப்புகள் என்னென்ன என்று விவரம் புரிந்தவர்களைக் கிராம சபையில் விவாதிக்கக் கூறி மக்களிடம் விழிப்புணர்வை ஏற்படுத்த வேண்டும். கிராமத்தில் உள்ளவர்கள் பொறுப்புமிக்கவர்களாக மாறிவிட்டால், அரசு அதிகாரிகளும், அலுவலர்களும் மக்களுக்குச் சேவகர்களாக மாறிவிடுவார்கள். அவர்கள் மக்கள் பணத்தில் கைவைக்கக் கூச்சப்படுவார்கள், அஞ்சுவார்கள்.

பாரதி ஒரு கனவு கண்டான். அவன் கண்ட அரசாங்கம் மூன்று பாதுகாப்பைத் தரவேண்டும். ஒன்று உணவுப் பாதுகாப்பு, இரண்டு சுகாதாரப் பாதுகாப்பு. மூன்று கல்விப் பாதுகாப்பு. இதில் மிகவும் முக்கியமாக இந்தக் கல்விப் பாதுகாப்பில் குடிமக்கள் கல்வி கட்டாயம் எனக் கருதினான். சுதந்திர நாட்டில் வாழும் குடிமக்கள் சுயகட்டுப்பாடு, ஒழுக்கம், நியாயம், நேர்மை ஆகியவற்றோடும் ஏழ்மையிலும் பெருமைமிக்க வாழ்க்கை எப்படி வாழ்வது என்பதையும் அந்தக் கல்வியில் கற்றுத்தர வேண்டும். குடிமக்கள் பொறுப்புள்ளவர்களாக வாழக் கற்றுக்கொண்டுவிட்டால், அரசாங்கம் மக்கள் மீது கோலோச்சுவதைவிட்டு மக்களுடன்

கைகோத்துப் பணி செய்ய ஆரம்பிக்கும். அந்த அரசாங்கத்தில் பயனாளிகள் இருக்கமாட்டார்கள். பொறுப்பான குடிமக்கள் இருப்பார்கள். அவர்கள் தங்கள் சமூக, பொருளாதார மேம்பாட்டுக்குத் தாங்கள் பொறுப்புடன் செயல்படப் பழகிக் கொள்வார்கள். அந்த அரசாங்கம் மக்களுக்குப் பின் இருந்து மக்கள் செயல்பாட்டை ஊக்குவிக்கும் கிரியா ஊக்கியாக மாறிவிடும். எனவே, கிராம மக்களைக் குடிமக்களாக மாற்ற முயற்சி மேற்கொள்ள வேண்டும். அதற்கு, கிராம வாழ்க்கை என்பது சாதி மதங்களைக் கடந்ததாகவும், அரசியல் கட்சிகளைக் கடந்ததாகவும் பொதுமக்கள் மேம்பாட்டில்தான் குடும்பங்களின் மேம்பாடு அடங்கியுள்ளது என்பதைப் புரிந்து செயல்பட மக்களைத் தயார் செய்ய வேண்டும்.

புதிய புரிதல்

புதிய பஞ்சாயத்து அரசாங்கம் அரசமைப்புச் சட்டத்திருத்தத்தின் மூலம் உருவான காலத்தில் பொதுத்தளத்தில் ஒரு கதை சொல்வார்கள். ராஜிவ் காந்தி பாராளுமன்றத்தில் கூறிய செய்தியை வைத்துச் சொல்லப்பட்ட கதை அது. 'மத்திய அரசு டெல்லியிலிருந்து ஒரு யானையைக் கிராமத்திற்கு அனுப்புகிறது, அது கிராமத்தைச் சென்றடையும்போது அதன் வால் மட்டும்தான் போய்ச்சேர்கிறது' என்பதே அந்தக் கதை. அந்தக் கதை இன்றும் தொடர்ந்தால், இந்தப் பஞ்சாயத்து அரசாங்கத்தில் பொறுப்பானவர்கள் இல்லை, புரிந்தவர்கள் இல்லை, திறனும் ஆற்றலும் உள்ளவர்கள் இல்லை, மக்களுக்குப் பதில் கூறக்கூடியவர்கள் இல்லை, மக்களுக்கு வழிகாட்டக் கூடியவர்கள் இல்லை என்பதுதான் பொருள். இந்தச் சூழலை மாற்றியமைக்க, சிற்றூராட்சி மன்றங்களுக்கும் தலைவராக வந்தவர்கள் பஞ்சாயத்து அரசாங்கத்தின் ஆழ அகலங்களைப் புரிந்துகொண்டு, தங்களுக்கு வழங்கப்பட்ட அதிகாரங்களைக் கைக்கொண்டு பயன்படுத்தத் தேவையான திறன் வளர்ப்பைச் செய்து, தங்களுக்கென ஒரு பார்வையை உருவாக்கிக்கொண்டு மக்களுடன் இணைந்து பொறுப்புகளை நிறைவேற்றுவதில்தான் தலைவர்களின் பணிச் சிறப்புள்ளது. அந்த நிலைக்கு நம் பஞ்சாயத்துத் தலைவர்கள் தங்கள் தலைமைத்துவத்தை வளர்த்துக்கொள்ள வேண்டும்.

தலைமைத்துவம் வளர வளர, மக்களுக்குத் தலைமையின்மேல் இருக்கும் நம்பிக்கை கூடும். அந்த நம்பிக்கை வளர வளர, மக்கள்மேல் உள்ள கரிசனம் தலைவர்களுக்கு அதிகரிக்கும்.

யார் தலைவர்?

இன்றைய சூழலில் கிராமங்கள் சந்திக்கின்ற பிரச்சினைகளைச் சமாளித்து மக்களைத் தயார்படுத்தி, அவர்கள் மதிக்கத்தக்க கிராம வாழ்க்கையை வாழக்கூடிய சூழலை உருவாக்க ஒவ்வொரு ஊராட்சி மன்றத் தலைவருக்கும் ஒரு மாவட்ட ஆட்சித் தலைவருக்கு இருக்கும் ஆற்றல் வேண்டும். தலைவர் பதவியில் இருப்பதால் மட்டுமே ஒருவர் தலைவராகிவிட முடியாது. தங்களின் செயல்பாட்டால் மட்டுமே தலைவர்களாக மாறுவார்கள். பதவியால் எவரும் தலைவராக முடியாது. பதவியின் மூலம் மக்களுக்காகச் செயல்படும்போதுதான் தலைவர்களாக முடியும். தலைவர்கள் தனித்து இயங்குபவர்கள் அல்ல. தலைவர்கள் மக்களோடு இணைபவர்கள், இணைந்து செயல்பட்டு மாற்றங்களைக் கொண்டுவருபவர்கள். இந்தத் தலைவர்களுடன் பணியாற்ற கிராமங்கள் மாறாதா என்ற ஏக்கத்துடன் இருக்கும் தன்னார்வலர்கள் இணைய வேண்டும். அவர்கள் தலைவர்களுடன் தோளோடு தோள் கொடுத்துப் பணியாற்ற வேண்டும்.

கிராம மேம்பாட்டுக்கான நிபுணத்துவம்

இன்றைய சூழலில் கிராமங்களில் பணியாற்ற நிபுணத்துவம் வேண்டும். நிபுணத்துவம் இல்லா வேலைகள் எதுவும், அது உருவாக்க வேண்டிய தாக்கங்களை உருவாக்காது. குறிப்பாக மைய அரசு இன்று அனைத்தையும் எண்மத்தில் (டிஜிட்டலில்) கொண்டுவருகிறது. எனவே கிராமப் பஞ்சாயத்து அலுவலகத்தை மக்கள் கூடும் செயலாக்க மன்றமாக மாற்ற வேண்டும். பஞ்சாயத்துத் தலைவருக்கே கணினி இயக்கத் தெரிந்திருக்க வேண்டும். நான் வியந்து பார்த்த ஒரு பஞ்சாயத்து அலுவலகம் குஜராத் மாநிலத்தில், புன்சிரி என்ற கிராமத்தில் இருக்கிறது. அந்தப் பஞ்சாயத்தை ஒரு குட்டிக் குடியரசாக்கி வைத்திருந்தார் ஓர் இளைஞர். பஞ்சாயத்து அலுவலகத்தை, மக்கள் கூட்டம் நிரம்பி வழியும் இடமாக மாற்றி வைத்திருந்தார் அந்த இளைஞர்.

அந்த அலுவலகத்தில் ஓர் கணினி அறை. அதில் மக்களுக்குத் தேவையான அனைத்துப் பணிகளும் செய்து கொடுக்கப்படுகிறது. தொடர்வண்டிப் பயணச்சீட்டு, பேருந்துப் பயணச்சீட்டு, விமானப் பயணச் சீட்டு முன்பதிவு செய்தல், பல வகையான அரசு ஆவணங்கள் வேண்டி மனு அனுப்புதல், பெறுதல் என அனைத்துப் பணிகளையும் செய்ய இரு ஊழியர்கள் இருக்கிறார்கள். அவர்களுக்குப் பஞ்சாயத்துச் சம்பளம் கொடுக்கவில்லை. அவர்கள் யாருக்கெல்லாம் பணிகள் செய்கிறார்களோ அவர்கள்தான் கொடுக்கிறார்கள். பஞ்சாயத்து அலுவலகமே இ-சேவை மையமாகச் செயல்பட்டுக் கொண்டிருக்கிறது. அந்தப் பஞ்சாயத்தைப் போல, ஒவ்வொரு பஞ்சாயத்திலும் ஒரு கணினி அறை கட்டாயம் எல்லா வசதிகளுடன் செயல்படும் அளவுக்குத் தரம் உயர்த்தப்பட வேண்டும். மதுரை மாவட்டம் கம்பூர் கிராம இளைஞர்களில் சிலர், கிராமப் பஞ்சாயத்தின் வரவு செலவுக் கணக்கை மத்திய அரசின் பஞ்சாயத்து ராஜ் அமைச்சகத்தின் வலைத்தளத்திலிருந்து பதிவிறக்கம் செய்து, மக்களிடம் பகிரப்படுகிறது. அந்தத் தரவுகளின் அடிப்படையில் கிராமசபையில் கேள்விகள் கேட்டு பஞ்சாயத்து சிறப்பாகச் செயல்பட உதவு கிறார்கள்.

திட்டமிடுவதற்கான புதிய வாய்ப்பு

மத்திய நிதிக்குழுவின் அழுத்தத்தால், இன்று எல்லாக் கிராமப் பஞ்சாயத்துகளும் திட்டமிடும் பணியில் இறக்கிவிடப்பட்டுள்ளன. இந்தத் திட்டமிடல் பணி கட்டாயமாக நடந்தே தீர வேண்டும். ஒவ்வொரு கிராமப் பஞ்சாயத்தும் தங்கள் கிராமத்தின் மேம்பாட்டுக்கான திட்டத்தை, மக்கள் பங்கேற்புடன் தயார் செய்ய வேண்டும். இதற்கு நிபுணர்கள் வேண்டும். முதலில் தொடர்புடைய ஊராட்சி குறித்த புள்ளிவிவரங்களை அறிவியல் பூர்வமாகச் சேகரிக்க வேண்டும். ஒன்று குடும்பம் சார்ந்த புள்ளிவிவரங்கள். மற்றொன்று பஞ்சாயத்து சார்ந்த புள்ளி விவரங்கள். இந்த இரண்டு புள்ளிவிவரங்களையும் வைத்துக் கொண்டு அலசி ஆராய்ந்து, நம் கிராமம் எப்படிப்பட்ட நிலையில் இருக்கிறது, நம் மக்களின் வாழ்க்கைத் தரம் எங்குள்ளது என்பதை அறிவியல்பூர்வமாகக் கண்டுபிடிக்க வேண்டும். அதன்

அடிப்படையில் நம் கிராமம் எதிர்காலத்தில் எப்படி இருக்க வேண்டும் என்ற கனவை முன்னிறுத்தி தேவைகளைக் கண்டறிய வேண்டும். மக்களுடன் கலந்துரையாடி, கிராம மேம்பாட்டுக்கான கருத்தரங்கம் ஒன்றைக் கிராமத்தில் நடத்தி திட்டத்தை உருவாக்க வேண்டும். இந்தச் செயல்பாடுகளுக்கு நிபுணத்துவம் தந்து உதவிட இப்போது மத்திய அரசு, 'உன்னத் பாரத் அபியான்' என்ற திட்டத்தை உருவாக்கியுள்ளது. இந்தியாவிலுள்ள உயர்கல்வி நிறுவனங்கள் கட்டாயமாகக் கிராம சேவையில் ஈடுபட வேண்டும் என்று இந்தத் திட்டத்தின் மூலம் பணித்துள்ளது. எனவே, நம் கிராமங்களுக்கு அருகில் உள்ள உயர் கல்விச் சாலைகளை அணுகி இந்தத் திட்டத்தின் மூலம் கிராமத் திட்டமிடுதல் பணிக்கு உதவ அழைக்கலாம். இந்த உயர்கல்வி நிறுவனத் தொடர்பு, பஞ்சாயத்து வேலைகளுக்குத் தேவையான நிபுணத்துவத்தைக் கொடுக்கும். உயர்நிலைக் கல்விக் கழகங்கள் கட்டாயம் கிராமங்களில் விரிவாக்கப் பணி செய்தாக வேண்டும் எனப் பணிக்கப் பட்டுள்ளதால் கட்டாயம் ஆசிரியர்களும் மாணவர்களும் உதவ முன் வருவார்கள். இந்தப் பணியில் ஆசிரியர்களும் மாணவர் களும் ஈடுபடுவதால் கிராமம் மட்டுமல்ல, ஆசிரியர்களும் மாணவர்களும் பயன் பெறுவார்கள்.

தலைவர்களுக்கான பார்வை

நம் உள்ளாட்சித் தலைவர்களுக்குத் தலைமைத்துவத்துடன் சரியான பார்வையையும் உருவாக்குவதே இன்றைய தேவை. அப்போதுதான் பிரச்சினைகளைப் புரிந்துகொண்டு தீர்வுகாண அவர்களால் முடியும். முதலில் மக்கள் சார்ந்து பிரச்சினைகளைப் அணுகுவது: இயற்கை, தாழ்த்தப்பட்டவர்கள், பெண்கள், சூழல், உயிரினவளம், பருவநிலை மாற்றம் என பிரச்சினைகளைப் நோக்குவதற்கு சிறந்த பயிற்சியை அவர்களுக்கு அளிக்க வேண்டும். இவை எல்லாவற்றைவிட மக்கள் பங்கேற்பு பற்றிய புரிதலுக்கான பார்வையை உருவாக்க வேண்டும்.

எடுத்துக்காட்டு

நான் ஏற்கெனவே குறிப்பிட்ட ஓர் எடுத்துக்காட்டை இங்கே விரிவுவாகப் பார்ப்போம். மதுரை மாவட்டம் கொட்டாம்பட்டி

ஒன்றியத்தில் இருக்கும் கம்பூர் ஊராட்சியில் பணியாற்றும் இளைஞர்கள், ஒட்டுமொத்த தமிழ்நாட்டையும் தங்கள் ஊரைத் திரும்பிப் பார்க்க வைத்துவிட்டனர். ஜல்லிக்கட்டுப் போராட்டத்தில் பங்கு பெறுவதற்காகச் சென்ற அந்த இளைஞர்கள், உள்ளாட்சி யின் அதிகாரங்கள் குறித்த தகவல்களை அறிந்துகொண்டு, அதைத் தங்கள் ஊரில் செயல்படுத்தினார்கள். தங்கள் ஊர் பஞ்சாயத்து வரவு செலவுக் கணக்கை மத்திய அரசின் இணையதளத்திலிருந்து பதிவிறக்கம் செய்து, அதை ஊர் மக்களிடம் காண்பித்து எப்படி நம் பணம் பறிபோயிருக்கிறது பாருங்கள் என்று கூறி மக்களிடம் விழிப்புணர்வை ஏற்படுத்தியிருக்கிறார்கள். அதன் விளைவாக, கிராம சபைக்கு ஏறத்தாழ ஆயிரம் பேர் திரண்டுவந்து, அதிகாரி களைக் கேள்வி கேட்டுத் திக்குமுக்காட வைத்துவிட்டார்கள்.

அரசாங்கத்தை நமக்குப் பணி செய்ய வைக்க, நம் பங்கேற்பு எவ்வளவு முக்கியத்துவம் வாய்ந்தது என்பதை நாட்டுக்கே உணர வைத்தார்கள் அவ்வூர் மக்கள். அதன் விளைவாக, இப்போது அந்த ஊர் மக்களின் குறைகளை எல்லாம் அரசு அதிகாரிகள் ஓடி ஓடித் தீர்க்கின்றனர். இதைத்தான் ஐந்தாயிரம் ஆண்டுகளுக்கு முன் உலகப் புகழ்பெற்ற அரசியல் சிந்தனையாளன், பிளேட்டோவின் மாணவன் அரிஸ்டாட்டில், 'எந்த நாட்டில் மக்கள் புரிதலோடு தங்கள் கடமைகளைக் குடிமக்களாகச் செய்து அரசாங்கச் செயல்பாடுகளில் பங்கேற்கிறார்களோ அங்குதான் மக்களின் வாழ்க்கைத் தரத்தை அரசாங்கம் சேவையாகச் செய்து உயர்த்தும்' என்று கூறினான். உலகில் உருவாக்கப்பட்ட அத்தனை ஆளுகைக் கோட்பாடுகளும் இதுவரை அதை மறுக்கவில்லை. இந்த மக்கள் பங்கேற்பு எப்படி நடக்க வேண்டும் என்பதில்தான் உலகம் முழுவதும் விவாதங்கள் நடக்கின்றன.

இன்று பெரிய தேசிய அரசாங்கங்கள் கட்டமைக்கப்படும் போது, சிறிய நகர, கிராம அரசாங்கத்தில் மக்கள் பங்கேற்பது போல் இதில் பங்கேற்க முடியாதே என்று விவாதிக்கப்படுகின்றது. அதுமட்டுமல்ல, இன்றைய பிரதிநிதித்துவ மக்களாட்சி முறையின் இன்னொரு புதிய முறைதான் அடித்தட்டு அரசாங்கம். ஒன்றிய, மாநில அரசாங்கங்களில் மக்களுக்குத் தேவையான வற்றைப் பெற அரசியல் ரீதியாக ஆளுகைக்கும் நிர்வாகத்திற்கும் வெளியில் நின்றுதான் போராட முடியும். ஆனால், இந்த

உள்ளாட்சி அமைப்புகளில் மக்கள் தங்கள் பங்களிப்பை ஆட்சிக்குள், ஆளுகைக்குள், நிர்வாகத்திற்குள் செய்ய முடியும். மேல்நிலை அரசாங்கங்கள் கொள்கைரீதியாகத்தான் முடிவெடுக் கின்றன. உள்ளாட்சி அமைப்புகள் மேம்பாட்டுக்காகச் செயல் படுவதன் மூலம் ஒரு மேம்பாட்டு அரசியலை முன்னெடுக்க முடியும்.

இதற்குப் பெரிய அளவில் மக்களை, குறிப்பாக ஏழைகளைத் தயார்படுத்த வேண்டும். இதுவரை மக்களைப் பயனாளி களாக்கி அரசாங்கத்தை எஜமானனாக்கி பயன்களைக் கொடுத்து வந்துள்ளது நமது அரசாங்கம். இந்தப் புதிய முறையில் மக்களை எல்லா மேம்பாட்டுச் செயல்பாடுகளிலும் பங்காளர்களாக்கி பங்குபெற வைக்க வேண்டிய மாற்றத்தைக் கொண்டுவர வேண்டும். இது அவ்வளவு சாதாரணமான நிகழ்வு அல்ல. ஆண்டு முழுவதும் மக்களை ஏதாவது ஒரு மேம்பாட்டுச் செயல் பாடுகளில் ஈடுபடுத்திக்கொண்டே இருக்க வேண்டும். இதுவரை அரசாங்கம் எந்த மேம்பாட்டுச் செயல்பாடுகளிலும் மக்களைப் பங்கேற்கப் பழக்கியதில்லை. பங்கேற்க வைக்கவும் இல்லை. அதன் விளைவுதான் மக்களுக்கும் அரசாங்கத்திற்கும் மிகப் பெரிய இடைவெளி விழுந்துள்ளது. மக்கள் அரசைக் கண்டு பயம் கொண்டு மக்கள் ஏதோ அரசுக்காக இருப்பது போல வாழ்கின்றனர். அரசாங்கம் தங்களுக்கானது என்ற உணர்வற்று, தங்களுக்குச் சேவை செய்வதுதான் அதன் தலையாயப் பணி என்று கருதி அரசாங்கத்தைத் தங்களுக்குப் பணி செய்யுமாறு பணிப்பதற்குப் பதில், தங்களுக்குச் செய்ய வேண்டிய சேவைக்கே கையூட்டுக் கொடுக்கும் நிலைக்குக் கொண்டுவந்து வைத் துள்ளனர். இந்த நிலையை மாற்றவந்த உள்ளாட்சி அரசாங்கத் தையும் மக்கள் தங்கள் கைக்குள் கொண்டுவராமல் அரசுத்துறை அதிகாரிகள் கையில் விட்டுவிட்டுத் துறை அதிகாரிகள் வாய்மொழி உத்தரவுக்குச் செயல்படும் அரசு ஊழியர்களாக மாறிவருவதுதான் ஒரு சோக நிகழ்வு.

மத்திய அரசின் 14, 15-ஆவது நிதிக்குழு பஞ்சாயத்தில் திட்ட மிடுவதைக் கட்டாயமாகச் செய்ய வேண்டும் என உள்ளாட்சி களை நிர்பந்தித்துள்ளது. இந்தத் திட்டமிடுதலுக்கான நெறி முறைகளை வகுத்து, ஒரு வழிகாட்டியைத் தயாரித்து எல்லா

மாநிலங்களுக்கும் அனுப்பி, திட்டமிடுதல் பணியைத் தொடங்கு மாறு மாநிலங்களை மத்திய அரசு கேட்டுக்கொண்டுள்ளது.

இந்தப் பணியைச் செம்மையாகச் செய்ய மத்திய அரசின் வழிகாட்டு நெறிமுறைக் கையேட்டைப் பயன்படுத்தி, தமிழகம் முழுவதுமிருந்து உயர்கல்வி நிறுவனங்களைத் தேர்ந்தெடுக்க வேண்டும். அந்த நிறுவனங்களிலிருந்து பேராசிரியர்களைத் தேர்வு செய்து பயிற்சியளிக்க வேண்டும். அவர்கள் மூலமாக ஆசிரியர்களும், மாணவர்களும் அந்தந்த நிறுவனங்களுக்குப் பக்கத்தில் இருக்கும் ஊராட்சிகளில் திட்டமிடுவதற்கு உதவி செய்யப் பணிக்க வேண்டும். உயர்கல்வி நிறுவனங்கள் அனைத்தும் உன்னத் பாரத் அபியான் திட்டத்தின் மூலம் கிராமப்புறப் பணி செய்வது கட்டாயமாக்கப்பட்டுள்ளது. அதைப் பயன்படுத்தி, இந்தக் கிராம மேம்பாட்டுக்கான திட்டமிடுதல் பணியைச் செய்து முடிக்க வேண்டும். இந்த நிகழ்வைக் கேரளாவில் செய்தது போல ஒரு மக்கள் இயக்கமாகவே மாற்றிச் செயல்பட வேண்டும். அப்படிச் செய்து ஒவ்வொரு சிற்றூராட்சியும் ஒரு திட்டம் தயாரித்தால் அரசுத் துறைகள் அனைத்தும் மக்கள் திட்டத்தில் பங்கேற்கும். இதன் மூலம் அரசுத் துறைகளை மக்கள் தேவையில் பணி செய்ய வைக்க முடியும்.

□

2

கிராமிய மேம்பாடு எளிதுதான்

ஒரு கிராமத்திற்குச் சென்றேன்... ஒரு பணி நிமித்தமாக. அப்போது ஒரு மாடு, இரண்டு ஆடுகளுடன் ஒருவர் சென்றுகொண்டிருந்தார். அந்த மாட்டையும், இரண்டு ஆடுகளையும் புல் வளர்ந்திருக்கும் இடத்தில் கயிற்றுடன் கட்ட முற்பட்டார். அதற்காக ஒரு சிறிய கருங்கல்லை எடுத்து முளையை ஆழமாக அடித்து இறக்கினார். அந்த இடத்தில் மாடும் ஆடுகளும் மேய ஆரம்பித்தன. உடனே, தன் முண்டாசில் வைத்திருந்த சிறிய புல் அறுக்கும் கத்தியை எடுத்துப் புல் அறுக்க ஆரம்பித்தார். அப்போது நான் செல்ல வேண்டிய இடத்துக்குப் பாதை கேட்டு அவரை அணுகினேன். அந்த இடம் குறித்துத் தெளிவாக வழிகாட்டிவிட்டு, புல் அறுக்கத் தொடங்கினார். அவர் தன் பணியைச் செய்யும் நேர்த்தியைப் பார்த்ததும் அவரிடம் பேச வேண்டும் என எனக்கு ஆவல் ஏற்பட்டது. அதற்கு ஒரு காரணம், அவர் வளர்த்த மாடு, ஆடுகள், அவருடன் நின்றுகொண்டிருந்த செல்லப் பிராணி நாய் அனைத்தும் கொழு கொழுவென்று, ஆரோக்கியமாக இருந்தன. வணங்கத்தக்க அளவுக்கு நேர்த்தியாக அவற்றை வளர்த்திருப்பது எனக்குத் தெரிந்தது. நான் புறப்படாமல் அங்கே நின்றாலும் அவர் அதைப்பற்றிக் கவலைப்படாமல் தன் பணியில் கவனமாக இருந்தார்.

'ஐயா' என்றேன். என்னைப் பார்க்காமல் குனிந்து அந்தப் புல்லை அறுத்த வண்ணம், 'சொல்லுங்க' என்றார். 'நீங்கள் இந்த ஊர்தானே?' என்றேன். 'ஆம், அதனால்தான் நீங்கள் போக வேண்டிய இடத்துக்குச் சரியாக வழி காண்பித்தேன்' என்றார்.

'நீங்கள் என்ன செய்கின்றீர்கள்?' என்று கேட்டேன். 'தெரிய வில்லையா, புல் அறுத்துக்கொண்டிருக்கின்றேன்' என்றார், 'ஐயா அதைத்தான் நான் பார்க்கின்றேனே, உங்கள் தொழில் என்ன?' என்றேன். 'ஐயா தப்பா எடுத்துக்கிட்யளா, நான் ஒங்களை நையாண்டி செய்யலை, தப்பா எடுத்துக்கிடாதிய...' என்றார். 'நான் தவறாக எடுத்துக்கொள்ளவில்லை, உங்களிடம் பேசவேண்டும் போல் ஆவலாக இருந்தது, பேசினேன்' என்றேன். 'ஐயா, எனக்கும் உங்களைப் பார்த்து, நீங்கள் எதற்காக அங்குச் செல்கின்றீர்கள் என்று கேட்கத்தான் தோன்றியது, ஆனால், என் வேலை அதற்கு அனுமதிக்கவில்லை' என்றார்.

தொடர்ந்து, நான் கூலி வேலை செய்யும் தொழிலாளி, விவசாய நாள்களில் விவசாயப் பணிகள் அனைத்தும் தெரியும். வேலை இருக்கிறபோது செய்வேன். கோடையில் மரம் வெட்டச் செல்வேன். என்னுடன் சிலரையும் அதற்காகப் பழக்கி வைத் திருக்கிறேன். குறிப்பாக தென்னை, பனைமரங்களை வெட்டி, வீடுகள் கட்டத் தேவையான சிறாய் தயாரித்துக் கொடுப்பேன். சிறாய் என்பது வீட்டின் கூரைக்குப் போடுவது. அதன்மேல்தான் கீற்று மேய்வார்கள். வசதி உள்ளவர்கள் ஓடு போடுவார்கள். அந்த வேலை செய்வோம்' என்றார். 'இந்த வேலைகளைப் பார்த்துக் கிடைக்கும் வருமானம் போதுமானதாக இருக்கிறதா' என்றேன். 'இந்த வேலைகள் செய்து கிடைக்கும் வருமானம் எங்கள் தேவைகளை நிறைவு செய்யப் போதுமானதுதான். காலமாற்றம் பல மாற்றங்களை வாழ்க்கையில் கொண்டுவருகிறது, அதைப் புரிந்துகொண்டு நாமும் மாறிக்கொண்டால் தேவைக்கு வாழ்ந்து கொள்ளலாம். போதுமானது என்பது மனம் கூறுவதுதானே. தேவைகள் நாம் வரையறுத்துக் கொள்வதுதானே' என்றார். நான் குறுக்கிட்டு, 'அப்ப நீங்கள் மகிழ்ச்சியாக இருக்கிறீர்கள்' என்றேன். 'அதில் என்ன குறைவு, மகிழ்ச்சியை என்ன ரேஷன் கடையிலா வாங்க முடியும், பசிக்கும்போது கஞ்சி கிடைக்கிறது, தேவை களைப் பூர்த்திச் செய்யச் சம்பாதிக்க வேண்டும். அதற்கு வேலை கிடைத்துவிட்டால், சம்பாத்தியம் கிட்டிவிடும். வாழ்வாதாரம் பாதிப்பு இருக்காது. என்ன, உடல் ஆரோக்கியமாக இருக்க வேண்டும். இருந்தால் கவலை இல்லை, ஒருவேளை ஆசையைக் கூட்டிவிட்டால் அப்போதுதான் சிக்கல் வருகிறது' என்று

தத்துவத்தை உதிர்த்தார். 'நீங்கள் புறப்படவில்லையா... என்னிடமே பேசிக்கொண்டிருக்கிறீர்களே?!' என்றும் கேட்டார்.

'உங்களிடம் பேசும்போது நீங்கள் நிறையச் செய்திகளைக் கூறுகிறீர்கள். எனவேதான் என்னால் புறப்பட முடியவில்லை' என்றேன். 'நான் படிக்காதவன். எங்களுக்கு எப்படி அறிவு இருக்கும்... ஏதாவது கூறினால் அது அனுபவம்தான்; புத்தகத்தில் படித்தது அல்ல. எங்களை எங்கள் ஊரிலேயே யாரும் சீண்டுவது கிடையாது. நீங்கள் படித்தவர், என்னைப் பார்த்து நான் நிறையச் செய்திகளைச் சொல்வதாகக் கூறுகிறீர்கள், பரவாயில்லை. என்னையும் மதித்து இவ்வளவு நேரம் பேசியது மகிழ்ச்சி யாகத்தான் இருக்கிறது. எனக்கு நேரம் ஆகிவிட்டது. புல் அறுத்து முடித்துவிட்டேன். நான் புறப்படப் போகிறேன்' என்றார்.

உடனே, 'நான் உங்களிடம் ஒருசில கேள்விகளைக் கேட்கலாம் என்று நினைத்தேன்... நீங்களோ, நேரம் ஆகிவிட்டது புறப் படுகிறேன் என்று கூறுகிறீர்களே?' என்றேன் மென்மையாக. அதற்கு அவர், 'ஐயா நீங்கள் எங்கோ செல்ல வேண்டியவர். என்னுடன் நேரத்தைச் செலவழித்துக்கொண்டிருக்கிறீர்கள்' என்றார். 'நான் உங்களைச் சந்தித்தது, நான் செல்லும் இடத்திற்கு வழி கேட்கத்தான். ஆனால், உங்களிடமிருந்து வந்த பதில் உங்களுடன் உரையாட வைத்துவிட்டது' என்றேன். 'என்னையும் பொருட்டாக மதித்துக் கேள்வி கேட்கும்போது, அதைவிட எனக்குப் பெருமை என்ன, கேளுங்கள் சொல்கிறேன்' என்றார்.

'நீங்கள் அமைதியாகவும், மகிழ்ச்சியாகவும் இருக்கிறீர்களா?' என்றேன். அதற்கு ஒன்றும் குறைவே இல்லை. காரணம் அதை உருவாக்குவது நாம்தானே. என் அமைதியையும், மகிழ்ச்சியையும் உங்களால் உருவாக்க முடியாது. அதை என்னால்தான் உருவாக்க முடியும். என் தேவைகள் மிகக் குறைவு. அந்தத் தேவைகளைப் பூர்த்திச் செய்ய எனக்கு வேலை கிடைத்துவிடுகிறது. வீட்டில் மாடு, ஆடு, கோழி வளர்க்கின்றோம். அவை எங்களுக்குக் குறைந்த அளவுக்கு ஒரு வருமானத்தைத் தருகிறது. குடியிருக்க ஒரு இடம் இருக்கிறது. அதில் ஒரு சிறிய வீடு கட்டியிருக்கிறேன். அதற்குக் கூரையாகத் தென்னங்கீற்று வேய்ந்திருக்கிறேன். நான்கு ஆண்டுகளுக்கு ஒருமுறை அதை மாற்ற வேண்டும்.

இரண்டு கைலி வைத்திருக்கிறேன். நான்கு துண்டு, நான்கு பனியன்கள், இரண்டு வேஷ்டி வைத்திருக்கிறேன். இரண்டு வேஷ்டியும், இரண்டு துண்டும் வெளியில் செல்லும்போது உடுத்திக்கொள்வேன், மற்ற நேரங்களில் கைலியில்தான் இருப்பேன். உணவுக்கு ரேஷன் அரிசி கிடைக்கிறது. அதுவே போதும்... போதவில்லை என்றால் கடைகளில் அரிசி வாங்கிக் கொள்வேன். அதற்கு எனக்குத் தேவையான பணம், என் கூலி வேலையிலிருந்து கிடைத்துவிடும். மாடு கறக்கும் பாலில் சிறிது எடுத்துக்கொண்டு, மீதத்தை மற்ற வீடுகளுக்கு என் மனைவி கொடுத்துவிடுவார்.

தீபாவளி, பொங்கலுக்கு வளர்க்கின்ற ஆடுகளில் ஒன்றை விற்றுவிட்டுப் பண்டிகைச் செலவைப் பார்த்துக்கொள்வேன். தினமும் இரண்டு வேளை உணவுதான். காலையில் வேலைக்குச் செல்லுமுன் ஒரு வேளை சாப்பிடுவேன். மாலை வேலை முடிந்து வந்த பிறகு புதிதாகச் செய்த சுடுசோறு இருக்கும். அதைச் சாப்பிட்டுவிட்டுக் கடைத்தெருவுக்குச் சென்று பேசிவிட்டு இரவு தூங்கிவிடுவேன். காலையில் பால் கறந்து எனக்கு என் மனைவி சிறிது பால் ஊற்றி டீ போட்டுத் தருவார். ஆடு குட்டி போட்டிருந்தால் ஆட்டுப்பாலில் டீ போட்டுக்கொண்டு மாட்டுப்பால் முழுவதையும் விற்றுவிடுவோம். நாட்டுமாட்டுக்கு அதிக அளவில் நவீன தீவனம் தேவையில்லை. சிறிது புல்லும், வைக்கோலும் இருந்தால் போதும். அத்துடன் சிறிது கடலைப் பிண்ணாக்கு, தவிடு போட்டால் போதும். பெரிய அளவில் முதலீடு தேவையில்லை. காலையில் புல் இருக்கும் இடத்தில் மேய்த்து, வீட்டில் கட்டிவிட்டு வேலைக்குச் செல்வேன். என் மனைவி பக்கத்தில் இருக்கும் இரண்டு வீடுகளில் வேலை செய்கிறார். அதில் ஒரு வருமானம் இருக்கும். அந்த வேலை பார்த்த நேரம் போக, வீட்டிற்குத் தேவையான குடிநீர் பிடிப்பது மற்ற தேவைகளுக்குத் தண்ணீர் பிடித்துக்கொண்டு வைப்பது போன்ற வேலைகளைச் செய்துவிடுவார். நாட்டுக்கோழி வளர்க்கிறோம். அது நமக்கு ஒரு வகையில் வருமானம் தரும். இதை எல்லாம் சேர்த்து, எங்கள் தேவைபோக மீதமாகவே எங்களிடம் பணம் இருக்கும். வருடத்தில் ஓரிருமுறை உடல்நிலை சரியில்லை என்றால் பக்கத்தில் இருக்கும் ஆரம்பச் சுகாதார

நிலையத்திற்குச் சென்று பார்த்துக்கொள்வோம். பெரும் செலவு ஒன்றுமில்லை. எங்களிடமிருக்கும் பணத்தில் என் பேரன் பேத்திக்கு நாங்கள் துணி எடுத்துக்கொடுப்போம், தின்பண்டம் வாங்கிக் கொடுப்போம்' என்றார்.

'உங்களுக்கு எத்தனை குழந்தைகள்?' என்றேன். 'ஒரு பையன், படிக்கவில்லை. அவனைக் கார் ஓட்டப்பழக்கி, பக்கத்தில் இருக்கும் நகரத்தில் ஒரு கடையில் இருக்கும் மினி லாரி ஓட்டும் வேலையில் சேர்த்துவிட்டேன். அவனுக்கு ஒரு பெண் பார்த்து, எங்கள் குல தெய்வம் கோயிலில் செலவில்லாமல் சிக்கனமாகக் கல்யாணம் செய்து, அவர்களை அந்த நகரத்திலேயே சிறிய வீடு ஒன்று வாடகைக்கு எடுத்துக் குடிவைத்தேன். அந்தப் பெண் இரண்டு மூன்று வீடுகளில் வீட்டு வேலை பார்த்துச் சம்பாதிக்கிறது. அவர்களுக்கும் ஏதோ அமைதியாகக் காலம் ஓடுகிறது. எனக்கு ஒரு பேரன், ஒரு பேத்தி. இருவரும் பள்ளியில் படிக்கிறார்கள். அவர்களை அவ்வப்போது நானும் என் மனைவியும் சென்று பார்த்து வருவோம். என் மருமகளும் சிக்கனமாகக் குடும்பம் நடத்தும். தேவையில்லாமல் செலவழிக்காது. நகரத்தில் உள்ள நல்ல அரசுப் பள்ளியில் குழந்தைகளைப் படிக்க வைக்கிறார்கள். மாலையில் அந்தக் குழந்தைகளுக்கு நல்ல ஆசிரியரிடம் டியூஷன் சொல்லிக் கொடுக்கிறார்கள். பொழுது முழுவதும் என் மகனும் மருமகளும் வேலைசெய்து கொண்டிருப்பார்கள். காலம் ஓடுகிறது' என்றார். அப்போது தவறாக நினைக்காதீர்கள் என்று கூறிவிட்டு, 'நீங்கள் மது அருந்துவீர்களா?' என்றேன். 'ஐயா, இந்தக் கேள்வியைக் கேட்பதற்கு நீங்கள் ஏன் மன்னிப்புக் கேட்க வேணும். குடிக்காதவனைக் கிராமத்தில் பார்க்க முடியாது. ஆனால், நான் குடிப்பதில்லை. என் மகனும் குடிக்கமாட்டான். சிக்கனமாக இருப்பான், கடினமாக உழைப்பான். அதனால்தான் அவனுக்கு அவன் கடைக்காரர் நிறையச் சலுகைகள் செய்கிறார். நாங்கள் மகிழ்ச்சியாக இருப்பதற்கு அதுதான் முதல் காரணம்' என்றார். இவ்வளவு கூறுகிறீர்கள், இன்னொரு கேள்விக்கு ஒரு பதில் மட்டும் கூறிவிட்டுச் செல்லுங்கள்' என்றேன். என்ன கேள்வி?' என்றார். 'கிராமங்கள் தற்போது எப்படி உள்ளன. மாற்றங்கள் அடைந்து பெருமளவில் முன்னேற்றம் அடைந்து விட்டனவா?' என்றேன். நான் என்ன மிகப்பெரிய அறிவாளியா

என்னிடம் இந்தக் கேள்வியைக் கேட்கிறீர்கள்' என்றார். 'நீங்கள் எப்படிப் பார்க்கிறீர்களோ அப்படியே கூறுங்கள்' என்றேன்.

உடனே கூறினார்: 'கிராமங்கள் மாறிவிட்டன. மக்களின் சிந்தனைப்போக்கும் மாறிவிட்டது. கிராமத்தில் நாங்கள் வாழ்கிறோம். கிராமத்தில் இருந்த உணவுப் பழக்கம், உழைக்கும் பழக்கம், எளிமையாக வாழும் பழக்கம், ஒருவரையொருவர் உதவி வாழும் சமூக வாழ்க்கை அனைத்தையும் மக்கள் மறந்து விட்டனர். பொதுச் சொத்துகள் எல்லாம் ஊரில் வசதி படைத்தவர்களாலும், கட்சிக்காரர்களாலும் ஆக்கிரமிக்கப்பட்டுவிட்டன. ஊரில் உள்ள நீர்நிலைகள் பராமரிப்பற்றுப் பல காய்ந்து கிடக்கின்றன. வீட்டில் குப்பைகளைக் குழிதோண்டிப் புதைத்து எருவாக்கும் பழக்கம் போய் வீதியில் வைத்திருக்கும் பெரும் குப்பைத் தொட்டியில் கொட்டிவிட்டுப் பஞ்சாயத்தை அதை அள்ளச் சொல்லுகிறார்கள் பொதுமக்கள். குடிப்பதைக் கலாசாரமாக்கிக் கொண்டனர் ஆண்கள். சுய உதவிக்குழுப் பெண்கள் கடன்வாங்கிக் குடும்பச் சுமையைக் கடினமாகச் சுமக்கின்றனர். அனைவரும் அடுத்தவரைப் பார்த்து வாழ்ந்து கிராம வாழ்வைச் சிதைத்து வாழ்கின்றனர். ஒருவரை யொருவர் பார்த்து போட்டி போட்டுக் கடினமாக உழைத்துச் சம்பாதித்ததைச் செலவு செய்கின்றனர். பலர் விவசாயத்தை மறந்து வாழ்கின்றனர். வயல்களில் கருவேலமுள் முளைக்கிறது. அதைப் பிளாட் போட்டு விற்றுப் பணம் பார்த்துவிடலாம் எனப் பலர் கனவுடன் வாழ்கின்றனர். மாடுகளைப் பராமரிக்க இயலாமல் விற்று விட்டனர். கிராமங்களில் மாட்டுச் சாணம் இல்லாமல் போய் விட்டது. கிராமத்தில் குடிப்பதற்குப் பஞ்சாயத்துத் தண்ணீரை ஏழைகள் மட்டுமே பயன்படுத்துகின்றனர். மற்றவர்கள் குடிதண்ணீர் வாங்கிக்கொள்கின்றனர். அரசாங்கம் நிறைய வசதிகளை உருவாக்குகிறது. சாலைகள் போடுகிறது, பள்ளிக்கூடம் கட்டுகிறது, சமுதாயக்கூடம் கட்டுகிறது, சுயஉதவிக் குழுவுக்குக் கட்டடம் கட்டியுள்ளது, பொதுப்பயன்பாட்டிற்குக் கழிப்பிடங்கள் கட்டித் தந்துள்ளது, ரேஷன்கடை கட்டித் தந்துள்ளது. இதுபோன்று பல வசதிகளைச் செய்துள்ளது அரசாங்கம். இவை அனைத்தும் எதை மையப்படுத்தியுள்ளன என்று பார்த்தால் அந்த ஊரில் எங்குத் தாய் கிராமம் இருக்கின்றதோ அங்கு எல்லா

வசதிகளும் இருக்கும். கிராமங்களுக்குள்ளேயே ஒதுக்கப் பட்டவர்களும், ஒடுக்கப்பட்டவர்களும் இந்தப் பொது வசதி களிலிருந்து தூரத்தில் இருப்பார்கள். சாதிக்கு ஒரு கோவில் வந்துவிட்டது. கிராமத்தில் வசதி படைத்தவர்களின் குழந்தைகள் படித்து வேலைக்குச் சென்ற காரணத்தால் மாடிவீடு கட்ட ஆரம்பித்தனர். அப்படி வீடுகள் கட்டும்போது உயிர்வேலிகளை எடுத்துவிட்டு காம்பவுண்டு அதாவது சுற்றுப்புறச் சுவர் எழுப்பித் தனிமைப்படுத்திக் கொண்டுவிட்டனர். ஒரு காலத்தில் கிராமங்களில் குடும்பங்களிலும் சமூகத்திலும் நடக்கின்ற எல்லாச் செயல்பாடுகளுக்கும் பொதுமக்கள் அனைவரும் உடலுழைப்பைத் தந்தனர். இன்று அனைத்தும் ஆள்பிடித்துச் செய்யவைக்க வேண்டிய சூழலுக்குக் கிராம சமுதாயமே தள்ளப்பட்டுள்ளது. வீட்டில் நடக்கும் எல்லாச் சடங்குகளுக்கும் உணவு அனைவரும் கூடி சமைத்துக் கொள்வார்கள். இன்று நகரத்திலிருந்து தருவிக்கப்பட்டுப் பரிமாறப்படுகின்றது. முன்பு வெளிநாடு சென்று வருபவர்கள் நிலம் வாங்குவார்கள், அதைச் சாகுபடி செய்வார்கள், இன்று பெரிய வீடு கட்டுகின்றனர், கார் வாங்குகின்றனர், பணத்தை நகரத்திற்குப் பக்கத்தில் வீட்டுமனை வாங்கிப் போட்டுவிட்டு பெரும் இலாபம் பார்க்க காரில் பவனி வருகின்றனர். அடுத்து உணவுப் பழக்கம். இப்படி உணவு எடுத்து நான் பார்த்ததே இல்லை. கிராமத்தில்கூட மிட்டாய்க்கடை ரொட்டிக் கடை திறந்துவிட்டனர்.

விதவிதமான இனிப்பு, காரம், கேக், ஐஸ்கிரீம் என அனைத்தும் உண்ண ஆரம்பித்து, ஒவ்வொரு கடைக்கும் பக்கத்தில் கொட்டிக் கிடக்கின்ற குப்பை கூளம் ஒரு வண்டி கதையைக் கூறுகின்றன நமக்கு. எல்லோரும் கடன் வாங்கி மோட்டார் சைக்கிள் வாங்கியுள்ளனர். எவரும் நடந்து செல்ல விரும்பவில்லை. இன்று மிகவும் ஏழ்மையில் உள்ளோர் மட்டுமே சைக்கிள் வைத்துள்ளனர். சைக்கிள் ரிப்பேர் செய்ய ஆட்கள் கிடையாது. எவரும் அந்த ஊரில் விளைந்த நெல்லை உண்பது கிடையாது. மாறாக அவற்றை விற்றுவிட்டு எங்கோ பெரிய அரிசி ஆலையில் அரைத்துக் கோணிப்பையில் தைத்து அதற்குப் பெயரிட்டு நகரில் விற்பனை செய்யும் அரிசியை வாங்கி வந்து சமைத்துச் சாப்பிடுவதில் பெருமிதம் கொள்கின்றனர்' என்றபடியே ஆர்வத்துடன்

என்னுடன் உரையாடிக் கொண்டிருந்தபோது, நான் மற்றொரு கேள்வியைக் கேட்டேன். 'ஒரு கிராமத்துக்கு என்னென்ன வசதிகள் அடிப்படையாகத் தேவை?' என்றேன். அதற்கும் உடனே பதில்கூற ஆரம்பித்தார். 'பொதுவாக, கிராமத்தில் உள்ள இயற்கை வளங்களை அழிக்காமல் பாதுகாக்க முதலில் ஒரு சட்டம் கொண்டுவர வேண்டும். கிராமத்திலுள்ள குளங்கள், குட்டைகள், பெரிய ஏரிகள், கண்மாய்கள் அனைத்தும் தூர் வாரப்பட வேண்டும். அந்த ஏரி குளங்கள், கண்மாய்க் கரைகள் வலுவிழக்காமல் பாதுகாக்க வேண்டும். இந்த நீர்நிலைகளுக்கு வரத்துக் கால்வாய், உபரிநீர் போக்குக் கால்வாய் அனைத்தும் ஆக்கிரமிக்கப்படாமல் பாதுகாக்க வேண்டும். அந்தக் கண்மாய் களையும் தூர்வார வேண்டும். ஆண்டு முழுவதும் நீர்நிலைகளில் தண்ணீர் இருந்தால், அந்த ஊர் பசுமையாக இருக்கும். ஆடு மாடுகளை மிகவும் எளிதாக வளர்க்கலாம்.

அடுத்துக் கிராமத்தில் உள்ள பொதுச் சொத்துகளைப் பாதுகாக்க வேண்டும். அந்தப் பொதுச் சொத்து பலவிதமான பொறம்போக்கு நிலங்களாக இருக்கலாம், சமூகக்காடாக இருக்கலாம், மேய்ச்சல் நிலமாக இருக்கலாம், அனைத்தையும் ஆக்கிரமிப்பு இல்லாமல், பாதுகாத்து வளர்த்தெடுக்க வேண்டும். பள்ளிக்கூடத்தில் தரமான கல்வியைக் கொடுங்கள், அங்கு உணவு கொடுக்காதீர்கள். ஏழைகளை ஏழ்மையிலிருந்து வெளியேற்ற குடும்பக் கட்டுப்பாடு போல, குடும்ப மேம்பாட்டுத் திட்டத்தைப் போட்டு அந்தக் குடும்பங்களை மட்டும் கண்காணித்து வறுமையிலிருந்து வெளியேற்றிவிடுங்கள். அவரவர் குடும்பங்களிலிருந்து செல்லும் குழந்தைகளுக்கு அவர்கள் வீட்டிலேயே உணவு தயாரித்துக் கொடுத்துவிடுவார்கள். குறைந்தது, குழந்தைகளுக்குத் தருகின்ற உணவிற்கான தானியங்களை ரேஷன் கடை மூலம் கொடுத்துக் குழந்தைகளுக்குச் சமைத்துக் கொடுக்கக் குடும்பத்தைப் பொறுப்பேற்கச் செய்யுங்கள். பள்ளிகள் இன்று அன்னதானக் கூடமாக மாறிவிட்டது. அங்குச் சத்துணவு என்பது பலருக்குப் பயனளிக்கிறது. தரமான கல்வி கிடைக்கவில்லை. தரமான கல்வியைக் கொடுத்துவிட்டால், அந்தக் குழந்தைகள் பிழைத்துக் கொள்வார்கள். அடுத்துக் கிராமத்தில் உள்ள நீர்நிலைகளில் தண்ணீரைப் பாதுகாத்து பயன்படுத்தவும், பஞ்சாயத்து தரும்

தண்ணீரை முறையாகப் பயன்படுத்தவும் மக்களைத் தயார் செய்துவிட்டால், பல நோய்கள் கிராமத்து மக்களை அண்டாமல் செய்துவிடலாம்.

அதேபோல், கிராமங்களில் யாரும் குப்பைகளைத் தெருவில் கொட்டக்கூடாது, அவரவர் வீட்டிலேயே கொட்டி உரமாக்கிக் கொள்ள வேண்டும் என்ற நிலையை உறுதி செய்ய வேண்டும். அடுத்து மக்காக் குப்பையை மட்டும் வாரத்திற்கு ஒருமுறை பஞ்சாயத்துத் தூய்மைப் பணியாளரிடம் தந்துவிடலாம். இவ்வாறு கிராமத்தைத் தூய்மையாக வைத்துக்கொள்ள முடியும். தற்போது எங்குப் பார்த்தாலும் கழிப்பிடம் கட்டிக் கொடுத்துவிட்டார்கள் மக்கள் பயன்பாட்டிற்கு. கட்டியவர்கள் எப்போதாவது கழிப்பிடத்தைத் தூய்மையாக வைத்துக் கொள்ளும் வழிமுறையை மக்களுக்குக் கற்றுக்கொடுத்தார்களா? அதன் விளைவு கட்டிய கழிப்பிடம் பராமரிப்பற்றுப் பாழ்பட்டுக் கிடக்கின்றது. அதே நேரத்தில் கழிப்பிடம் கட்டமுடியாதவர்கள் இன்னும் திறந்த வெளியில்தான் மலம் கழிக்கின்றனர். எங்கள் வீட்டில் கழிப்பிடம் இல்லை. வெகுதூரத்தில் உள்ள கருவேலமரம் நிறைந்த இடத்தில் தான் மலம் கழிக்கின்றோம். கிராமத்தூய்மை பற்றிக் கிராம மக்களிடம் எப்போதாவது எவரும் பேசியது உண்டா? கிராம சபையில் எவ்வளவு அரசியல் பேசுகின்றார்கள், இதை ஏன் பேசக் கூடாது. கிராமத்தில் வரும் நோய்களுக்குக் காரணம் தண்ணீர் பாதுகாப்பு இல்லாமல் இருப்பதும், கிராமம் சுத்தமாக இல்லாததும் தான். இதை மக்களிடம் புரிய வைக்க வேண்டும்.

பொதுமக்கள் அரசாங்கம் என்றால் அது ஊழல் நிறைந்தது, வீணாப்போனது என்றே கருதுகின்றனர். ஏதாவது உடல்நலக் குறைவு என்றால் உடனே தனியார் மருத்துவ மனைக்குச் சென்று அதிகப் பணம் செலவழித்து மருத்துவம் பார்த்துப் பழகிக் கொண்டனர். அதைப் பெருமையாகவும் பேசிக் கொள்கின்றனர். நானோ என் மனைவியோ, அரசு மருத்துவ மனைக்குச் சென்று தான் பார்த்து வருகிறோம். ஒரு பைசா செலவு கிடையாது, நம் அரசு மருத்துவமனைகள் நன்றாகவே இருக்கின்றன. அந்தக் கலாசாரத்தை மக்களிடம் உருவாக்கினால், பல ஏழைக் குடும்பங்கள் மருத்துவச் செலவிலிருந்து தப்பித்துக் கொள்ளும். கிராமத்தின் தேவை குறைவு, அரசு தேவையற்றதை எல்லாம்

கிராமத்துக்குக் கொண்டுவந்து தருகிறது. அரசுப்பள்ளி, அரசு மருத்துவமனை, வாழ்வாதாரம், இயற்கைவளப் பாதுகாப்பும் மேம்பாடும் செய்துவிட்டால் கிராமம் மேம்படும். இதற்கு மக்கள் மத்தியில் எளிய வாழ்க்கை வாழும் முறையையும், தூய்மையான வாழ்க்கை வாழும் முறையையும் கற்றுக் கொடுத்துவிட்டால் போதுமானது. அதை யார் செய்யப் போகிறார்கள் என்று கூறியபடி தன் புல்மூடையைத் தலையில் தூக்கி வைத்துக்கொண்டு என்னிடமிருந்து விடைபெற்றார்.

நான் செல்லக்கூடிய இடம் நோக்கி என் பயணத்தைத் தொடர்ந்தேன். என் மகிழுந்தில் சென்றபோதே அவர் உரையாடலை என் டைரியில் பதிவு செய்துகொண்டே சென்றேன். அவரின் கருத்துகளையும், பார்வையையும் தெளிவையும் அசைபோட்டுப் பார்த்துக்கொண்டே சென்றேன். இவரைவிடக் கிராமிய மேம்பாடு பற்றிக்கூற யாரால் முடியும் என்று மீண்டும் வியப்பு ஏற்பட்டது. ◻

கிராமிய மேம்பாடு எளிதுதான் ✦ 31

3

கிராமிய மேம்பாட்டுக்கான புதிய பாதை

'கிராமிய மேம்பாடு' என்பது, ஓர் அறிவார்ந்த மக்கள் செயல்பாடு. இந்தச் செயல்பாடு மூன்று நிலைகளில் நடைபெற வேண்டும். ஒன்று: கிராமிய மேம்பாட்டுக்கான அடிப்படை வசதிகள் கட்டமைக்கப்படல் வேண்டும். இரண்டு: கட்டமைத்த வசதி களையும் அமைப்புகளையும் மக்கள் முறையாகப் புரிந்து, கண்காணித்துத் தங்கள் பங்களிப்பைச் செய்து பயன்படுத்த வேண்டும்.

மூன்று: கிராம மேம்பாட்டுச் செயல்பாடுகளில் பங்கேற்கத் தேவையான புரிதலை, விழிப்பை மக்களுக்கு ஏற்படுத்தி, பொறுப்புமிக்க குடிமக்களாகச் செயல்பட வைக்க வேண்டும். அத்துடன் கிராமங்கள் ஒரு நாகரிகத்தின் அடையாளமாக விழுமியங்களுடன் ஓர் உன்னதமான வாழ்க்கை வாழ்ந்த வரலாற்றை மீட்டெடுத்து உலகுக்கு முன்மாதிரியாக வாழத் தேவையான சூழலை உருவாக்க வேண்டும். இந்தக் கிராமிய வாழ்க்கையின் அடிப்படை இயற்கையைப் புரிந்து, இயற்கை யுடன் இயைந்து வாழும் ஓர் உன்னதமான உயர் மானுட வாழ்வு முறையாகும். அதை மீண்டும் கட்டமைத்திட வேண்டும். இவை அனைத்தையும் ஒரு மக்கள் இயக்கச் செயல்பாடாக உருவாக்க வேண்டும். இந்தச் செயல்பாடுகளைக் கட்டமைக்கத் தேவையான ஒரு மக்கள் கல்வியை உருவாக்கி அதை மக்களிடம் கொண்டு சேர்த்து மக்களைத் தங்கள் வாழ்க்கைக்குப் பொறுப்பேற்க வைத்துச் செயல்பட வேண்டும்.

இந்தச் செயல்பாடுகள் அனைத்தும் ஒரு புதிய சமூகத்தை உருவாக்கும் நோக்கில் வடிவமைக்கப்பட வேண்டும். இவற்றின் மூலம், ஒரு சமத்துவச் சமூகத்தை உருவாக்கி மக்களாட்சியின் அடிப்படைக் கூறுகளையும் விழுமியங்களையும் பின்பற்றும் குட்டிக் குடியரசுகளை உருவாக்குதலாகும். இந்த மாபெரும் மாற்றங்களைக் கொண்டுவரத் தேவையான புதிய தலைமைத் துவத்தை உருவாக்கிச் செயல்பட வைக்க வேண்டும். இந்த மாற்றத்திற்கான பாதை எதை அடித்தளமாகக் கொண்டிருக்க வேண்டுமென்றால் உலகில் தலைசிறந்த நாகரிகங்களோடு தலைசிறந்த நாகரிகமாக விளங்கிய நம் நாகரிகத்தின் விழுமியங் களைக் கொண்டிருக்க வேண்டும். இதற்கான பார்வையை உருவாக்கியவர்கள் விவேகானந்தர், அரவிந்தர், ரவீந்திர நாத் தாகூர், மகாத்மா காந்தி, ஜே. சி. குமரப்பா, பாரதி போன்றோர். இந்தக் கிராமிய வாழ்வில் அரசியல் சமத்துவம் மட்டுமின்றி, சமூகச் சமத்துவம், பொருளாதாரச் சமத்துவம், கலாசாரச் சமத்துவம் அனைத்தும் இருக்க வேண்டும். இவை அரசை முன்னிறுத்திச் செயல்படுவது அல்ல, மக்களை முன்னிறுத்திச் செயல்படுவது. சமூகத்தில் மாற்றங்களைக் கொண்டுவருவதுதான் தலையாயப் பணி என்று மேற்கூறிய அனைவரும் கருதினார்கள்.

இவை அனைத்தும் எதிர்கால இந்தியா எப்படி உருவாக்கப்பட வேண்டும் என்ற சிந்தனையின் கருத்தாக்க வெளிப்பாடுகள். இந்தச் சிந்தனைப்போக்கு வலுவாக இருந்தாலும், இந்திய சுதந்திரப் போராட்டத்தின் விளைவுகளும், சுதந்திரப் போராட்டம் முடிவுறும் நிலையில் இந்திய சமூகம் சந்தித்த சவால்களும், இந்தியா என்ற நாட்டைக் கட்டமைப்பதற்கு அரசு என்ற இயந்திரம் வலுவாகக் கட்டமைக்கப்பட வேண்டிய தேவையை உருவாக்கி விட்டன. ஒரு வலிமையான இந்தியா உருவாக்கப்பட வேண்டும் என்ற பார்வையில்தான் அனைத்து நடவடிக்கைகளும் இந்தியா விடுதலை பெற்றவுடன் மேற்கொள்ளப்பட்டன. இந்திய நாடு உருவாக்கம், தேசம் கட்டுதல், இந்தியாவின் ஒற்றுமையைப் பாதுகாப்பதும் ஒருமைப்பாட்டை உருவாக்குவதும், அரசு அமைப்புகளை உருவாக்கி வலுப்பெறச் செய்வதும் தான் இந்தியாவின் அன்றைய தேவைகளாய் இருந்தன என்பதை யாரும் மறுக்க இயலாது.

சுதந்திரம் அடைந்து இந்தியா உருவானபோது, இந்தியா என்ற ஒரு நாடு மக்களாட்சியில் நிலைத்து நின்றுவிடும் என்று எந்த மேற்கத்திய அறிஞரும் எதிர்பார்க்கவில்லை. அந்த அளவுக்குக் குழப்பமும், ஏற்றத்தாழ்வுகளும், அறியாமையும் இந்த நாட்டை ஆக்கிரமித்து இருந்தன. இந்தியா சுதந்திரம் அடைந்த போது வலிமையான பாரதத்தை, வலிமையான அரசாங்கத்தைக் கட்டமைத்து உருவாக்க எண்ணிய நம் தலைவர்கள், நம் சமூகத்தின் வலிமையைக் குறைவாக எடைபோடவில்லை என்பதையும் நாம் மறந்துவிடக்கூடாது. அதே போல சமூகத்தைப் பலமிழக்கச் செய்ய வேண்டும் என்றும் எண்ணவில்லை. மாறாக, வலிமையான பாரதம் மக்களாட்சி முறையில் செயல் படும்போது அரசாங்கத்தை மக்கள் தங்கள் கண்காணிப்பின் மூலம் மேம்பாட்டுக்குச் செயல்பட வைத்துவிடுவார்கள் என்ற எண்ணத்தில் தான் அரசைக் கட்டமைத்தார்கள் நம் தலைவர்கள்.

ஆனால், இந்தியா என்ற நாடு பாகிஸ்தான் பிரிவினையைச் சந்தித்து, அடுத்து இந்தியாவில் ஐந்நூற்றுக்கும் மேற்பட்ட சமஸ்தானங் களைச் சுதந்திர இந்தியாவுடன் இணைக்கும் பணி நடைபெறும் சூழலில், இந்திய மக்களின் சமூகப் பொருளாதார வாழ்க்கை தாழ்வுற்றிருந்தது. இதை மனத்தில் கொண்டு வலுவான அரசாங்கத்தை உருவாக்கி அதன் மூலம் சமூகப் பொருளாதாரச் செயல்பாடுகளை முன்னெடுத்துப் புதிய இந்தியாவை உருவாக்கிட முனைந்தனர் நம் தலைவர்கள். அவர்களின் தூய்மையான எண்ணத்தை யாரும் சந்தேகிக்க முடியாது. புதிதாக உருவாக்கப்பட்ட இந்திய அரசானது, மக்களின் சமூக, பொருளாதார மேம்பாட்டுக்குப் பொறுப்பேற்று மக்களை அரசாங்கத்தின் கட்டுப்பாட்டிற்குள் கொண்டுவந்து விட்டது. இதில் ஒன்றை மட்டும் நாம் கவனத்தில் கொள்ள வேண்டும். இந்திய அரசாங்கம் எதன்மேல் கட்டப்பட்டது என்றால் வெள்ளையர்கள் தங்களின் ஆதிக்கத்தைச் செலுத்த உருவாக்கப்பட்ட நிருவாகக் கட்டமைப்பின் மேல் என்பதை நாம் புரிந்துகொள்ள வேண்டும்.

அந்த நிருவாகக் கட்டமைப்பு மக்களைச் சுரண்டும் தன்மை கொண்டது, ஆதிக்கம் செலுத்தும் தன்மை கொண்டது. அந்த அரசுக் கட்டமைப்பை வைத்து இந்திய மக்களின் சமூகப்

பொருளாதாரத்தை மேம்படுத்த முனைந்ததுதான் பல சிக்கல்களுக்குக் காரணம் என்று மேம்பாட்டுச் சிந்தனையாளர்கள் தங்கள் ஆய்வின் மூலம் தெரிவிக்கின்றனர். இருந்தபோதிலும், திட்டங்களுக்கு மேல் திட்டங்களைப் போட்டு மக்களின் சமூகப் பொருளாதார மேம்பாட்டுக்குச் செயல்பட்டன நமது மத்திய, மாநில அரசுகள் என்பதையும் மறுக்க இயலாது. இப்படி அரசு இயங்கி வந்ததன் மூலம், மக்களின் சிந்தனைப் போக்கில் ஒரு மாற்றம்—குறிப்பாக, பெரும்பகுதி ஏழை மக்களின் சிந்தனைப் போக்கில் ஒரு மாற்றம் வந்துவிட்டது. அனைத்தும் அரசாங்கத்தின் பொறுப்பு. நாம் அரசு தரும் பயன்களைப் பெறும் பயனாளிகள்... பயன்கள் கிடைக்க வில்லை என்றால் அரசிடம் மனுச் செய்து சலுகைகளைப் பெறும் மனுதாரர் என்ற நிலைக்கு மக்கள் வந்துவிட்டனர். விளைவு, அரசு இயந்திரம் எஜமானாக மாறிக் கொண்டுவிட்டது. மக்கள் ஏவல் புரிவோராக மாறி சுயத்தை இழந்து அரசாங்கத்தைச் சார்ந்து வாழும் மன நிலையைப் பெற்றுவிட்டனர். அரசாங்கத்துக்கும் மக்களுக்கும் பெரும் இடைவெளி ஏற்பட்டுவிட்டது. அரசாங்கத்தின் திட்டங்களுக்குக் குறைவில்லை.

இந்தியா சுதந்திரம் அடைந்த காலத்திலிருந்து ஒரு ஐம்பது ஆண்டு காலத்தில் இரண்டாயிரத்திற்கு மேல் திட்டங்களைக் கிராமப் புறங்களில் நடைமுறைப்படுத்தியிருக்கின்றன ஒன்றிய, மாநில அரசு என்று உலக வங்கி தன் ஆய்வின் மூலம் தெரிவித்துள்ளது. திட்டங்களுக்கு ஒதுக்கும் நிதிக்கும் குறைவில்லை. இருந்தும் கிராம மக்களின் வாழ்க்கை அறிவியல்பூர்வமாக மானுட வாழ்வு எந்தச் சூழலில் அமைய வேண்டுமோ அந்தச் சூழலில் அமையவில்லை என்ற நிதர்சனமான உண்மையை அரசு புரிந்துகொண்டது. விடுதலை பெற்றபோது 42 கோடியாக இருந்த மக்கள் தொகை 142 கோடிக்கு இன்று வந்துவிட்டது. இந்தியாவின் பொருளாதார வளர்ச்சி 8% வந்தபோது 80 கோடி மக்கள் உணவுப் பாதுகாப்புக்கு அரசை நம்பும் சூழலில்தான் வாழ்கின்றனர் என்றால், நாம் அடைந்த வளர்ச்சி எங்குச் சென்றது என்ற கேள்விக்கு விடைதேட வேண்டிய நிலைக்கு அரசாங்கம் வந்து விட்டது. இந்தச் சூழல்தான் ஒரு புதிய உள்ளாட்சி அமைப்பை அரசாங்கமாக ஏற்படுத்தி, அதில் மக்களைப் பங்கேற்க வைத்து

ஆளுகை யையும், மேம்பாட்டுச் செயல்பாடுகளையும் மக்களே தீர்மானிப்பதற்கான புதிய முயற்சியில் ஈடுபட்டது. அதன் விளைவுதான் 73, 74ஆவது அரசமைப்புத் திருத்தச் சட்டங்கள். அதுமட்டுமல்ல, அதைத் தொடர்ந்து சமூகப் பொருளாதார மேம்பாட்டை உரிமைகளாக அரசு சட்டபூர்வமாக்கித் தந்து விட்டது. இதன் அடிப்படை நோக்கம் விளிம்புநிலை மக்கள் எல்லா உரிமைகளையும் வென்றெடுக்க இந்த உள்ளாட்சிகள் செயல்பட வேண்டும் என்பதுதான்.

இதில் மிக முக்கியமானது என்னவென்றால், புதிய சூழலில் உருவாக்கப்பட்ட உள்ளாட்சியின் அடிப்படைகளையும், மேம்பாட்டு உரிமைகள் அனைத்தும் சட்டங்களாக உருவாக்கப் பட்டிருப்பதையும், உரிமைகள், சட்டங்களுடன் பெரிய அளவு நிதி ஒதுக்கீட்டில் புதிய திட்டங்களும் உள்ளாட்சிக்கு வருவதையும் —யாருக்குக் கொண்டுசென்று சேர்க்க வேண்டுமோ அவர்களுக்குக் கொண்டு சேர்க்கவில்லை. அதுமட்டுமல்ல, புதிய சூழலில் இந்தப் புதிய உள்ளாட்சியை எப்படிப்பார்க்க வேண்டும், அதை எப்படிப் பயன்படுத்த வேண்டும் எனும் புரிதல் பெரும் பான்மை மக்களுக்கும் மக்கள் பிரதிநிதிகளுக்கும் குறிப்பாக விளிம்புநிலை மக்களுக்குக் கிடையாது. ஆகையால்தான், புதிய உள்ளாட்சி அரசாங்கமாக உருவாக்கப்பட்டு மூன்று பத்தாண்டு களைக் கடந்தும், அது என்னென்ன விளைவுகளை உருவாக்க வேண்டுமோ அவற்றை உருவாக்க இயலவில்லை. இருந்தும் புதிய உள்ளாட்சியால் பல்வேறு செயல்பாடுகள் முன்னெடுக்கப் பட்டுள்ளன. அத்துடன் நல்ல தலைமைத்துவமும், நல்ல சமூகங்களும் இருக்கின்ற இடங்களில் மிகப் பெரிய மாற்றங்கள் நடைபெற்றுள்ளதை ஆய்வுகள் நமக்குக் கொண்டுவந்து தந்துள்ளன.

இந்தக் காலகட்டத்தில் நாம் விளங்கிக்கொள்ள வேண்டியவை பல உள்ளன. ஒன்று அரசாங்கத் திட்டப் பயனாளியாக இருந்த மனநிலையிலிருந்து உரிமைகள் சார்ந்து செயல்படத் தேவையான புதுச் சிந்தனை மனநிலையை மக்களிடம் உருவாக்கி, அரசுத் திட்டங் களை மக்களின் தேவைகளில் பொருத்துவதற்கு மக்கள் திட்டங் களை உருவாக்கிச் செயல்படுதல் என்பது முதன்மையானது. இதற்குத் தேவையான புரிதலை முதலில் உள்ளாட்சித் தலைவர்

களுக்கு ஏற்படுத்த வேண்டும். அடுத்து, மக்கள் பிரதிநிதிகள் அந்தப் புரிதலைப் பொதுமக்களிடம் ஏற்படுத்த வேண்டும். இந்தப் புரிதலுடன் செயல்பட்டால்தான் மக்கள் அதிகாரப்படுத்தப் படுவார்கள். புதிய உள்ளாட்சி பொதுவாக மக்களை, குறிப்பாக விளிம்புநிலை மக்களை அதிகாரப்படுத்துவதற்காகக் கொண்டு வரப்பட்டது என்பதையும் நாம் கவனத்தில்கொண்டு செயல்பட வேண்டும்.

இன்னொரு மிகவும் முக்கியமான புரிதல், நம் உள்ளாட்சித் தலைவர்களுக்கும், மக்களுக்கும் தேவைப்படுவது... அது இன்று யாரிடமும் இருப்பதாகத் தெரியவில்லை. இந்திய அரசியல் சாசனம்தான் மூன்று அரசாங்கங்களுக்கும் அதிகாரங்களைத் தருகிறது. மத்திய அரசும் இந்திய அரசமைப்புச் சட்டம் தரும் அதிகாரங்களை வைத்துத்தான் செயல்படுகிறது. மாநில அரசாங்கங்களும் இந்திய அரசமைப்புச் சட்டம் தரும் அதிகாரங் களை வைத்துத்தான் செயல்படுகின்றன. அதேபோல்தான் உள்ளாட்சிகளும் அரசமைப்புச் சட்டம் தருகிற அதிகாரங்களை வைத்துச் செயல்பட வேண்டும். ஆனால், உள்ளாட்சிகள் அப்படிச் செயல்படுவதாகத் தெரியவில்லை. மாநில அரசுகள் கொண்டு வந்திருக்கும் உள்ளாட்சிச் சட்டங்கள் அரசமைப்புச் சட்டம் தந்த வரையறைக்கு உட்பட்டுத்தான் உருவாக்கப்பட்டுள்ளன. எனவே இதற்கு அரசமைப்புச் சட்டத்தின் பின்புலம் இருக்கிறது என்பதைப் புரிந்துகொண்டால், நம் உள்ளாட்சித் தலைவர்கள் தங்கள் பார்வையையும் செயல்பாடுகளையும் விரிவாக்கிக் கொண்டு செயல்படுவார்கள்.

ஊரக வளர்ச்சிக்கு அடிப்படை வசதிகளை உருவாக்க வேண்டும். நல்ல சாலை வசதிகள் வேண்டும், நல்ல பள்ளிக்கூடம் தேவை, நல்ல சுகாதார நிலையங்கள் தேவை, நல்ல கூட்டுறவு அமைப்புகள் தேவை, நல்ல சத்துணவுக் கூடங்கள் தேவை, கிராமங்களுக்கு மின்சார வசதி தேவை, தூய்மையான குடிநீர் தேவை, பிராணிகள் நலம் பேண கால்நடை மருத்துவமனைகள் தேவை, நல்ல பஞ்சாயத்து அலுவலகம் தேவை, மழை பெய்தால் மழைநீர் சேமிக்கக் குளங்கள், குட்டைகள் போன்ற நீர்நிலை களுக்குப் பராமரிப்பு தேவை, பெய்யும் மழைநீர் எல்லாம், அந்த நீர்நிலைகளைச் சென்றடையத் தேவையான வரத்துக் கால்வாய்

கிராமிய மேம்பாட்டுக்கான புதிய பாதை ✤ 37

தேவை. அதேபோல் உபரி நீர் வெளியேற போக்குக் கால்வாய் தேவை. இதன் வழியே தங்குதடையின்றி நீர் செல்ல சிறு பாலங்கள் தேவை. கழிப்பிடம் இல்லா குடும்பங்களுக்குப் பொதுக் கழிப்பிடம் தேவை. இதுபோன்று இன்ன பிற வசதிகள் கிராம மேம்பாட்டிற்கு அடிப்படை என்பதை எவரும் மறுக்க இயலாது.

ஆனால், அதைவிட மிக முக்கியம் இந்த வசதிகளைப் பற்றிய புரிதல்—அவற்றை எப்படிப் பயன்படுத்த வேண்டும் என்ற புரிதல், அந்த வசதிகளை எப்படிச் சமூகம் தக்க வைத்து, அந்த வசதிகளுக்குச் சொந்தக்காரராக மாறுவது என்ற புரிதல், உருவாக்கப்பட்ட வசதிகளை அந்தச் சமூகம் பொறுப்பேற்றுக் கவனித்து, பராமரித்து, பயன்படுத்தத் தேவையான விழிப்புணர்வும், பார்வையும், தெளிவும் தேவை. இவை இல்லை என்றால், அந்த வசதிகளால் அந்தச் சமூகத்துக்கு எந்தப் பலனும் கிடையாது. அந்த வசதிகள் உருவாக்க வேண்டிய விளைவுகள் எதுவும் மக்களுக்குக் கிடைக்காது. கிராமத்திலுள்ள மக்கள் அத்தனை வசதிகளுக்கும் பொறுப்பேற்று, அவற்றைத் தமதாக்கி, பராமரித்துப் பயன்படுத்தக் கற்றுக்கொண்டால் கிராமங்கள் உண்மையிலேயே உன்னதமான வாழ்விடமாக மாறிவிடும். அதற்கு, கிராமத்தில் கூட்டுப் பொறுப்பு உருவாக்கப்பட வேண்டும்.

நாடு சுதந்திரம் அடைந்த காலத்திலிருந்து இன்றுவரை இந்த வசதிகளை ஒன்றிய அரசும் மாநில அரசும் தொடர்ந்து ஏற்படுத்திக் கொண்டே வருகின்றன. ஆனால், இந்த வசதிகள் கிராமங்களில் முறையாகப் பராமரிக்கப்படுகின்றனவா, முறையாகப் பயன்படுத்தப்படுகின்றனவா, அதற்கான பொறுப்பு களைக் கிராமங்களில் ஏற்க மக்கள் அமைப்புகள் உருவாக்கப் பட்டுள்ளனவா, உருவாக்கப்பட்ட வசதிகளின் முக்கியத்துவம், அவசியம், பயன்பாடு பற்றிய புரிதல் மக்களிடம் ஏற்படுத்தப் பட்டுள்ளதா என்பது இன்றுவரை கேள்வியாகவே இருக்கிறது. இருந்தபோதும், இந்த வசதிகள் உருவாக்குவதை அரசாங்கம் நிறுத்தவில்லை. இன்று அந்த வசதிகள் உருவாக்கும் பணி எங்கு வந்து நிற்கிறது என்றால், ஜல்லி, மண், இரும்பு, சிமெண்ட் கொண்ட வேலைகள்தான் கிராம மேம்பாட்டுச் செயல்பாடுகள் என்ற சிந்தனையில் அனைவரும் செயல்பட்டு வருகின்றனர்.

இந்தச் செயல்பாடுகளில் இலாபம், ஒரு சிலருக்குக் கிடைத்துக் கொண்டே இருக்கிறது. இதன் விளைவு கிராமங்களில் பொதுச் சொத்துகள் நிறைய உருவாக்கப்படுகின்றன, ஆனால், அவற்றுக்கு யாரும் பொறுப்பேற்றுக் கொள்வதில்லை, அவை அனைத்தும் அரசாங்கச் சொத்துகள் என்ற சிந்தனையில் மக்கள் வாழ்வதுதான் பெரும் சோகம். எனவே அவை அனைத்தும் முறையாகப் பராமரிக்கப்படுவதும் கிடையாது, பயன்படுத்தப் படுவதும் கிடையாது. இதன் விளைவு, பொதுப்பணம் விரயம் பெருமளவில் நடைபெறுகிறது. மக்களுக்குத் தேவையான வாழ்க்கை மேம்பாடு பற்றிய விழிப்புணர்வை ஏற்படுத்தத் தவறிவிட்டோம். இதன் விளைவு தனிமனித மேம்பாட்டுக்கான அரசின் நலத் திட்டங்கள் அரசு தரும்போது அதைப் பெற்றுப் பயன்பெறும் பயனாளிக் கூட்டமாக மக்கள் தங்களை உருவாக்கிப் பழக்கிக்கொண்டு விட்டார்கள். இந்தப் பயனாளிச் சிந்தனை சுய மரியாதைக்கு எதிர்மறையானது. இந்தச் சிந்தனை தன்மானத்தை இழக்கச் செய்யும் சிந்தனை. இந்தச் சொல்லாடல்கள் முன்னேற்றச் சிந்தனைக்கு எதிரானவை என்பதை நாம் எவரும் புரிந்து கொள்வது இல்லை.

அதேநேரத்தில் நாம் இன்னொரு முக்கியமான நிகழ்வையும் பார்க்கத் தவறிவிடக் கூடாது. எந்தெந்தக் கிராமங்களில் எல்லாம் சமூகம் விழிப்புடன் இருந்ததோ, அங்கெல்லாம் இந்த வசதி களைப் பயன்படுத்திச் சிறந்த கிராமங்களாக மாற்றப்பட்டு, நல்ல மேம்பட்ட சமூகப் பொருளாதார வாழ்க்கை நடைபெறுகிறது என்பதையும் நாம் கணக்கில் எடுக்கத் தவறக்கூடாது. இதன் விளைவுதான் சில மாவட்டங்கள் முன்னேறிய மாவட்டங ்களாக மாறிவிட்டன. மற்றவை பின்தங்கியவையாகக் காட்சி யளிக்கின்றன. இன்னொரு முக்கியமான காரணத்தை நாம் பார்க்கத் தவறக்கூடாது. எங்கெல்லாம் நல்ல தலைமை கிடைத்ததோ அங்கு மேம்பாடு வெள்ளிடைமலை. கிராமத்துக் கான தலைமையாக இருக்கலாம், சமூகத்துக்கான தலைமையாக இருக்கலாம், கட்சிக்கான தலைமையாக இருக்கலாம், நிர்வாகத்துக் கான தலைமையாக இருக்கலாம், வணிகத்துக்கான தலைமையாக இருக்கலாம், தொழிலுக்கான தலைமையாக இருக்கலாம், கல்விக்கான தலைமையாக இருக்கலாம், அந்தந்த இடங்களுக்குக்

கிடைக்கும் சட்டமன்ற உறுப்பினராக இருக்கலாம், நாடாளுமன்ற உறுப்பினராக இருக்கலாம். இந்தத் தலைமைதான் மற்றொரு காரணியாக விளங்குகிறது. அதைவிட முக்கியமாக இந்தத் தலைமையை சமூகங்கள் பயன்படுத்திக்கொள்வதைப் பொறுத்துத் தான் முன்னேற்றம் இருக்கிறது.

இவற்றையும் தாண்டி மக்கள் ஆங்காங்கே உழைப்புக்குத் தயாரிக்கப்படுவதைப் பொறுத்தும், மேம்பாடு அடைவதற்கு உணர்வு பெற்றுச் செயல்படுவதைப் பொறுத்தும் வளர்ச்சியும் மேம்பாடும் சமூகங்களுக்குக் கிடைக்கின்றன.

காலனியாதிக்கத்திலிருந்து விடுபட்ட நாடுகள் தேசிய அரசாங்கத்தைப் பெரிதாக வலுவாகக் கட்டி, அனைவருக்கும் வளர்ச்சியையும் மேம்பாட்டையும் கொண்டுவர எண்ணின. ஆனால், அப்படிச் செயல்பட்ட பெரும்பாலான நாடுகளில் ஒரு நிலைக்குமேல் சமூக மேம்பாட்டையும் பொருளாதார வளர்ச்சியையும் அனைத்துத் தரப்பு மக்களுக்கும் கொண்டு சேர்க்க முடியவில்லை என்பதை ஆமோதித்து மாற்றுப்பாதைக்கு முனைந்தன. அந்த நேரத்தில்தான், தனியார் மயம், தாராளமயம், உலகமயம் என்ற முழக்கத்துடன் புதிய பொருளாதாரப் பாதை உருவாக்கப்பட்டது. அதே காலகட்டத்தில், வளரும் பொருளாதாரம், அனைவருக்கும் சென்று சேரவேண்டும்... அதற்கு அதிகாரங் களைப் பரவலாக்கி மக்களை அதிகாரப்படுத்தி மக்களைப் பயனாளி நிலையிலிருந்து, மேம்பாட்டில் பங்குதாரர், பங்காளி நிலைக்குத் தயார் செய்து அனைத்து மேம்பாட்டுச் செயல் பாடுகளிலும் பங்கெடுக்க வைக்க வேண்டும், அதற்கு ஆளுகை அதிகாரத்தைப் பரவலாக்கி மக்களுக்கு அருகில் ஓர் அரசாங்கத்தை உருவாக்கினர். இது ஏறத்தாழ 80 நாடுகளில் பெரிய அளவில் முன்னெடுக்கப்பட்டது.

இந்த முன்னெடுப்புகளுடன் அடுத்த ஒரு செயல்பாடு பல நாடுகளில் முன்னெடுக்கப்பட்டது. அதுதான் சமூகத்தை ஜனநாயகப்படுத்துவது. மக்களாட்சியை விரிவுபடுத்தாமல், ஆழப்படுத்தாமல், அகலப்படுத்தாமல் முன்னேற்றத்தை மேம்பாட்டை, வளர்ச்சியை அனைவருக்கும் கிடைக்கச் செய்ய முடியாது என்ற அடிப்படையில் மக்களாட்சியை விரிவுபடுத்தும்

பணியும் பல நாடுகளில் முன்னெடுக்கப்பட்டது. இந்தப் புதிய முன்னெடுப்புகளைப் பற்றிய புரிதலுடன் மக்கள் பிரதிநிதிகள் மக்களிடம் விழிப்புணர்வை ஏற்படுத்திச் செயல்பட வேண்டும். அப்படிச் செயல்பட்டால், இந்தப் புதிய முன்னெடுப்புகளால் வரும் புதிய வாய்ப்புகளை மக்கள் பயன்படுத்திக்கொண்டு வளர்ச்சியை அனைவருக்கும் பங்கிட்டு அனைத்துத் தரப்பினரும் பயன்பெறுவார்கள். அப்படி எல்லா நாடுகளிலும் நடந்ததா என்று ஒரு கணம் உலகத்தை ஆய்ந்து பார்த்தால் சீனாவைத் தவிர வேறு எந்த நாடும் பெருமளவில் பயன் பெற்றதாகத் தெரியவில்லை.

இந்தப் பின்னணியில் இந்தியாவை ஆய்வுசெய்து பார்த்தால் நமக்கு ஒரு புரிதல் கிடைக்கும். இந்தியா ஒரு துணைக் கண்டம், பல நாடுகளின் தொகுப்பு என்றுதான் கூறவேண்டும். இதில் இருக்கும் வேறுபாடுகள், வித்தியாசங்கள், ஏற்றத்தாழ்வுகள் அனைத்தும் மக்களாட்சிக்கு எதிராகச் செயல்படும் காரணி களாகும். இந்த நாடு ஒன்றுபட்டு மக்களாட்சியில் 75 ஆண்டுகாலம் இருப்பதே மிகப்பெரும் சாதனை.

எனவே, இந்திய நாட்டின் வளர்ச்சிக்கும் மேம்பாட்டுக்கும், கிராமத்தின் வளர்ச்சியும் மேம்பாடும் இன்றியமையாதவை. உலக வங்கியின் ஆய்வின்படி 66.5 விழுக்காடு மக்கள் இந்தியக் கிராமங்களில்தான் வாழ்கின்றனர். அதில் உழைக்கத் தகுதி யானவர்களில் 69 விழுக்காடு மக்கள் விவசாயத்தை நம்பி வாழ்க்கை நடத்துகின்றனர். கிராமங்களில் வாழும் மக்களில் பெரும்பகுதி ஆரோக்கியமான வாழ்வுக்குத் தேவையான அடிப்படை வசதிகளுடன் வாழ இயலவில்லை. பெரும்பகுதி விளிம்புநிலை மக்கள் தொடர்ந்து பாதிப்புகளுக்கு உள்ளாகி, அதிலிருந்து மீளமுடியாமல் வாழ்ந்து வருகின்றனர். கிராமத்தின் உற்பத்தித் திறன் குறைவதும், கிராமத்திலுள்ள மக்களின் திறன் வளர்க்கப்படாமல் அல்லது தேவைக்கு ஏற்ற அளவில் திறன் கூட்டப்படாமல் இருப்பதும் கிராமத்திலுள்ள குடும்பங்களின் முடிவெடுக்கும் திறனையும் ஆற்றலையும் குறைத்துள்ளது. அதுமட்டுமல்ல, கிராமத்தில் பொருளாதாரச் செயல்பாடுகள் முற்றிலும் நலிவடைந்து வெறும் வாழ்வாதாரமாகச் சுருங்கி விட்டன. கிராமங்களில் உள்ள நீர்நிலைகள் பெரும்பகுதி செப்பனிடுவதற்குப் பதில், அவை ஆக்கிரமிப்புக்கு உள்ளாவதும்

குப்பை கொட்டும் குப்பைக் குளங்களாக மாறுவதும் எதார்த்த மான நிலை.

அத்துடன் கிராமங்களில் உள்ள கனிம வளங்கள் அரசின் ஆசியுடன் சுரண்டப்படுவதும், அதன் விளைவாக எங்குப் பார்த்தாலும் கிராமங்கள் மேடு பள்ளங்களாகக் காட்சியளிப்பதும் அடுத்து நாம் காணும் எதார்த்த நிலை. அளவற்ற நுகர்வு கிராமங்களில் குவிகின்ற குப்பைகள், கிராமச் சுகாதாரத்தைக் கெடுப்பதுடன் சுற்றுச் சூழலையும் கெடுத்து வருகின்ற நிலையை நம்மால் உணர முடியும். பல்லுயிர் பெருக்கம், துப்புரவு, தூய்மை உயிர்ச்சூழல் பாதுகாப்பு இவையெல்லாம் விவாதத்தில் இருக்கின்றன. செயலில் குப்பை மட்டும் கூட்டப்பட்டு ஓரிடத்தில் குவிக்கப் படுகின்றது. எல்லா வீடுகளிலும் ஆன்ராய்டு மொபைல் போன் இருக்கிறது, மோட்டார் சைக்கிள் இருக்கிறது. ஆனால், கழிப்பிடம் இல்லை. அளவற்ற உடைகள் விதவிதமாக அணிய பழகிக்கொண்டுள்ளனர். ஆனால், அடிப்படைத் தேவையான கழிப்பறைக் கலாசாரத்தைப் பார்க்க முடியவில்லை. விதவிதமான உணவு வகைகள் நெகிழிப் பையில் அடைக்கப்பட்டுச் சந்தையில் விற்கப்படுவதை மக்கள் வாங்கி ருசித்து உண்ணுகின்றனர். ஆனால், அண்மையில் வந்த ஆராய்ச்சி அறிக்கையின்படி 55 விழுக்காடு கிராமப்புறக் குழந்தைகள் ஊட்டச்சத்துக் குறைவால் பாதிக்கப்பட்டுள்ளனர். அதேபோல் 52 விழுக்காடு வளரிளம் பெண்கள் இரத்தசோகையால் பாதிக்கப்பட்டுள்ளனர்.

கிராமங்களில் உற்பத்தியாகும் பொருள்களுக்குச் சந்தைப் படுத்தும் வாய்ப்பை உருவாக்கிக்கொள்ளாமையாலும், தொழில் நுட்பமும் அறிவியலும் இணைந்த செயல்பாடாக, கிராமத்தில் உற்பத்தியாகும் பொருள்களை மதிப்புக் கூட்டி சந்தைப் படுத்தாதனாலும் தங்கள் உற்பத்திக்கு உண்டான இலாபமும் மரியாதையும் கிடைக்கவில்லை. ஆனால், கிராமங்களில் மின்சாதனப் பொருள்களின் பயன்பாடு அதிகரித்த வண்ணம் இருக்கின்றது. கான்கிரீட் வீடுகள் வளர்ந்த வண்ணம் இருக் கின்றன. எனவே இன்று கிராமங்கள் ஒரு கலாசாரம் சார்ந்த விழுமியங்களுடன் இயைந்த கிராமத் தற்சார்பு வாழ்க்கையாக இல்லாமல் அரசு தரும் திட்டப்பயன்களைச் சுவைக்கும் பயனாளிக் கூட்டம் வாழும் இடமாக மாறிவிட்டன.

இந்தச் சூழலை மாற்றுவதற்காக வந்ததுதான் இன்றைய உள்ளாட்சிகள். இந்த உள்ளாட்சியின் அடிப்படையைப் புரிந்து கொண்டு, கிராமப் புனரமைப்புக்கான ஒரு மக்கள் இயக்கத்தைக் கட்டி, கிராம வளங்களையும் வசதிகளையும் மீட்டெடுத்துக் கிராம வளர்ச்சிக்காகவும் மேம்பாட்டுக்காகவும் மக்களைத் திரட்டி விழிப்புணர்வு ஏற்படுத்தி ஒரு கிராமக் குடியரசை உருவாக்குவது தான் இதன் அடிப்படை. இதற்கான பார்வையையும், விழிப்புணர்வையும் இன்றுள்ள உள்ளாட்சித் தலைவர்களுக்கும் மக்களுக்கும் ஏற்படுத்த வேண்டும்; கிராம மேம்பாட்டை நிபுணத்துவம்மிக்கச் செயல்பாடாக மாற்றிக் கிராம வாழ்க்கை நாகரிகத்தின் சின்னம் என்ற செய்தியை உலக மக்களுக்குத் தந்தாக வேண்டும். ஊரக வளர்ச்சித்துறையில் பணியாற்றும் அத்தனை பேருக்கும் இந்தப் பொறுப்பும் கடமையும் இருக்கிறது. எனவே, இந்தப் புதிய பாதையில் பயணிக்க நம் மக்களும் தலைவர்களும் கிராமங்களில் தயாராக வேண்டும். அதுதான் இன்றைய நமது தேவை.

□

4

உள்ளாட்சியும் அடிப்படை மாற்றங்களும்

என் நண்பர்கள் என்னிடம் அடிக்கடி கேட்கும் ஒரு கேள்வி இருக்கிறது. 'நீங்கள் இந்தப் புதிய உள்ளாட்சி வந்த 1992-93 இலிருந்து முப்பது ஆண்டுகாலமாக ஒரு குடுகுடுப்பைக்காரன் போல, 'உள்ளாட்சியில் நல்லாட்சி' என்று தொடர்ந்து பேசி வருகிறீர்கள். உங்கள் வாழ்நாளில் பெரும் பகுதி உள்ளாட்சியில் நம்பிக்கை கொண்டு எழுதியும், பேசியும் வருகிறீர்கள். இதனால் பெரும் விளைவுகள் வந்ததாகத் தெரியவில்லையே, இருந்தும் தளர்வில்லாமல் அந்தப் பணியையே நம்பிக்கையுடன் செய்து வருகிறீர்களே, உங்களுக்குச் சலிப்போ, அலுப்போ, விரக்தியோ வரவில்லையா?' என்பதுதான் அந்தக் கேள்வி. நான் அவர்களுக்குத் தந்த விடை இதுதான்: 'உலகத்தில் நடந்த உன்னத மாற்றங்கள் அனைத்தும் புதுக் கருத்தை விதைத்து, கருத்துக்கு வலுச் சேர்த்த மாமனிதர்களின் அயராத உழைப்பால் வந்தவை தான். இந்த மனிதர்களின் எண்ணிக்கை மிகவும் குறைவுதான். ஆனால், அந்த மனிதர்களின் கருத்தின்மேல் அவர்களுக்கு இருந்த

நம்பிக்கை, ஆர்வம் அளவற்றது. தன் ஆத்ம சக்தி அனைத்தையும் செலுத்தி கருத்துக்கு வலுச்சேர்த்துச் செயல்பட்ட மனிதர்கள்தான் மாற்றங்களைச் சமூகத்தில் கொண்டுவந்துள்ளனர்.'

ஆம், மகாத்மா காந்தி இந்திய மண்ணுக்கான உள்ளாட்சிக்கு கருத்து உருவாக்கம் செய்தார். அதை நடைமுறைப்படுத்தும் சூழல் நாடு சுதந்திரம் அடைந்த நேரத்தில் உருவாகவில்லை. அதே நேரத்தில், அதே கருத்தை மேல்தட்டு அரசாங்கத்துடன் இணைந்து நடைமுறைப்படுத்த முனைந்தார் பாரதப் பிரதமர் ஜவஹர்லால் நேரு. அவரால் அதில் வெற்றிபெற இயலவில்லை. நீண்ட இடைவெளிக்குப்பின் அதே கருத்தை நடைமுறைப்படுத்த மறைந்த பாரதப் பிரதமர் ராஜீவ் காந்தி மிகப் பெரும் முயற்சியை மேற்கொண்டார். அவர் பேசிய பேச்சுகளில் அவர் கோடிட்டுக் காட்டியது, காந்தியார் காட்டிய பஞ்சாயத்து ராஜ்யத்தைத்தான்.

அடிப்படை மாற்றத்திற்கான பணி

இந்தப் புதிய உள்ளாட்சி ஏன் அரசாங்கமாக வரவேண்டும் என்று விளக்கம் அளிக்கும்போது, ஒரு கருத்தை மிகவும் ஆணித்தரமாக அமரர் ராஜீவ் காந்தி விளக்கினார். 'இந்த அரசாங்கம் மக்களுக்குப் பக்கத்தில், மக்களுடன் இணைந்து, மக்களை மதித்து, மக்களுக்குக் குடிமக்கள் பொறுப்புகளைத் தந்து, ஆளுகையிலும் மேம்பாட்டுச் செயல்பாடுகளிலும் பங்கேற்கச் செய்து, ஒரு புதிய அத்தியாயத்தை இந்திய நாட்டில் படைக்க வேண்டும். இந்த உள்ளாட்சி மூலம் அடிப்படை மாற்றங்களை இந்திய சமூகத்தில் கொண்டு வர வேண்டும். அந்த அடிப்படை மாற்றங்களைக் கொண்டுவர உள்ளாட்சிக்கு மிகப் பெரிய மக்கள் தயாரிப்புத் தேவைப்படுகிறது. பொதுமக்களை இந்த அடிப்படை மாற்றத்திற்கான செயல் பாடுகளில் பங்காளர்களாகப் பொறுப்புடன் பங்கேற்க தேவையான புரிதலை ஏற்படுத்திச் செயல்பட வைக்க வேண்டும். அந்த மாபெரும் பணி சமூகத்தில் சாதாரண ஏழை எளிய ஒடுக்கப்பட்ட மக்கள் மத்தியில் நடைபெற வேண்டும்.

'இந்தப் பணி சவால்கள் நிறைந்த பணி. இதனைச் செய்ய உள்ளாட்சித் தலைவர்கள் தங்களைத் தயார் செய்துகொண்டு சமூகத்தில் நடைபெறவேண்டிய அடிப்படை மாற்றத்திற்கான மக்கள் தயாரிப்பைச் செய்ய வேண்டும். இந்தப் பணி ஒருநாள்

இரண்டு நாளில் நடைபெறுவது அல்ல. இந்தப் பணி சுமார் 20 அல்லது 25 ஆண்டுகள் நடைபெற வேண்டிய பணி' என்று தம் கருத்தைப் பதிவு செய்தார். இதில் மிகவும் முக்கியமாக நம் உள்ளாட்சித் தலைவர்கள் கவனத்தில்கொள்ள வேண்டிய அம்சம் என்னவென்றால், இந்தப் புதிய உள்ளாட்சிகள், இதுவரை ஒன்றிய, மாநில அரசுகளால் சட்டங்களாலும் திட்டங்களாலும் சென்று அடைய முடியாத அடித்தட்டு மக்களை, குறிப்பாக விளிம்புநிலை மக்களைத் தொட்டு, அவர்களின் மேம்பாட்டுக்கு அவர்களுடன் சேர்ந்து பணியாற்ற வேண்டும்.

இந்தப் புதிய உள்ளாட்சிக்கு வருகின்ற பிரதிநிதிகள் ஆழமாகத் தங்கள் மனதில் பதிய வைத்துக்கொள்ள வேண்டியது, மக்களின் மேம்பாட்டுக்குக் குறிப்பாக விளிம்புநிலை மக்களின் மேம்பாட்டுக்கு அவர்களைப் பங்காற்ற வைத்து மாற்றங்களைக் கொண்டுவர வேண்டும் என்பதைத்தான். இதற்குப் பொது மக்களிடம் நாம் குடியாட்சி நடைபெறும் நாட்டில் வாழ்கிறோம், எனவே, குடியாட்சி நாட்டில் நாம் குடிமக்களாகப் பொறுப்புடன் செயல்பட வேண்டும் என்ற புரிதலை ஏற்படுத்த வேண்டும்; அனைத்துச் செயல்பாடுகளிலும் மக்களைப் பங்கேற்க வைக்க நாம் நம்மைத் தகுதிப்படுத்திக்கொள்ள வேண்டும்; பிறகு மக்களைத் தயார்படுத்த மக்களின் சிந்தனைப் போக்கை மாற்றிட வேண்டும். இன்றைய பயனாளிச் சிந்தனைப் போக்கிலிருந்து குடியாட்சியில் பொறுப்புமிக்க குடிமக்களாகச் செயல்படத் தேவையான சிந்தனைப் போக்கை மக்களிடம் உருவாக்க வேண்டும். இந்தப் பணியை ஒன்றிய, மாநில அரசுகளால் செய்ய இயலாது, செய்ய இயலவும் இல்லை. எனவேதான் இந்தப் பணி உள்ளாட்சிக்குத் தரப்பட்டுள்ளது. இந்தப் புரிதல் உள்ளாட்சியின் மக்கள் பிரதிநிதிகளுக்கு இருக்க வேண்டும்.

எந்தச் செயல்பாட்டிலும் வெற்றிபெற மிக முக்கியமானது, ஒரு சிந்தனைச் சூழல். உலகில் நடந்த பெருமாற்றங்களின் ஆரம்பம் சிந்தனைச் சூழல் மாற்றத்தில்தான் ஏற்படும். எனவே, புதிய உள்ளாட்சிக்கான ஒரு புதிய சிந்தனைச் சூழலை உருவாக்க வேண்டும். இதை ஆங்கிலத்தில் கான்சியஸ்னஸ் (நனவிலித் தன்மை) உருவாக்கம் என்று கூறுவார்கள். இது ஒரு சிந்தனைப் போக்கு, இது ஒரு மனநிலை.

இந்த நிகழ்வு மனிதர்களுக்குள் நடைபெற வேண்டியது. உலகில் நடைபெற்ற மிகப் பெரிய மாற்றங்கள் அனைத்தும் தலைவர்களின் சிந்தனைப் போக்காலும், மக்களின் சிந்தனைப் போக்கில் ஏற்படுத்திய மாற்றங்களாலும் வந்தவை என்பதை நாம் புரிந்துகொள்ள வேண்டும்.

புதிய புரிதல்

உலகில் எந்த மாற்றமும் தலைவரால் மட்டும் வருவது அல்ல. தலைவர் மக்களுக்கு வழிகாட்டி, மக்களைச் செயல்பட வைத்துக் கொண்டுவந்தவைதான் அவ்வளவு மாற்றங்களும். அப்படிச் சிந்தித்துச் செயல்படும்போது மாற்றத்திற்கும் மேம்பாட்டுக்கும் அடிப்படைகள் எவை என்று கண்டறிந்து அதற்கேற்ப பணி செய்து கொண்டுவர வேண்டும். எனவே, மாற்றத்திற்கான அடிப்படைகள் குறித்துத் தலைவர்களுக்கும் மக்களுக்கும் புரிதல் வேண்டும். இன்றைய சூழலில் நமக்கு இருக்கும் சிக்கலே அடிப்படை மாற்றங்களுக்கான காரணிகளைப் புரிந்து செயல் படுவதில்தான் இருக்கிறது.

இன்று நாம் அனைவரும் பளபளக்கும் கட்டடங்களைப் பார்த்தும், சாலைகளைப் பார்த்தும், சாலைகளில் ஓடும் நான்கு சக்கர வாகனங்களைப் பார்த்தும், வீதிக்கு வீதி வந்து குழந்தை களைப் பள்ளிக்குச் சீருடையுடன் அழைத்துச் செல்லும் பள்ளி வாகனங்களைப் பார்த்தும், அனைவரையும் மகிழ்வித்துக் கொண்டிருக்கும் கைபேசிகளைப் பார்த்தும், கிராமங்களுக்குள் உருவாக்கப்பட்ட பொறியியல் கல்லூரிகளைப் பார்த்தும், அளவில்லாது பெரிய மால்களில் குவிக்கப்பட்டிருக்கும் பொருள் களைப் பார்த்தும், எண்ணிக்கையில் அதிகமாகப் பறக்கும் விமானங்களைப் பார்த்தும், கிராமங்களில் கட்டப்படும் வீடு களைப் பார்த்தும், வீதிக்கு வீதி திறக்கப்பட்டு, செயல்படும் பேக்கரிகளைப் பார்த்தும், நகரங்களில் செயல்படும் அதி நவீன மருத்துவமனைகளைப் பார்த்தும், நாம் வளர்ச்சியில் உச்சத்தைத் தொடுகிறோம் என்று ஒரு பிரமையில் வாழ்ந்துகொண்டிருக்கிறோம்.

அடிப்படை மாற்றத்திற்கான செயல்பாடுகள்

உண்மை வேறாக இருப்பதை நாம் அறிவியல்பூர்வமாக அறிந்து

கொள்ளாமல் இருப்பதுதான் எதார்த்தமான உண்மை. ஒரு சமூகம் முன்னேற பல வளங்கள் தேவை. ஆனால், அவற்றில் அடிப்படையானது மனிதவளம். எங்கு மனித வளம் சிறந்து விளங்குகிறதோ அங்கு வளர்ச்சியும் மேம்பாடும் சமூகத்துக்கு வசப்பட்டுவிடும். அப்படியென்றால், அந்த மனித வளத்தை எப்படிக் கட்டமைப்பது. இது பற்றிய புரிதல் ஒரு சமுதாயத்துக்கு இருக்க வேண்டும். ஒரு சமூகத்துக்குக் குழந்தைகள் சொத்தாக மாறுவது எப்போதென்றால் அவர்கள் முறையாகப் பெற்றெடுக்கப் பட்டு வளர்க்கப்பட்டால். ஒரு குழந்தை முறையாகப் பேணி வளர்க்கப்பட்டால், அந்தக் குழந்தை ஆரோக்கியமான குழந்தை யாகச் சமூகத்தில் ஆற்றல்மிக்கதாகச் செயல்படும். இதற்கு என்ன செய்ய வேண்டும்? முதலில் அந்தச் சமூகத்தில் வளர் இளம்பெண்கள் இரத்தசோகையற்று இருக்க வேண்டும். ஒரு பெண் திருமண வயது எய்தும்போது அந்தப் பெண் இரத்த சோகை இல்லாமல் 42 கிலோ எடை இருக்க வேண்டும். அந்தப் பெண்ணுக்குத் திருமணமாகி குழந்தை உண்டாகும்போது 10 கிலோ எடை அதிகரிக்க வேண்டும். அந்தப் பெண் கருவுற்ற காலத்தில் பேறுகாலக் கவனிப்பை அரசு ஆரம்பச் சுகாதார நிலையத்தின் மூலம் முறையாகப் பெறுகிறாரா என்பதைக் கவனித்து அவரின் ஆரோக்கியத்தைப் பேண வேண்டும். குடும்பத்திலும் சமூகத்திலும் அந்தப் பெண்ணுக்கு முறையான பாதுகாப்பும் மனநிறைவும் அளிக்கப்படல் வேண்டும். அந்தப் பெண்ணின் பிரசவம் ஆரம்பச் சுகாதார நிலையத்தில் நடைபெறுமாறு பார்த்துக்கொள்ள வேண்டும். மேற்கூறிய நடவடிக்கைகள் முறைப்படி நடந்தால், அந்தப் பெண் நிறைந்த எடையுடைய ஆரோக்கியமான குழந்தையைப் பெற்றுத் தருவார். அதன் பிறகு முறையாகப் பேறுகாலக் கவனிப்பைச் செய்து அந்தத் தாயையும் குழந்தையையும் வளர்த்தால் குழந்தை நல்ல மூளை வளர்ச்சி அடைந்து சிறந்த குழந்தையாக விளங்கும். குழந்தைகளுக்கு 3 வயது நிறைவடைவதற்குள் 80% மூளை வளர்ச்சி நடந்துவிடும்.

சமூகத்தைத் தயார் செய்தல்

எனவே, இந்தப் புரிதலைக் குடும்பம் மட்டுமல்ல, ஒரு சமூகமே

பெற்றுச் செயல்பட வேண்டும். குழந்தைகள் அந்தக் குடும்பத்தின் சொத்து மட்டுமல்ல, சமூகத்தின் சொத்து, நாட்டின் சொத்து என்ற புரிதல் ஒரு சமூகத்திற்கு வர வேண்டும். அடுத்துத் தண்ணீர் பற்றி விழிப்புணர்வு நம் சமூகத்துக்குத் தேவை. நம் நாட்டில் தண்ணீர் மூலம் பரவும் நோய்கள்தான் அதிகம். தண்ணீரை முறையாகப் பாதுகாத்துப் பயன்படுத்தும் புரிதலை சமூகத்துக்கு ஏற்படுத்த வேண்டும். தண்ணீர் மாசுபடவும் கூடாது. அத்துடன் தண்ணீர் குடிப்பதற்குப் பக்குவமாகச் சூடுபடுத்திப் பயன்படுத்தும் முறைமை தெரிந்து சமூகம் செயல்பட்டால் ஆரோக்கியமான வாழ்வை சமூகம் பெறும். அதேபோல் வாழ்விடம்; அதாவது தாங்கள் வசிக்கும் இடத்தைத் தூய்மையாக வைத்துக்கொள்ளும் முறைமை தெரிந்திருக்க வேண்டும். குப்பைகளை முறைப் படுத்தி, பிரித்து, மேலாண்மை செய்யும் முறைமை அறிந்து, சமூகம் விழிப்புடன் செயல்பட்டால், உடல்நலம் பேணுதல் இன்னும் எளிதாகிவிடும். இதை அடுத்து இல்லங்களிலும் பொது இடங்களிலும் கழிப்பறைகளைக் கட்டி கழிப்பறையைப் பயன்படுத்தும் புரிதலைக் கற்று, ஒரு கழிப்பறைக் கலாசாரத்தை மக்களிடம் வளர்த்துவிட்டால், சமூகத்தின் ஆரோக்கிய நிலை உச்சத்தை அடையும். மகாத்மா காந்தி, கழிப்பறைக் கலாசாரத்தை நாம் வெள்ளையர்களிடம் கற்றுக்கொள்ள வேண்டும் என்பார். வெள்ளையர்களின் மேம்பாட்டுச் செயல்பாடுகள் எதையும் ஏற்றுக்கொள்ளாத காந்தி, கழிப்பறைக் கலாசாரத்தை வெள்ளையர் களிடம் கற்றுக்கொள்ள வேண்டும் என்று கூறியதன் முக்கியத்துவம், கழிப்பறைப் பண்பாட்டின் முக்கியத்துவத்தை வலியுறுத்து வதற்காகவே.

அடுத்து, குழந்தைகளுக்குத் தரும் தொடக்கக்கல்வி. குழந்தை களுக்குக் கல்வி கற்பதில் ஆர்வத்தை உருவாக்குவதற்குக் கல்வி கற்கும் சூழலை பள்ளியில் முதலில் உருவாக்க வேண்டும். பள்ளிச் சூழல், கல்வி கற்கும் சூழலாக மாற்றுவதற்குத் தேவையான புரிதலை சமூகம் பெற வேண்டும். குறிப்பாக பஞ்சாயத்துகள் பெற வேண்டும். அடுத்துக் குழந்தைகளின் உரிமைகளும் பெண்களின் உரிமைகளும் நிலைநாட்டப்பட வேண்டும். முதலில் குழந்தைப் பாதுகாப்பு, அடுத்து அவர்களின் உரிமைகளைப் பாதுகாப்பது அவர்களின் மேம்பாட்டுக்கு இன்றியமையாதது. பெண்களின்

உரிமைகள் நிலைநாட்டப்படுவதும் பெண்களின் பிரச்சினைகளை விவாதத்துக்கு உட்படுத்திப் பெண்களின் உரிமை மற்றும் பாதுகாப்புக்கான ஒரு புரிதலை அனைவரிடமும் ஏற்படுத்துவது மிகவும் இன்றியமையாதது. இதற்குப் பாலின சமத்துவம் பற்றிய புரிதலை அனைத்துத் தரப்பு மக்களுக்கும் ஏற்படுத்த வேண்டும்.

அடுத்து, தீண்டாமை என்ற ஒரு கொடிய நோய் நம் சமூகத்தைப் பீடித்துள்ளது. அது அகற்றப்பட வேண்டும். அரசியல் சாசனத்தில் அகற்றப்பட்டுவிட்டது. ஆனால், சமூகம் அதை இன்னமும் முழுமையாக விட்டொழிக்கவில்லை. ஆகையால்தான், இந்தப் பணி தற்போது உள்ளாட்சிக்குத் தரப்பட்டுள்ளது. சமூக நீதி பற்றிய சரியான புரிதலை நம் மக்களிடம் ஏற்படுத்த வேண்டும். அடுத்து, சமத்துவம் பழகுவது. மக்களாட்சியின் அடிநாதமாக விளங்குவது சமத்துவம். இந்தச் சமத்துவத்தைப் பார்வையிலும் நடத்தையிலும், செயல்பாட்டிலும் அடித்தளத்தில் உள்ளாட்சிச் செயல்பாடுகளில் நடைமுறைக்குக் கொண்டுவர வேண்டும்.

இயற்கைச் சூழல் பாதுகாப்பும், உயிர்ச்சூழல் பாதுகாப்பும் மிக முக்கியமானவை. பருவநிலை மாற்ற காலத்தில் மிகவும் பாதிப்புக்கு உள்ளாகிக்கொண்டிருப்பவர்கள் ஏழைகள்தான். எனவே, பருவநிலை மாற்றத்தை எதிர்கொள்வதற்கான தேவையான புரிதலை மக்களிடம் ஏற்படுத்த வேண்டும். அடுத்து, ஏழை மக்களின் வாழ்வாதாரத்தைப் பாதுகாக்க வேண்டும். மேற்கூறிய அத்தனை செயல்பாடுகளிலும் பெண்கள், தலித்துகள், ஆதிவாசிகளை முன்னிலைப்படுத்த வேண்டும். அவர்களுடைய பங்கேற்பை உறுதிசெய்ய வேண்டும். அடித்தளத்தில் மக்கள் மேம்பாட்டிற்கு மக்கள் பங்கேற்பு இன்றியமையாதது என்ற புரிதலை மக்களிடம் ஏற்படுத்தி, மக்கள் அமைப்புகள் அனைத்திலும் அடித்தட்டு மக்களைப் பங்கேற்கச் செய்ய வேண்டும். இந்த அடிப்படையான பணிகள் பற்றிய புரிதலையும், அவற்றை நடைமுறைப்படுத்தும் ஆற்றலையும் உள்ளாட்சித் தலைவர்களுக்கு உருவாக்க வேண்டும். இந்தச் சாதனைகளைச் செய்ய நம்முடைய மக்கள் பிரதிநிதிகள் மக்கள் தலைவர்களாக மாறவேண்டும், மாற்றங்களைச் செய்ய வல்லமை கொண்டவராக மாறவேண்டும். இந்தப் பணிகளை அவ்வளவு எளிதாகச் செய்துவிட முடியாது. அதற்கான

தலைமைத்துவம்தான் இன்று உள்ளாட்சித் தலைவர்களுக்குத் தேவை. அந்தத் தலைமைத்துவம் என்பது மாற்றுத் தலைமைத்துவம், அதுதான் மாற்றத்திற்கான தலைமைத்துவம். அந்தத் தலைமைத் துவத்தை வளர்ப்பதுதான் இன்றைய தலையாயப் பணி.

□

5

அதிகாரப் பரவலும் மக்களாட்சியும்

பொதுவாக 'அதிகாரப் பரவல்' என்னும் சொல்லை ஒரு குறுகிய பார்வையில்தான் நாம் அர்த்தப்படுத்துகிறோம். ஒன்றிய அரசு மாநில அரசுகளுக்கும், மாநில அரசாங்கம் உள்ளாட்சி அரசாங்கங் களுக்கும் அதிகாரங்களைப் பகிர்ந்தளிக்கும் என்பதாகவே பொருள் கொண்டுள்ளோம். அதிகாரப் பரவல் ஒரு கலாசாரம், அது ஒரு பழக்கம், ஒரு செயல்பாடு, ஒரு நடத்தை, ஒரு பார்வை என்பதை விசாலமாகப் பார்க்க நமக்குத் தெரியவில்லை.

அதிகாரப் பரவல் குடும்பத்தில் ஆரம்பித்து, அரசியல், சமூக, பொருளாதார, ஆளுகை, நிர்வாக அமைப்புகள், நிறுவனங்கள் அனைத்திலும் நடைபெற வேண்டிய செயல். அத்துடன் அதிகாரத்தை ஆட்சிக்கானது, ஆளுகைக்கானது என்றே பார்த்து விளங்கிக் கொண்டுள்ளோம். அதிகாரத்தைப் பொறுப்பாக, கடமையாகப் பார்க்க நமக்குத் தெரியவில்லை. அதிகாரத்தைப் பொறுப்பாகவும், கடமையாகவும் புரிந்துகொண்டால், அதிகாரத்தை வைத்து மற்றவர்கள்மேல் ஆதிக்கம் செலுத்தமாட்டோம். அதிகாரப் பரவல் பொறுப்புகளையும் கடமைகளையும் பகிர்ந்தளிப்பது. அவ்வாறு பகிர்ந்தளிக்கும் போதுதான் பெற்ற அதிகாரங்களை, கடமைகளை நிறைவேற்றும்போது அவரவர் நிலையில் பொறுப்புடன் செயல்படப் பழகிக்கொள்வார்கள். அது மட்டுமல்ல, அவர்கள் மக்களுக்குக் கடமைப்பட்டவர்களாக மாறிவிடுவார்கள். இவற்றையெல்லாம்விட எல்லா நிலைகளிலும் மக்கள் செயல்தளத்தில் இயங்குவார்கள்.

ஒரு குடும்பத்தில் குழந்தைகள் இருக்கிறார்கள், வயதானவர்கள் இருக்கிறார்கள், குடும்பத் தலைவர், தலைவி எனப் பலர் இருக்கிறார்கள் என்றால் அந்தக் குடும்பத்தில் பணிகள் பகிர்ந்தளிக்கப்பட்டிருந்தால் குழந்தைகள் பல பணிகளைச் செய்வார்கள், பெரியவர்கள் பல பணிகளைச் செய்வார்கள், பெண்கள் பல பணிகளைச் செய்வார்கள். ஆக ஒட்டுமொத்தக் குடும்பமும் அவரவருக்குரிய இயங்குதளத்தில் பணியாற்றி, கடமைகளை நிறைவேற்றிக் கொடுத்துவிடுவார்கள். அந்தப் பணிகளை நிறைவேற்றும்போது குழந்தைகள் தன்னம்பிக்கை பெறுவார்கள், தாங்கள் பொறுப்புடன் செயல்படப் பழகிக் கொள்வார்கள், எப்பொழுதும் சுறுசுறுப்பாக இருக்கப் பழகிக் கொள்வார்கள், அத்துடன் குடும்பம் சார்ந்து சிந்திக்கப் பழகிக் கொள்வார்கள். குடும்பத்திலுள்ள மற்றவர்கள் பற்றி யோசித்துச் செயல்பட்டு சமூகப் பார்வையை உருவாக்கிக்கொள்வார்கள். அதேபோல் முதியவர்கள் தங்களால் முடிந்த பணிகளைச் செய்கிற போது, தாங்கள் பயனுள்ளவர்கள், தேவையானவர்கள் என்று மற்றவர்கள் உணர்வதுடன் தவிர்க்க இயலாதவர்கள், தாங்கள் எவருக்கும் பாரமல்ல என்று எண்ணுவார்கள். அதில் அவர்களுக்கு ஒரு பெருமையும் உண்டு.

இதில் மிகவும் முக்கியமான கருத்தை உள்வாங்கிக்கொள்ள வேண்டும். யார் யார் எந்தெந்தப் பணிகளைச் செய்ய முடியுமோ அந்தந்தப் பணிகளை அவர்களிடம் தந்து செயல்பட வைக்க வேண்டும். ஒரு குழந்தையால் செய்ய முடிந்த வேலையைப் பெரியவர்கள் செய்ய வேண்டியதில்லை. இது ஒரு குடும்பத்துக்கு மட்டும் கூறப்படுவது அல்ல, அரசாங்கத்துக்கும் பொருந்தும். ஒன்றிய அரசு இருக்கிறது, மாநில அரசு இருக்கிறது, உள்ளாட்சி இருக்கிறது. இந்த மூன்று அரசாங்கங்களும் எப்படிச் செயலாற்ற வேண்டும் என்றால், எவற்றையெல்லாம் உள்ளாட்சியால் செய்ய முடியுமோ அவற்றை உள்ளாட்சியே செய்வதற்குப் பணிக்க வேண்டும். எவற்றையெல்லாம் உள்ளாட்சியால் செய்ய முடிய வில்லையோ அவற்றை மாநில அரசு செய்ய வேண்டும், எவற்றை யெல்லாம் மாநில அரசாங்கத்தால் செய்யமுடியவில்லையோ, அவற்றை மட்டும் ஒன்றிய அரசு எடுத்துக்கொண்டு செயல்பட வேண்டும். அப்படிச் செய்கின்ற போது பொறுப்புகளைப் பகிர்ந்துகொண்டு

அதிகாரப் பரவலும் மக்களாட்சியும் ✤ 53

நாட்டு மக்களுக்கு பணியாற்றுவதுதான் முதல் நோக்கம் என்ற நிலையில் அனைவரும் செயல்படுவர்.

அதேபோல், இந்த அதிகாரப் பரவல் அரசாங்கத்திற்கு மட்டுமல்ல, அரசியல் கட்சிகளுக்கும் பொருந்தும். அரசியல் கட்சிகளில் கிராமங்களிலிருந்து நாட்டின் தலைநகரம் வரை அமைப்புகள் உருவாக்கப்பட்டுள்ளன. ஆனால், இன்று தலைமை யிடத்தில் அதிகாரம் குவிக்கப்பட்டிருக்கிறது. கிராமத்தில் உள்ள செயல்பாடுகளைக் கிராமக் குழுவே மேற்கொள்ள வேண்டும். அந்தக் குழுவே அங்குள்ள பணிகளுக்குப் பொறுப்பு. அதேபோல் நகரமோ, வட்டமோ, மாவட்டமோ, மாநிலமோ எல்லா இடங்களிலும் பொறுப்புகள் ஒப்படைக்கப்பட்டு அதை நிறைவேற்றும் அதிகாரங்களையும் கொடுத்துவிட வேண்டும். அப்போதுதான் நம் செயல்பாடுகளுக்கு நாம் பொறுப்பேற்க வேண்டும் என்ற உணர்வும், நம்மை நாம் ஆளுகிறோம் என்ற பெருமையும் உணர்வும் அனைவருக்கும் வரும். பொறுப்பும் அதிகாரமுமற்றுச் செயல்பாடுகளுக்கு அவர்களைப் பணிப்போமே யானால், அவர்கள் ஏவலாட்களாகத் தங்களைப் பாவித்துப் பொறுப்பற்றுத்தான் செயல்படுவார்களேயன்றி, பொறுப்புடன் கடமையுணர்வுடன், பெருமையுடன் எந்தப் பணியையும் செய்ய மாட்டார்கள்.

எனவே, அரசியல் கட்சிகளும் அதிகாரப் பரவலை முன்னெடுத்துச் செயல்படுத்துவதன் மூலம், அடிமட்டத் தொண்டன்வரை அதிகாரப்படுத்தப்பட்டுப் பொறுப்புடன் செயல்பட்டுப் பெருமையுடன் பணியாற்றிக் கட்சியையும் வலுப் படுத்தி மக்களுக்குச் செயலாற்றி மக்களின் நம்பிக்கையை அந்தக் கட்சிக்குப் பெற்றுத் தருவான். மாநிலத்தில் கட்சிகள் எப்படி நடக்க வேண்டும் என்று டெல்லியில் முடிவெடுக்கக் கூடாது. மாநிலத்தில் உள்ள அமைப்புகளுக்குப் பொறுப்பாளர்களைத் தேர்ந்தெடுக்கும் அதிகாரத்தை அவர்களுக்குத் தராமல், டெல்லி தலைமையே அவர்களை நியமித்து பணியாற்ற வைத்தால், அவர்கள் அந்தக் கட்சிக்கு எடுபிடியாகத்தான் செயல்படுவார்களேயன்றி, அவர்கள் தாங்கள்தான் பொறுப்பாளர்கள் என்று பொறுப்பேற்றுச் செயல்பட மாட்டார்கள். மேலிட நியமனங்கள் என்பதே ஒரு வகையில் மக்களாட்சியை வலுவிழக்கச் செய்வதாகும்.

இந்த அதிகாரப் பரவலை நாம் எப்படிப் பார்க்கிறோம் என்றால், அதிகாரம் மையத்தில் இருப்பதால், அதைப் பகிர்ந்தளிக்க வேண்டும் என்று கருதுகிறோம். அதிகாரத்தை நாம் அரசியல் சாசனத்திலிருந்து பார்த்துப் பழகிக்கொண்டதால், அந்தப் பார்வை எங்கும் வந்துவிட்டது. எப்படி ஒன்றிய அரசில் அதிகாரங்கள் குவிக்கப்பட்டு, முடிவுகள் எடுத்து மாநிலங்களையும் உள்ளாட்சி களையும் செயல்பட வைத்துள்ளோமோ அதேபோல் அரசியல் கட்சிகளும் மையத் தலைமை அதிகாரங்களை வைத்து மாநிலங்கள், மாவட்டங்கள் என அனைத்து இடங்களிலும் உள்ள பணிகளைத் தங்கள் கட்டளைகளின் மூலம் பணித்துச் செயல்பட வைத்துப் பழக்கப்படுத்திவிட்டன. கட்சியின் அமைப்பு சார்ந்து, உட்கட்சித் தேர்தல் நடந்தாலும் அடிப்படையில் அனைத்து அதிகாரங்களும் கட்சித் தலைமையை மையப்படுத்தியே கட்டமைத்துவிடுகின்றனர். கட்சி, அமைப்பு கட்டுக்கோப்புடன் செயல்பட அதிகாரக்குவியல் தேவையாக இருக்கின்றது என்று அதை நியாயப்படுத்தவும் செய்கின்றனர். இப்படியான, மையப்படுத்திய செயல்பாடுகளில் மக்களாட்சியை விரிவு படுத்துவதற்குப் பதில் சுருக்கிக்கொள்வதைக் கவனத்தில் எடுத்துக் கொள்வதில்லை. நாளடைவில் இந்தச் செயல்பாடுகள் அமைப்புகளை வலுப்படுத்துவதற்குப் பதில் வலுவிழக்கச் செய்துவிடும். ஏனென்றால், கீழ்நிலையில் இருப்பவருக்குப் பொறுப்பில்லை, ஏவியதைச் செய்ய வேண்டும். கடமையை நிறைவேற்ற வேண்டும் என்ற உணர்வில்லை. அத்துடன் அதில் அவர்களுக்குப் பெருமையும் மரியாதையும் இல்லை. அதிகாரப் பரவலில் பொறுப்புடன் கடமை இருப்பதாக, உணர்வுடன் செயல்பட்டு பெருமைப்படுவார்கள்.

அதிகாரக் குவியலில் கீழ்நிலையில் உள்ளவர்களுக்குப் பொறுப்பும் கடமையும் இல்லை. காரணம் அவர்களை ஏவக்கூடிய எஜமானர்கள் எங்கோ இருக்கிறார்கள். ஏவுதலை நிறைவேற்றும் மனிதர்கள் தங்களுக்குப் பெருமை இருப்பதாக நினைப்பதில்லை. அதைவிட அவர்களுக்கு முடிவெடுக்கும் அதிகாரம் கிடையாது. அனைத்தும் மையப்படுத்தி வைத்துள்ள காரணத்தால். அடுத்து மக்களாட்சியின் உட்கூறு என்பது சமத்துவம். சமத்துவம் ஒரு பார்வை, ஓர் உணர்வு, ஏற்றத்தாழ்வற்று, ஒருவரையொருவர்

மதித்து நடத்துதல். அரசாங்கமாக இருந்தாலும், நிறுவனங்களாக இருந்தாலும், அமைப்புகளாக இருந்தாலும், அனைத்திலும் பதவிகளை வகிக்கக்கூடியவர்கள் தாங்கள் ஒரு பொறுப்பில் இருக்கிறோம் என்று எண்ண வேண்டுமேயன்றி தான் அதிகாரத்தில் இருக்கிறோம் என்று எண்ணக்கூடாது. அதிகாரம் பொறுப்புகளை நிறைவேற்றத் தரப்பட்டுள்ளதே அன்றி மற்றவர் களை அடக்கி ஆளத் தரப்படவில்லை. எந்தப் பதவியும் உயர்ந்த பதவியும் அல்ல, தாழ்ந்த பதவியும் அல்ல. மக்களாட்சி நடைபெறும் ஒரு நாட்டில், மாவட்ட ஆட்சித்தலைவரும் அதே வளாகத்தில் தூய்மைப்பணி செய்கிறவரும் ஒரு நிலையில் பார்க்கப்பட வேண்டும், நடத்தப்பட வேண்டும். மனிதர்களாக இருக்கும் அனைவரும் எந்த உயர்வு தாழ்வும் இன்றி ஒருவரை யொருவர் மதித்து நடந்துகொள்ளவேண்டும், நடத்தப்பட வேண்டும். ஆனால், அப்படி இன்று சமூகத்தில் நடைபெறுவது கிடையாது. ஒரு மாநிலத் தலைவரும், அந்தக் கட்சியின் மத்திய தலைவரும் சரிசமமாக நடந்துகொள்ள முடியவில்லை. நடத்தப்பட முயற்சி செய்யவும் இல்லை. இதற்கான அடிப்படைக் காரணம் ஒன்று சமூகச் சமத்துவம் பற்றிய புரிதலை நாம் சமூகத்தில் ஏற்படுத்த முடியவில்லை, ஏற்படுத்த பெருமுயற்சியும் செய்யவில்லை. இந்தப் பணியை நம் அரசியல் கட்சிகளும் நம் கல்விக்கூடங்களும் செய்திருக்க வேண்டும். இவை அனைத்தும் பிரபுத்துவ மனநிலையில் செயல்பட்டு வளர்ந்திருக்கின்றதேயன்றி அதிலிருந்து மக்களாட்சிக்கு உயர முடியவில்லை.

அரசியல் மக்களாட்சிப்படுத்தப்பட்டு இருந்தால், அதிலிருந்து சமூகம் பாடம் படித்திருக்கும். சமூகம் அரசியலிலிருந்து பாடம் கற்பதற்குப் பதில் அரசியல் சமூகத்திடம் பாடம் படித்துக் கொண்டுவிட்டது. அரசியல் சமூகத்தில் உள்ள ஏற்றத்தாழ்வுகளை அகற்றுவதற்குப் பதில், சமூகத்தில் உள்ள அமைப்பு முறைகளை அரசியல் உள்வாங்கிக்கொண்டுவிட்டது. சமூகத்தை எப்படி மேய்ப்பது, கட்டியாள்வது என்பதை நம் சமூகம் காலங்காலமாகக் கற்றுத் தந்தவற்றை வைத்துக்கொண்டு அரசியலையும் மேய்த்துச் செயல்பட பழக்கிவிட்டோம். அரசியல் நம் சமூகத்தை ஜனநாயகப்படுத்துவதற்குப் பதில், சமூகம் நம் அரசியலை பிரபுத்துவப்படுத்திவிட்டது. அதனால்தான் நம் அரசியல்

கட்சிகளின் தலைவர்கள் மிகப்பெரிய பிரபுகள்போல் ஆகி விட்டனர்.

அடுத்ததாக, அரசியல் கட்சிகளைக் கம்பெனிகள்போல் மாற்றிக்கொண்டு பெரும்பணத்தை வைத்து அதன் அடிப்படை யில் கட்சிகளை நடத்த ஆரம்பித்துவிட்டனர். கட்சிகள் முதலில் தம்மை ஜனநாயகப்படுத்திக்கொள்ள வேண்டும். அதற்கு முதலில் கம்பெனிகளின் தலைவர்கள் கம்பெனிகளை நடத்துவது போல் நடத்தாமல், கீழிருந்து, அகில இந்திய அளவில் உள்ள பதவிகள் வரை முறையாகத் தேர்தல் நடத்தப்பட வேண்டும். எந்த இடத்திலும் உயர்நிலையில் நியமனப் பதவிகளைச் செய்யாமல், அந்தந்த நிலையில் மக்களின் நம்பிக்கையைப் பெற்றவர் மட்டுமே பதவிகளுக்கு வரவேண்டும். அப்படி வந்தால் மட்டுமே மதிக்கப்படக்கூடியவராக எல்லா நிலையிலும் உள்ள தலைவர்கள் இருப்பார்கள். இல்லையேல் பதவிகளைப் பெறுவதற்கு மேல் நிலைத் தலைவர்களை அண்டி வாழ ஆரம்பித்து, தலைவர் களைக் கட்சிகளின் முதலாளிகளாக்கிவிடுவார்கள். அதுதான் இன்று நடந்துகொண்டிருக்கிறது.

அது மட்டுமல்ல, எல்லா அமைப்புகளும் நிறுவனங்களும் அடிப்படையில் அதனதன் அளவில் சுயாட்சி பெற்றதாக இருக்க, அவை ஜனநாயகப்படுத்தப்பட வேண்டும். அதற்குத் தேவையான அதிகாரங்கள் வழங்கப்பட வேண்டும். நாடு சுயாட்சி பெற வேண்டும் எனப் போராடினோம். அடுத்து பிராந்தியங்கள் சுய ஆட்சி பெற வேண்டும் என்று பேசுகிறோம். அதேபோல் உள்ளாட்சி சுயாட்சி பெறவேண்டும் என விவாதிக்கிறோம். இதற்கான அதிகாரங்கள் மேலிருந்து வருவதற்காகப் போராடு கிறோம். இதற்கு நேர் எதிர்த்திசையில் ஒரு நாடு 700 ஆண்டு காலமாகப் பயணித்து மக்களை அதிகாரப்படுத்தி வைத்துள்ளது. அதுதான் சுவிட்சர்லாந்து. இந்த நாட்டில் அதிகாரப் பரவல் என்று கூறுவது கிடையாது. அந்த நாட்டு அமைப்பே எப்படி உருவாக்கப் பட்டது என்றால், அங்கு உள்ள உள்ளாட்சிகள் எதையெல்லாம் செய்ய முடியுமோ அவ்வளவு அதிகாரங்களையும் வைத்துக் கொள்கின்றன. எவற்றையெல்லாம் செய்ய இயலவில்லையோ அவற்றை மேலே உள்ள அரசாங்க அமைப்புகளுக்குக் கொடுத்து செயல்பட வைத்துள்ளன. இதன் விளைவு மக்கள் கையில்

அதிகாரம். மக்கள் மிகவும் பொறுப்புமிக்கவர்கள். அதுமட்டுமல்ல, கடினமாக உழைக்கக்கூடியவர்கள்.

உலகத்தில் அதிகமான அதிகாரங்களையும், பொறுப்புகளையும் பெற்ற குடிமக்கள் சுவிட்சர்லாந்து நாட்டில் வாழும் பொதுமக்கள். அவர்கள் பயனாளிப் பட்டாளம் அல்ல. அவர்கள் அரசாங்கம் சோறு போடுமா என்று எதிர்பார்ப்பதில்லை. சுயமரியாதையுடன் வாழ நினைக்கும் மக்கள். எனவே, மிகப் பெரிய சீர்திருத்தம் இந்திய அரசாங்கத்திலும் அரசியலிலும் சமூகத்திலும் வர வேண்டும். அந்தச் சீர்திருத்தத்தின் மூலம், கட்சிகள் முதலில் மக்களாட்சிப் படுத்தப்பட வேண்டும். அதன் மூலம் கட்சிகளில் சமத்துவத்தைப் பிரதிபலிக்கச் செய்ய வேண்டும்.

அரசியல் கட்சிகளும், அரசாங்கமும் தங்களை ஜனநாயகப் படுத்திக்கொள்ளாமல் சமூகத்தை ஜனநாயகப்படுத்த இயலாது. இன்று பெரும் பகுதி நாம் எதைப் பார்க்கிறோம் என்றால், சமூகத்தில் உள்ள ஊனங்கள், அழுக்குகள் அரசியலைப் பிடித்துக் கொண்டுவிட்டன. எனவே இதிலிருந்து விடுபட்டு உண்மையான மக்களாட்சி மலர, அரசியல், அரசாங்க சமூக அமைப்புகள் அனைத்தும் ஜனநாயகப்படுத்த முதலில் அரசியல் கட்சிகளும் அரசாங்கமும் மாற வேண்டும். அதுதான் இன்றைய தேவையாக இருக்கிறது. □

6

நீங்கள் தலைவர்தானா? சோதியுங்கள்

ஊராட்சித் தலைவர் முதல்வராகவும் ஆகலாம்

நீண்ட நாள்களுக்கு முன் மராட்டிய மாநிலம் நாக்பூரில் பஞ்சாயத்துத் தலைவர்களுக்கான மாநாடு ஒன்று நடந்தது. அதில் பங்கேற்றுப் பேச எனக்கு அழைப்பு வந்தது. அந்த மாநாட்டுக்கு முன்னாள் மத்திய அமைச்சர் மணிசங்கர் ஐயர், மறைந்த காந்தியவாதி எல். சி. ஜெயின் போன்றோரும் அழைக்கப்பட்டிருந்தனர். அந்த மாநாட்டைத் தொடங்கி வைக்க அந்த மாநில முதல்வர் வந்திருந்தார். அவர் மிகவும் எளிமையாக எந்தவித ஆர்ப்பாட்டமும் ஆடம்பரமும் இன்றி விழா மேடைக்கு வந்தார். அவருடைய மாநாட்டுத் தொடக்க உரை, ஒரு சம்பிரதாய உரையாக இருக்கும் என எண்ணியிருந்தேன்.

ஆனால், அது முற்றிலும் வியக்கத்தக்க ஓர் ஆழமான கருத்து உரையாகவும் இருந்தது. பஞ்சாயத்துத் தலைவர்களுக்கு அவருடைய உரை ஒரு வழி காட்டும் எழுச்சிமிக்க உரையாக இருந்தது. அந்தத் தொடக்க உரை மராட்டிய மொழியில் இருந்ததால் அனைவருக்கும் மொழிபெயர்க்க ஒவ்வொரு வருக்குப் பக்கத்தில் ஒருவர் மேடையில் அமர வைக்கப் பட்டிருந்தனர். அந்த ஏற்பாட்டை மணிசங்கர் அய்யர் செய்து தந்தார். அந்த மாநில முதல்வர் இந்தப் புதிய பஞ்சாயத்து அரசாங்கத்தின் மூலம் அனைவரும் எதிர்பார்ப்பதை முதலில் எடுத்து விளக்கினார். முதலில் கிராமம் என்பது என்ன, அதன் வரலாற்றுப் பின்னணியை ஒரு வரலாற்று ஆசிரியர் போல்

நீங்கள் தலைவர்தானா? ❋ 59

விளக்கினார். 'இன்றைய கிராமங்களை கிராமியமாக மாற்றுவது குறித்தும் எடுத்துச்சொன்னார். இன்று கிராமங்களில் வாழ்கிறோம். ஆனால், ஒரு சிறப்புமிக்கக் கிராமிய வாழ்க்கையை நாம் வாழவில்லை. கிராமிய வாழ்க்கையில் ஓர் ஒழுக்கத்துடனும், சமூக ஒற்றுமையுடன், இயற்கையுடன் இயைந்து, வாழ்க்கை நியதிகளைக் கடைப்பிடித்து வாழவேண்டும். அத்துடன் சமூக சமத்துவத்துடன் மதிப்புமிக்க வாழ்க்கையை வாழ்வது என்ற ஆழமான புரிதலுடன் செயல்பட வேண்டும்' என விளக்கினார்.

'ஒரு காலத்தில் வீடுகள் கிராமங்களில் ஒரே இடத்தில் அமைக்கப்பட்டிருந்தன. எந்த ஒரு வீட்டிற்கும் வேலியும் இருக்காது; சுற்றுச் சுவரும் இருக்காது. நிலக்கிழார்கள் வீட்டில் மட்டும்தான் சுற்றுச்சுவர் வைத்து வீடு கட்டியிருப்பார்கள். கிராமங்களில் பெரும்பாலான நிகழ்வுகள் பொதுவாகச் சமூகத்துக் குரியதாகவே நடந்தேறின. குடும்பங்கள் சமூகத்தில் வாழ்ந்தன. குடும்பங்கள் சமூக வாழ்க்கையை முதன்மைப்படுத்தி வாழ்ந்தன. உணவு, உடை, வாழ்வாதாரம் குடும்பச் செயல்பாடாக இருந்தன. மற்றவை அனைத்தும் சமூகச் செயல்பாடாகவே இருந்தன. காலப்போக்கில் முன்னேற்றம் என்ற பெயரில் தனித்து வாழப் பழகினோம். சிறிது சிறிதாகச் சமூகத்திலிருந்து குடும்பங்கள் தனித்து இயங்க ஆரம்பித்துவிட்டன.

நீர்நிலைகள் பொதுவாகவே இருந்தன. நீர்நிலைகளுக்கு வரத்து மற்றும் போக்குக் கால்வாய்கள் எல்லோர் நிலங்களிலும் சென்றன. நீர்நிலைகளில் தண்ணீர் தேங்கியது, அதைப் பொதுமக்கள் பயபக்தியுடன் பயன்படுத்தினர். அதற்கு ஒரு புனிதத்துவத்தைத் தந்து செயல்பட்டனர். அரசு தண்ணீர் கொடுக்க ஆரம்பித்தது. நீர்நிலைகளைப் பற்றி எவருக்கும் கவனமோ பொறுப்போ இல்லை. எனவே, நீர்நிலைகள் கவனிப்பாரற்றுக் கிடக்கின்றன. கிராமத்தை மேம்படுத்துவதாகக் கூறி மக்களை மேம்படுத்து வதற்குப் பதில் கிராமத்தில் இருந்த ஒரு சில கூட்டுச் செயல் பாடுகளையும் பறித்துவிட்டோம். கிராமங்கள் பல நல்ல அம்சங்களைக் கொண்டு இன்றும் செயல்படுகின்றன.

அதே நேரத்தில் பி. ஆர். அம்பேத்கர் கூறிய நச்சுச் செயல் பாடுகளுக்கும் உறைவிடமாக உள்ளது. நாம் செய்ய வேண்டிய

பணி என்பது கிராமங்களை மறுசீரமைப்பதுதான். அந்த மறுசீரமைப்பு, அடிப்படைக் கட்டுமான வசதிகளை உருவாக்குவது மட்டுமல்ல; அவற்றைத்தாண்டி மக்களை மாற்றுவதன் மூலம் மட்டுமே செய்ய இயலும் என்பதைப் புரிந்துகொண்டு செயல்பட வேண்டும். கிராமங்களில் உள்ள கூட்டுச் சிந்தனையை வளர்க்க வேண்டும், தீண்டாமையை ஒழிக்க வேண்டும், கிராமங்களில் சுகாதாரம் பேண வேண்டும், மக்களுக்குச் சுகாதாரம் பேணும் ஒரு கலாசாரத்தை எப்படி உருவாக்குவது என்று கற்றுத் தர வேண்டும், மக்களின் வாழ்வாதாரத்துக்குப் பாதுகாப்புத் தரவேண்டும், குடிசைத் தொழில்களையும், சிறு தொழில்களையும் சிறு தொழில்கள் செய்வோரையும் ஊக்குவிக்க வேண்டும், உள்ளூரில் தயாரிக்கும் பொருள்களை வாங்கும் பழக்கத்தை மக்களிடத்தில் ஏற்படுத்த வேண்டும். நேர்மையுடன் எளிய வாழ்வு வாழும் முறைமையைச் சொல்லித் தரவேண்டும், வறுமைக் கோட்டுக்குக் கீழுள்ள குடும்பங்களின் எண்ணிக்கை குறைந்திட வேண்டும்.

ஒப்பந்த வேலைகளை யார் வேண்டுமானாலும் செய்து விடலாம். கிராமத்தின் மேம்பாட்டிற்குப் பொறுப்பேற்றுக்கொள்ள வேண்டும். கிராமத்துக்குப் பொறுப்பேற்க வேண்டும் என்றால் அதற்கான தகுதிகளை வளர்த்துக்கொள்ள வேண்டும். ஒரு மக்கள் தலைவன் எப்போது தன்னை உயர்த்திக்கொள்ள முடியும் என்றால், தன்னை மக்கள் பிரச்சினைகளுடன் இணைத்து அவற்றுக்குத் தீர்வு காணும்போது மட்டும்தான். மக்கள் பிரதிநிதி களாக வருபவர்களுக்கு, நிறையச் சவால்கள் எதிரே வந்து நிற்கும். அவற்றைச் சமாளிக்கத் திறனும் ஆற்றலும் வேண்டும். அதற்கான புரிதல் மக்கள் தலைவர்களுக்கு வேண்டும். நம் மக்களைப் புரிந்துகொள்ள வேண்டும், நம் அலுவலர்களையும், அதிகாரி களையும் புரிந்துகொள்ள வேண்டும், நம் மாநில, ஒன்றிய அரசு களைப் புரிந்துகொள்ள வேண்டும்.

மக்கள் பிரச்சினைகள் உங்கள் காதுகளில் ஒலிக்க வேண்டும். உங்கள் மனது அதைத் தீர்ப்பதில் லயித்திருக்க வேண்டும். மக்கள், பிரச்சினைகளைச் சுமந்து உங்களிடம் வருகிறபோது சட்டம் என்ன சொல்கிறது, எனக்கு அதிகாரம் இருக்கிறதா, பணம் இருக்கிறதா என்று பார்க்காதீர்கள். அந்தப் பிரச்சினையை நீங்கள் வாங்கிச்

சுமந்துகொண்டு அதைத் தீர்க்க முயலும்போது மக்கள் உங்களை நேசிப்பார்கள். நீங்கள் தீர்வையே கொடுக்கவில்லை என்றாலும் நீங்கள் அவர்கள் பிரச்சினையை உங்கள் பிரச்சினையாக எடுத்து அலையும்போது உங்களுடன் மக்கள் இணைவார்கள். மக்கள் பிரச்சினைகளைத் தேடித் தேடித் தீர்ப்பதற்கு நீங்கள் அலைகின்றீர்கள் என்ற எண்ணத்தைக் கொடுத்துவிட்டால் மக்கள் உங்களுடன் பயணிப்பார்கள். நீங்கள் மக்களுடன் இருப்பது தெரிந்துவிட்டால் மிகவும் மோசமாகச் செயல்படும் அலுவலர்கூட உங்கள்மேல் நம்பிக்கை வைத்து உங்களுக்கு உதவ முயல்வார். நீங்கள் காசுபார்க்க வந்தவர் அல்ல என்ற செய்தியை அதிகாரிகளிடம் கொடுத்துவிட்டீர்களேயானால், அதிகாரிகள் தேடும் ஆளாக நீங்கள் இருப்பீர்கள்.

அரசியல் படிப்பதற்கு உள்ளாட்சி ஓர் அற்புதமான இடம். நீங்கள் போடும் தார்ச் சாலை, நீங்கள் கட்டும் சிறுபாலங்கள், நீங்கள் பராமரிக்கும் தெருவிளக்குகள் அல்ல உங்கள் சாதனைகள். நீங்கள் எத்தனை குடும்பத்துக்கு—அவர்களின் மேம்பாட்டுக்கு— உதவி செய்து கைதூக்கிவிட்டீர்கள், எத்தனை பேருக்கு வேலை வாய்ப்பை உருவாக்கித் தந்தீர்கள், எத்தனை முதியோர்களுக்கு உதவித்தொகை கிடைக்க வழிசெய்தீர்கள், எத்தனை மாற்றுத் திறனாளிகளுக்கு அரசின் உதவிகளைப் பெற்றுத் தந்தீர்கள், எத்தனை குடும்பங்கள் உங்களால் பல்வேறு உதவிகளைப் பெற்று மேம்பட்டன, என்பதில்தான் உங்கள் சாதனைகள் இருக்கின்றன. உங்கள் தொடர்பு மக்களின் வாழ்வில் இருக்க வேண்டும்.

குடும்பங்களுக்குச் செய்கின்ற ஒவ்வொரு உதவியையும் அவர்கள் உயிர் உள்ளவரை போற்றுவார்கள். நீங்கள் உயிருடன் உள்ளவரை உங்களுடன் தொடர்பில் இருப்பார்கள். தலைவராக நீங்கள் உயர்வதற்கு நீங்கள் அமைக்கின்ற சாலைகள் உதவாது, அல்லது கட்டுகின்ற கட்டடம் உதவாது. நீங்கள் போடுகிற சாலை மூன்று ஆண்டுகளில் உங்கள் பதவி முடிவதற்குள் முகத்தில் பூசியுள்ள பவுடர் அழிவதுபோல் காலாவதியாகி புது சாலை போட வேண்டிய சூழல் வந்துவிடும். நீங்கள் ஒரு குடும்பம் நோயுற்று இருக்கும்போது, அந்தக் குடும்பத்துக்கு ஒரு சிறு உதவியைச் செய்யுங்கள்... வாழ்நாள் முழுதும் உங்களை நினைவு கூர்வார்கள். அதேபோல் ஒரு குடும்பத்தில் ஒரு குழந்தை

படித்து முன்னேறுவதற்கு உதவிசெய்யுங்கள், அந்தக் குடும்பம் உங்களை என்றும் நினைவுகூர்ந்திடும். அடிப்படையில் நீங்கள் செய்கின்ற பணிகள் நேரிடையாகவோ, மறைமுக மாகவோ குடும்பங்களின் முன்னேற்றத்திற்கு உதவ வேண்டும். மக்கள் பிரதிநிதிகளாக நாம் செய்யும் பணிகள் குடும்பங்களை முன்னேற்றப் பாதையில் அழைத்துச் செல்ல வேண்டும்.

நம்மைத் தலைவராக்குவது எது என்றால் மக்கள் பிரச்சினை களில் நாம் எந்த அளவுக்குத் தலையிட்டுத் தீர்த்து வைக்கிறோமோ அந்த அளவுக்கு நாம் தலைமைத்துவத்தில் உயர்வோம். மக்கள் பிரச்சினைகளைச் சுவாசிக்கச் சுவாசிக்க நாம் மக்கள் மனங் களுக்குள் சென்றுவிடுவோம், அவர்களின் பிரச்சினையைத் தீர்க்க அதிகாரங்களைவிட, நிதியைவிட உங்களுக்குத் தேவை ஓர் இளகிய மனம், கரிசன மனம். அது இருந்தால்போதும், அது தீர்வை நோக்கி இட்டுச் சென்றுவிடும். சில நேரம் தீர்வு உங்களிடம் இருக்கும், சில நேரம் அது பஞ்சாயத்து மன்றத்தில் இருக்கும், சில நேரம் கிராம சபையில் இருக்கும், சில நேரம் ஒன்றியத்தில் இருக்கும், சில நேரம் வட்டார வளர்ச்சி அலுவலரிடம் இருக்கும், சில நேரம் மாவட்ட ஆட்சித் தலைவரிடம் இருக்கும், சில நேரம் சட்டமன்ற உறுப்பினரிடம் இருக்கும். அந்தந்த இடங்களை நோக்கிப் பிரச்சினைகளை எடுத்துச் சென்று தீர்வு காண முயலும்போது பயன்பெறும் மக்கள் மட்டும் உங்களுடன் நெருங்குவதில்லை, பலர் உங்களுடன் நெருங்குவார்கள்.

உங்களைத் தங்கள் கட்சிக்குள் கொண்டுவந்தால் என்ன என்று ஒரு சட்டமன்ற உறுப்பினர் நினைப்பார், ஒரு நாடாளுமன்ற உறுப்பினர் நினைப்பார், ஒரு கட்சியின் மாவட்டத் தலைவர் நினைப்பார். நீங்கள் மக்கள் பிரச்சினைகளில் செயல்படுவதைப் பார்த்தபோது ஒரு மாவட்ட ஆட்சித்தலைவர் அவர் தேடிய முன்னுதாரணத் தலைவர் நீங்கள் என உணர்ந்து, அவர் உங்களைத் தேடுவார். ஒட்டுமொத்தத்தில் நீங்கள் தவிர்க்க முடியாத மனிதராக மாறிவிடுவீர்கள்.

உங்களின் அரசியல் பயணம், நல்ல அடித்தளமிட்டு எழுவதற்குக் கிராமப் பஞ்சாயத்தில் தலைவராக இருந்து மக்களுடன் செயல் படுவது ஒரு புதிய வாய்ப்பு. அதை நீங்கள் பயன்படுத்திக்

கொண்டு மக்களை உயர்த்தி நீங்களும் உயர்ந்திட வேண்டும்' என வாழ்த்தி அந்த மாநாட்டைத் தொடக்கி வைத்தார்.

அவர் பேசியதை அப்படியே குறிப்பெடுத்துக்கொண்டேன். நண்பகல் உணவு இடைவேளையில் அவருடன் நாங்கள் உணவருந்தியபோது அவரிடம், 'இவ்வளவு ஆழமான உரையை உங்களிடமிருந்து நான் எதிர்பார்க்கவே இல்லை. தொடக்க விழாவில் ஒரு சம்பிரதாய உரையை நிகழ்த்திவிட்டுச் சென்று விடுவீர்கள் என்று நினைத்தேன். தாங்கள் ஒரு பயிற்சி வகுப்பில் பஞ்சாயத்துத் தலைவர்களுக்குத் தலைமைத்துவ வகுப்பு எடுப்பது போல் பேசினீர்கள்' என்றேன். சிரித்துவிட்டுச் சொன்னார்: 'நான் பேசியது என் அனுபவங்கள்.'

அவர் அத்துடன் நிற்கவில்லை, மேலும் கூறினார்: 'நான் என் அரசியலை ஆரம்பித்ததே சிற்றூராட்சித் தலைவர் பதவியில்தான். பின்பு ஒன்றியத் தலைவரானேன், பிறகு மாவட்டப் பஞ்சாயத்தின் தலைவராக வந்தேன். பின்பு சட்டமன்ற உறுப்பினர் பதவிக்கு வந்தேன். பின்பு நாடாளுமன்ற உறுப்பினர் ஆனேன். பின்பு மாநில அமைச்சர்... பின்பு மத்திய அமைச்சர்... தற்போது முதல்வர். அத்தனை பதவிகளும் என் கட்சியின் தலைவர்களால் அளிக்கப் பட்டவை. நான் வகித்த அத்தனை பதவிகளும் நான் எதிர் பார்க்காமல் எனக்குக் கிடைத்தவை. நான் களத்தில் மக்களுடன் நின்று பணியாற்றிக் கொண்டிருப்பேன், அனைத்துப் பதவிகளும் நான் சார்ந்திருக்கின்ற கட்சியின் தலைவர்களால் அளிக்கப்பட்டவை.'

'நான் மத்திய அமைச்சராக இருந்தபோது, கட்சித்தலைவர் என்னை அழைத்து, 'உங்கள் மாநிலத்தின் முதல்வராகப் பொறுப் பேற்றுச் செயல்படுங்கள்' என்று ஆணையிட்டார். வந்து விட்டேன். இந்த நிகழ்வை முறையாக நடத்தவேண்டும் என்று மணிசங்கர் ஐயர் கேட்டுக்கொண்டதால்தான் இதற்கு இவ்வளவு முயன்றோம். நான் பேசியது முழுமையும் என் அரசியல் அனுபவங்கள். ஆகையால்தான் மக்களுடன் இருங்கள், மக்களுடன் தொடர்பில் இருங்கள். உங்கள் தலைமைப்பண்பு மெருகேறும் என்று உள்ளாட்சித் தலைவர்களுக்குக் கூறினேன்' என்றார்.

எனவே, தலைமைக்குத் தேவை மக்கள் பிரச்சினைகளைத் தனதாக்கி அவற்றுக்குத் தீர்வு தேடுதல். அப்படித் தீர்வு

தேடும்போது மக்கள் உங்களுடன் வருவார்கள். அந்தக் கூட்டம் பெருகும்போது நீங்கள் மக்கள் தலைவராகவே உருவாகி விடுவீர்கள்.

எனவே, தலைவராக வேண்டும் என்றால் மக்கள் பிரச்சினை களுக்குத் தீர்வுகாண எந்த இடத்திற்கு எடுத்துச் செல்ல வேண்டுமோ அந்த இடத்துக்கு எடுத்துச் செல்லுங்கள். தீர்வைப் பெற்றுத் தரும்போது, மக்கள் உங்கள் மேல் நம்பிக்கை வைப்பார்கள், உங்களை அவர்கள் ஏற்றுக்கொள்வார்கள், உங்கள் தலைமைத்துவம் மேம்பட்டுவிடும் என்ற அவரின் உரை, மிகப்பெரும் உணர்வூட்டும் உரையாக இருந்தது. அந்த உணர்வும் பார்வையும் நம் பஞ்சாயத்துத் தலைவர்களுக்குத் தேவை. இதில் ஒரு சோகம், அன்று பேசிய அந்த இளம் முதலமைச்சர் விலாஸ்ராவ் தேஷ்முக் இன்று தெய்வமாகிவிட்டார். நல்ல மனிதரை நாடும் அந்தக் கட்சியும் இழந்துவிட்டது. நான் பார்த்த அற்புதமான மனிதர் அவர்.

□

7

நம் உள்ளாட்சித் தலைவர்கள் செய்யாத பணி

ஒரு பேரூராட்சி, அந்த நகரத்தில் வசிக்கும் மக்களுக்கான அறிவிப்பை ஒரு துண்டுப்பிரசுரத்தின் மூலம் செய்துள்ளது. அது ஒரு முக்கியமான அறிவிப்புதான். 'தூய்மை இந்தியா' திட்டத்தின் மூலம், தங்கள் ஒவ்வொருவர் வீட்டிலும் தங்களுக்குத் தேவையில்லாத பொருள்கள் இருப்பின் அவை குறித்து மறுபயன்பாட்டு மையத்துக்குத் தகவல் தந்து தங்கள் இல்லங்களையும் நகரத்தையும் தூய்மையாக வைத்துக் கொள்ள உதவுமாறு கேட்டுக் கொண்டது அந்த நகர்ப்புற உள்ளாட்சி. அதே துண்டுப் பிரசுரத்தில் உள்ளாட்சித் தலைவர், வார்டு உறுப்பினர்கள், வார்டு சபா, பகுதி சபை உறுப்பினர்களும் இணைந்து பொதுமக்களுக்குத் தூய்மை இந்தியா திட்டம் பற்றி விழிப்புணர்வு ஏற்படுத்த கேட்டுக் கொள்ளப்பட்டிருந்தது. அந்தத் துண்டுப்பிரசுரத்தை அந்த உள்ளாட்சியில் பணிபுரியும் ஒரு பணியாளர் மூலம் ஒவ்வொரு வீட்டிலும் வாயிலில் போட்டுவிட்டனர்.

இதைப் பார்த்தவுடன் எனக்கு ஒரு பாடல் ஞாபகத்திற்கு வந்தது. 'பொறுப்புள்ள மனிதரின் தூக்கத்தினால் பல பொன்னான வேலையெல்லாம் தூங்குதப்பா' என்ற வரிகளை மாற்றி, 'புரியாத மனிதரெல்லாம் பொறுப்புக்கு வந்ததனாலே பல பொன்னான வேலையெல்லாம் சடங்காய்ப் போனதப்பா' என்று பாட வேண்டும்போல் தோன்றியது. காரணம், புதிய உள்ளாட்சிக்கு ஒரு முக்கியமான பணி கொடுக்கப்பட்டுள்ளது. மேம்பாட்டுப்

பணிகளை மக்கள் பங்கேற்போடு செய்து நிலைத்த மேம்பாட்டைக் கொண்டுவர வேண்டும். இதைச் செய்வதற்கு நம் உள்ளாட்சித் தலைவர்களுக்கு ஒரு புரிதல் வேண்டும். பொதுவாக, வளர்ச்சி அல்லது மேம்பாட்டு அறிவியலில் ஒரு கருத்து உண்டு. அதை ஆங்கிலத்தில் டெவலப்மெண்ட் என்கேஜ்மெண்ட் என்று கூறுவார்கள். தமிழில், 'முன்னேற்றத்தில் ஈடுபடுத்துதல்' என்று பொருள்படும்.

இதன் உட்பொருள், எது வளர்ச்சி எது மேம்பாடு என்பதைக் குடிமக்களுக்குப் புரிய வைக்க வேண்டும். அடுத்து அந்த மேம்பாட்டைக் கொண்டுவர தாங்கள் மேம்பாட்டுப் பணிகளில் எப்படிக் கடப்பாடுடன் ஈடுபட வேண்டும் என்பதைப் புரிய வைக்க வேண்டும். இதைவிட முக்கியமாகத் தாங்கள் ஏன் அதில் பங்கேற்க வேண்டும், தங்களுக்கு என்ன அதில் பொறுப்பு இருக்கிறது, அப்படிப் பங்கேற்பதால் சமூகத்துக்கும் பங்களிப்புச் செய்யும் தனிமனிதருக்கும் என்ன விளைவுகள் ஏற்படும் என்பதைத் தெளிவுபடுத்த வேண்டும். மேற்கூறிய அடிப்படைகளைப் புரிந்து பொறுப்புமிக்கக் குடிமக்களாகச் செயல்பட வேண்டும் என்பதையும் அனைவருக்கும் தெளிவுபடுத்த வேண்டும். எனவே, மேற்கூறிய அனைத்தையும் பொதுமக்கள் புரிந்து கொள்ள, நம் உள்ளாட்சித் தலைவர்கள் வார்டுகள் தோறும், பகுதிகள் தோறும் விழிப்புணர்வு முகாம்களைக் கடப்பாடோடு நடத்த முயல வேண்டும்.

இந்தப் பணியைச் செய்ய நம் உள்ளாட்சித் தலைவர்களுக்கு முதலில் ஒரு கடப்பாடும், ஒரு புரிதலும், இவற்றைத் தாண்டி ஓர் அவசரகால உணர்வும் தேவைப்படுகிறது. என்ன அவசரகாலப் புரிதல் என்றால், குப்பையால் நாம் நம் புவியை எப்படித் தொடர்ந்து சிதிலமடையச் செய்கிறோம் என்ற சூழலில் ஏற்பட்டுள்ள சீர்கேடுகளை உள்வாங்கிய புரிதலுடன் செயல் படுதல். பருவநிலை மாற்றத்தை எதிர்கொள்ள எப்படிப்பட்ட நடவடிக்கைகள் ஒரு நாட்டில் தேவை என்று பேசும்போது நம் பிரதமர், 'ஒவ்வொருவர் இல்லத்திலும் இதற்கான விவாதம் நடைபெற்று மக்கள் சிந்தனையில், நடத்தையில் செயல்பாட்டில் பிரதிபலிக்க வேண்டும்' என்று கூறினார். இன்று நாம் பொறுப்பற்று உருவாக்கிய குப்பை அரசாங்கத்தை மிரட்டுகிறது. ஆரோக்கியப் பாதுகாப்பைக் குலைக்கிறது. ஆனால், மக்கள் அதைப் பற்றிக்

கவலைப்படாமல் வாழ்ந்துவருவதும் அதைப் புறந்தள்ளி நம் உள்ளாட்சித் தலைவர்கள் கட்டுமானப் பணிகளையே கவனத்தில் கொண்டு செயல்படுவதையும் பார்க்கும்போது, நமக்குக் கவலையும் வேதனையும் ஏற்படுகின்றன.

மத்திய அரசாங்கம் இந்தத் தூய்மை இந்தியா திட்டத்தை அறிவிக்கிறபோது மகாத்மா காந்தியின் முதன்மைக் கனவான தூய்மை என்பதை அவருடைய 150ஆவது பிறந்த நாளுக்கு அவருக்குச் செய்யும் மரியாதையாக இருக்க வேண்டும் என்று கொண்டுவந்தது. ஏனென்றால், தூய்மைதான் இந்தியாவுக்கு முதல் தேவை, சுதந்திரமெல்லாம் அதன் பிறகுதான் எனப் பிரகடனப்படுத்தியவர் மகாத்மா காந்தி. இந்தத் தூய்மை இந்தியா திட்டமும் ஒரு பெரிய மக்கள் இயக்கமாக மாற வேண்டும் என்பதுதான் கனவு. ஆனால் அதை நாம் கழிப்பறை கட்டும் கட்டுமானப்பணியுடன் நிறுத்திக்கொண்டதுதான் மிகப் பெரிய சோகம்.

தூய்மை ஒவ்வொரு நகரிலும், கிராமத்திலும் வசிக்கும் மக்களின் சிந்தனையிலும் நடத்தையிலும் கலாசாரமாக வெளிப்பட வேண்டும். மேற்கத்திய நாடுகளுக்கும், வட அமெரிக்க நாடுகளுக்கும் ஏன் சிங்கப்பூருக்கும் சென்றுவரும் அனைவரும், அங்கெல்லாம் சுத்தமாக இருக்கின்றதே நம் நாடு மிக மோசமாக இருக்கின்றதே என்று அரசை நொந்துகொள்வார்களே தவிர சமூகம் ஏன் தன்னை மாற்றிக்கொள்ளவில்லை, அதற்கு நாம் என்ன செய்ய வேண்டும் என்று பொறுப்புமிக்க குடிமக்களாகச் சிந்தித்துச் செயலாற்றுவது இல்லை. மகாத்மா காந்தியின் நிர்மாணத் திட்டத்தில் தூய்மை துப்புரவு என்பது திட்டச் செயல்பாடாகக் குறிப்பிட்டு, இதற்கான ஒரு விழிப்புணர்வும் அறிவார்ந்த செயல்பாடும் நம் கிராமப்புறங்களில் செய்ய வேண்டும் என்று பணித்தார்.

அரசாங்கம் மக்கள் பணத்தில் திட்டமிட்டுக் கழிப்பறைகளைக் கிராமங்களிலும் நகரங்களிலும் கட்டிக் கொடுத்திருக்கிறது. ஆனால், அந்தக் கழிப்பறைகளில் எத்தனை பயன்பாட்டில் உள்ளன என்று கணக்கெடுத்துப் பார்த்தால் நமக்கு மிஞ்சுவது சோகம்தான். காரணம், கழிப்பறை கட்டுவதற்குமுன் அது

எவ்வளவு வாழ்வுக்கு அவசியம் என்று மக்களிடம் ஒரு விழிப்புணர்வை ஏற்படுத்திவிட்டு, கட்டிக் கொடுத்திருந்தால் அதன் பயன்பாட்டின் முக்கியத்துவம் அறிந்து செயல் பட்டிருப்பார்கள். கழிப்பறை தேவை என்று உணர்ந்தவருக்கு மட்டும் கழிப்பறைகளைக் கட்டிக் கொடுத்திருந்தால் அவை பயன்பாட்டில் இருந்திருக்கும்.

காந்தியின் தூய்மை இரண்டு வகை. ஒன்று புறத்தூய்மை இரண்டு அகத்தூய்மை. இந்தப் புறத்தூய்மையை அவர் ஒரு மிகப் பெரிய அறிவியலாக விளக்கினார். ஆகையால்தான் அறிஞர்கள் காந்தியை மானுட வாழ்க்கைச் சூழலை மாற்றியமைக்கச் செயல்பட்ட சீர்திருத்தத் தலைவர் அல்லது திருத்தூதர் என்று அழைத்தனர். அதற்கான கல்வி எல்லா நிலைகளிலும் கட்டமைக்க வேண்டும் என்றார். அந்தக் கல்வி ஆரம்பக் கல்வியிலிருந்து ஆராய்ச்சிக் கல்விவரை கொண்டு சென்று மாணவர்களைக் கடந்து பொதுமக்களுக்கான கல்வியாகவும் கட்டமைத்துச் செயல்பட வேண்டினார். ஆனால், அதை நாம் சுருக்கமாகக் கழிப்பறை கட்டுவதுடன் நிறுத்திக்கொண்டோம். அவர் அந்தக் கழிப்பறை கட்டுவதைத்கூட இந்திய முறையில் செய்து தரவேண்டும்; இதில்தான் மிகப் பெரிய ஆய்வு நடத்தப்பட வேண்டும் என்றார். அதற்கான விழிப்புணர்வை ஒரு கலாசாரமாக அனைவரிடமும் உருவாக்க வேண்டும் என்றார். அதை யாரும் அப்போது கண்டுகொள்ளவில்லை. வீதிக்கு வீதி அவருக்குச் சிலை வைத்தோம் வழிபட. நம்மால் 75 ஆண்டுகள் கடந்த பின்பும் எந்தப் பல்கலைக் கழகத்திலும் அதாவது சானிடேஷன் என்பதற்காக ஒரு தனிப் புலத்தை உருவாக்கி, அதன் துறைகளை உருவாக்கவில்லை. மாறாக அதைக் கட்டுமானத்துறையுடன் இணைத்து, தூய்மைக்குக் கல்லறை கட்டிவிட்டோம்.

ஆனால், இன்று காலநிலை மாற்றம், அதன் விளைவுகளை எண்ணும்போது எவ்வளவு பெரிய சிக்கலுக்குள் நாம் சிக்க வைக்கப்பட்டிருக்கிறோம் என்பது புரிந்தது. ஆட்சியில் இருப்போருக்கு அது புரிந்ததால் அதற்கான திட்டங்களை தீட்டுகிறது ஒன்றிய அரசு. ஆனால், டெல்லியில் போடப்பட்ட திட்டத்தை நாம் வாழுமிடத்தில் நடைமுறைப்படுத்துவதைப் பார்க்கும்போது நமக்குக் கண்ணி லிருந்து இரத்தம்தான் வருகிறது.

இதை எதற்காக இப்படிக் குறிப்பிடுகிறேன் என்றால், தூய்மை இந்தியா உருவாகப்போவது இந்திய மக்களால் மட்டுமே, மத்திய அரசின் நிதியால் அல்ல. ஆனால், நம் உள்ளாட்சியில் அவற்றை நடைமுறைப்படுத்தும் முறைமையைப் பற்றி எந்தக் கவலையும் இன்றி இலக்கை அடைய எண்ணிக்கையில் கழிப்பறை கட்டுவதும், கழிவுநீர் போக்க சாளரம் கட்டுவதும் முதன்மைப் படுத்தப்படுகின்றன. கட்டிய சாளரத்தை எப்படிப் பயன்படுத்த வேண்டும் என்பது மக்களுக்குத் தெரியவில்லை. அதன் விளைவு கழிவுநீர் தேங்கி நிற்கிறது. நாற்றமெடுக்கிறது, கொசு உற்பத்தி யாகிறது. உடனே, உள்ளாட்சி சரியாகச் செயல்படவில்லை என்று மக்களாகிய நாம் குறை கூறுகிறோம். நம் உள்ளாட்சி எதில் கவனமாகச் செயல்பட வேண்டும் என்றால் மக்களின் சிந்தனையில், நடத்தையில் மாற்றம் கொண்டுவருவதில்தான்.

இவை இரண்டும் மாறிவிட்டால், நகரமும் கிராமமும் தூய்மை யாகிவிடும். ஒரு சிறிய எடுத்துக்காட்டு: நம் நகரங்களில் இருபுறமும் கடைகள் இருக்கின்றன. அவற்றுக்கு வருகிற வாடிக்கையாளர்கள் தங்கள் இருசக்கர வாகனங்களையும் நான்கு சக்கர வாகனங்களையும் நிறுத்திவைப்பதிலிருந்தே எவ்வளவு சிந்தனையற்று, பார்வையற்று செயல்படுகின்றனர் என்பதை நாம் புரிந்துகொள்ளலாம். அவரவர் நினைத்த இடத்தில் எந்த ஒழுங்கும் இல்லாமல், சாலையில் போக்குவரத்துக்கு இடையூறு ஏற்பட்டு விடுமே என்ற சிந்தனையற்றுச் செயல்படுவதைத்தான் நாம் வழக்கமாகவும் கலாசாரமாகவும் கொண்டுள்ளோமே தவிர, சமூகப் பார்வை கொண்டு, சமூகச் செயல்பாடுகளுக்கு இடை யூறாகச் செயல்படுவது தவறு என்ற உணர்வுடன் செயல்படுவது இல்லை. இந்த மாற்றத்தை எப்படிக் கொண்டுவருவது என்று யாரும் யோசிப்பது இல்லை. இன்று பொதுவெளியில் பொது ஒழுக்கம் இல்லாமல் நடந்துகொள்வது படிக்காதவர்கள் அல்ல... நன்கு படித்தவர்கள்தாம்! படித்தவர்கள் ஏன் இப்படிச் செயல் படுகிறார்கள் என்றால் அவர்கள் படித்தது வாழ்க்கைக்கல்வி அல்ல. அவர்கள் படித்தது பிழைப்புத் தேட ஒரு சான்றிதழ் கல்வி. நம் கல்வியில் வாழ்க்கைக்குத் தேவையான சுத்தம், சுகாதாரம், தூய்மை, உணவு, நீர், காற்று, இயற்கை, வசிப்பிடம், வாழ்விடம், சமூகம், அரசியல், ஆளுகை, நிர்வாகம் பற்றிப் பொதுப்

புரிதலுக்கான கல்வி எந்தக் கல்வித் திட்டத்திலும் இல்லை. இதன் விளைவுதான் இன்று நாம் பார்க்கும் அறிவியலற்ற ஒரு வாழ்வுமுறை, மலைபோல் குவிந்த குப்பைக் கழிவுகள். இது யாரையும் உறுத்துவதாகத் தெரியவில்லை. ஆகையால்தான் குப்பை மேடுகளைப் பார்த்தும் தேங்கி நிற்கும் சாக்கடைகளைப் பார்த்தும் நாம் உணர்வற்ற நிலையில் வாழ்ந்து வருகிறோம். அப்படியே ஒரு சிறு புரிதல் இருந்தாலும், அதில் நம்மை எப்படிப் பாதுகாத்துக் கொள்வது என்று சிந்தித்து நம் வீட்டுக் கதவை பூட்டிக்கொண்டு வாழ்கிறோம். சீரழிந்த சமூகத்தில் எவரும் நிம்மதியாக வாழ இயலாது என்பதை நாம் புரிந்துகொள்ள வில்லை. நாம் தனிமனித அளவில் எல்லோரும் அதிபுத்திசாலிகள் தான்... ஆனால், சமூக அளவில் பார்வையற்றவர்களாகவே செயல்படுகிறோம்.

இன்று நமது உடனடித் தேவை தூய்மைக்கான, துப்புரவுக்கான மேம்பாட்டுக் கல்வி. அதை மக்களுக்குத் தருவதுடன், அனைத்து தூய்மைப் பணிகளிலும் மக்களை ஈடுபடுத்த வேண்டியது உள்ளாட்சியின் கடமை. மக்களை நாம் சாக்கடை அள்ளச் சொல்லவில்லை. கழிவுநீர் தேங்காமல் இருக்க மக்கள் ஒத்துழைக்கலாம் அல்லவா. நம் வீட்டில் எந்தெந்தப் பொருளை மக்கவைத்து நாமே பயன்படுத்தலாம் என்பது தெரிந்துவிட்டால் குப்பையின் அளவு குறைந்துவிடுமல்லவா?

குப்பையை வகைப்படுத்திப் பிரித்துக் குப்பை வாங்க வருகிறவர்களிடம் முறைப்படுத்திக் கொடுத்துவிட்டால், அந்தப் பொருள்களை அவர்கள் எங்கெங்கு கொண்டுசெல்ல வேண்டுமோ அங்கங்கு கொண்டு சேர்த்துவிடுவார்கள் அல்லவா. இதைச் செய்யாததன் விளைவே மலையெனச் சேரும் குப்பைகள். கிராமங்களிலும் நகரங்களிலும் தூய்மைப் பணியாளர்கள் குப்பையைப் பிரிக்க முயலும்போது, அவர்கள் அனுபவிக்கும் சித்ரவதையை யாரும் கண்டுகொள்வதில்லை. கிராமமோ, நகரமோ தூய்மையாக இருக்க, தூய்மைப் பணியாளர்களை நாம் மரியாதையுடனும் கண்ணியத்துடனும் நடத்த முனைய வேண்டும். தூய்மைப் பணியாளர்களுக்கும் நகரத்தின் தூய்மைக்கும் ஒரு தொடர்பிருக்கிறது. அதை நாம் புரிந்து கொள்வதில்லை.

'இன்று தூய்மைக்கும் துப்புரவுக்கும் புதிய அறிவியல் வந்து விட்டது. புதிய அறிவியல் கூறுவது நுகர்வைக் குறை. தேவைக்கு மேல் எதையும் வாங்காதீர்கள், பயன்படுத்தாதீர்கள். ஒரு முறைதான் பயன்படுத்த முடியும் என்றால் அந்தப் பொருள்களைத் தவிர்த்துவிட வேண்டும். அப்படிப் பொருள்கள் வாங்கும் போது, அந்தப் பொருள்களால் பூமிக்குக் கேடு வந்துவிடுமா என்று யோசித்து வாங்குங்கள். அடுத்து, பொருள்களை வாங்கும்போது அது மறுசுழற்சி செய்யத் தகுதியுள்ள தரத்தில் தயாரிக்கப்பட்டதா என்று பார்த்து வாங்குங்கள்.. மறுசுழற்சி செய்கின்றோம் என்று கூறி மறுசுழற்சிக்கு உட்படுத்த முடியாத பொருளை மறுசுழற்சி செய்து சூழலை மாசுபடுத்தக் கூடாது...' என்பது போன்ற பல்வேறு அடிப்படையான புரிதலை மக்களிடம் ஏற்படுத்த வேண்டியது உள்ளாட்சித் தலைவர்களின் கடமையாகும். இந்த மக்கள் தயாரிப்புப் பணியைச் செய்து, பொதுமக்களைக் கிராம நகர மேம்பாட்டுப் பணிகளில் கடப் பாட்டுடன் ஈடுபடுத்தும் பணிதான் மிக முக்கியப் பணி. ஆனால், அந்தப் பணியை நம் தலைவர்கள் செய்கிறார்களா? இதுதான் இன்று நம்முன் எழும் கேள்வி.

□

8

மக்களாட்சிக்கான பயிலரங்கம்

2023 அக்டோபர் 2ஆம் நாள் நடந்த கிராம சபையில், ஒரு விவசாயி கேள்வி கேட்டதற்காக அந்தக் கிராமப் பஞ்சாயத்தின் செயலர் காலால் எட்டி உதைத்தார் என்ற செய்தி ஒரு வாரம் சமூக ஊடகங்களில் பெரு விவாதமாக முன்னெடுக்கப்பட்டது. அது நீதிமன்றம் வரை சென்றது. அந்தப் பஞ்சாயத்து ஊழியரைக் கண்டிக்காதவர் எவரும் இல்லை. அந்த நிகழ்வு பத்திரிகைச் செய்தியாக மட்டும் இல்லாமல், மாத வாரப் பத்திரிகைகளிலும் இடம்பெற்றது. இந்த நிகழ்வு நடந்தது காந்தி பிறந்த தினத்தன்று. அகிம்சா மூர்த்தியின் பிறந்தநாளில் நடக்கும் கிராம சபை அவருக்குச் சிறப்புச் செய்யும் வகையில் கண்ணியத்தோடும், நேர்மையோடும், உண்மையோடும் செயல்படுவதற்குப் பதில், அவரது கோட்பாடான அகிம்சைக்கு எதிர்த்திசையில் அந்தக் கிராம சபையை நடத்தியது மக்களாட்சியைக் களங்கப்படுத்திய செயல். அதைச் செய்தது ஒரு கிராமப் பஞ்சாயத்து ஊழியர்.

ஓர் ஊழியர் இதைச் செய்தார் என்பதைவிட, அவரின் பின்புலம் அவரை அப்படிச் செய்ய வைத்திருக்கிறது என்பதுதான் நிதர்சனமான உண்மை. அதில் பங்குபெற்ற ஒரு சட்டமன்ற உறுப்பினர், அந்தக் கிராம சபையின் தலைவராக இருந்து கிராம சபையை நடத்திய பஞ்சாயத்துத் தலைவர், அந்த நிகழ்வில் பங்கேற்ற வட்டார வளர்ச்சி அலுவலர் ஆகிய அனைவரையும் வெட்கித் தலைகுனிய வைத்துவிட்டது அந்த நிகழ்வு. அந்த ஊழியர் அந்த விவசாயியைத் தாக்கியதைவிட அங்கு வந்திருந்த சட்டமன்ற உறுப்பினர், அந்த மன்றத்தைத் தலைமை தாங்கி

நடத்திய பஞ்சாயத்துத் தலைவர், அதில் பங்கேற்றிருந்த வட்டார வளர்ச்சி அலுவலர் முன்னிலையில் நடந்துகொண்டது, அவர்களையெல்லாம் இந்த ஊழியர் எந்த அளவுக்குச் சாதாரணமாக எடுத்துக்கொண்டார் என்பதைத்தான் காட்டுகிறது. அது மட்டுமல்ல, ஒட்டுமொத்த அரசாங்க இயந்திரத்தை, சட்டம் ஒழுங்கை, கேலிக்கூத்தாக்கிவிட்டது. இந்த நிகழ்வை, பொதுக் கருத்தாளர்கள்தான் சமூக ஊடகத்தின் வழியாக விவாதித்தனர். ஒரு சில பத்திரிகைகள் ஆர்வம் காட்டி செய்தி வெளியிட்டன. அரசியல் கட்சிகளோ, அரசாங்கமோ, அதிகாரிகளோ யாரும் இதைப் பெரிதாகக் கண்டுகொள்ளாததுதான் நிதர்சனமான உண்மை. அரசு தரப்பிலிருந்து எந்தக் கடும் நடவடிக்கையும் எடுக்காதது நாம் சந்திக்கும் அடுத்த சோகம். இதைவிட மிகவும் முக்கியமாகக் கவனிக்க வேண்டியது அவர் நீதிமன்றத்தில் முன்ஜாமீன் வாங்கியது. இது அக்டோபர் மாத நிகழ்வு.

அடுத்த மாதமே (அதாவது நவம்பர் மாதம்) நடந்த கிராம சபையில் தகவல் உரிமைச் சட்ட ஆர்வலர் ஒருவர் கேள்வி கேட்டதற்காக, அவரை ஒரு கூட்டமே அடித்து வெளியே அனுப்பி விட்டது. அந்த நிகழ்வும் சமூக ஊடகங்களில் இடம் பிடித்து மக்களாட்சி மீது நம்பிக்கை கொண்டோரைக் கொந்தளிக்கச் செய்தது. தொழில்நுட்பம் வளர்ந்திருந்த காரணத்தால் நிகழ்வுகளை ஒளிப்படமாக எடுத்துப் புலனத்தில் (வாட்ஸ்அப்பில்) பதிவிட்டு விடுகின்றனர். உடனே அது சமூக ஊடகங்களில் பரப்பப்பட்டு மக்களைச் சென்றடைந்துவிடுகிறது. உணர்வுமிக்கவர்கள் இதற்கு உடனே எதிர்வினை ஆற்றுகின்றனர். ஒரு வகையில், இந்தச் சமூக ஊடகங்கள் ஆதாரங்களோடு மக்களுக்குச் செய்திகளைத் தெரிவிக்கின்றன. இந்த இரண்டு நிகழ்வுகளுக்கும் ஆதாரம், சாட்சி தேட வேண்டியது கிடையாது. அவை ஒளிப்பதிவுகளாகச் சமூக வலைத்தளங்களிலேயே இருக்கின்றன.

இந்தச் செய்திகள் பொது விவாதத்தில் இருந்தபோது, ஒரு நண்பர் என்னைத் தொலைபேசியில் தொடர்புகொண்டு, 'இந்த நிகழ்வு ஏதோ அங்கொன்றும் இங்கொன்றுமாக நடப்பதாக நினைத்துக்கொண்டு இருக்காதீர்கள். பெரும்பான்மை பஞ்சாயத்துகளில் இதே சூழல் நிலவுவதால்தான் பொதுமக்கள் கிராம சபைக்குச் செல்வதில்லை. அப்படியே சாதாரண மக்கள்

சென்றாலும், வருகைப்பதிவேட்டில் அவர்கள் கையொப்ப மிட்டுவிட்டு அவர்கள் தரும் ரொட்டியையும் வடையையும் வாங்கிக்கொண்டு, தேநீரையும் அருந்திவிட்டுச் செல்கின்றனர். பெரும்பான்மையான மக்கள், இது ஓர் அரசமைப்புச் சட்டத்தால் உருவாக்கப்பட்ட மக்களின் மாமன்றம் என்பதைவிட இதுவும் ஒரு சடங்கு என்ற முடிவுக்கு வந்துவிட்டனர். எனவேதான் இதில் பங்குபெற்று மாற்றங்களைத் தங்கள் வீடுகளிலும், கிராமத்திலும் கொண்டுவந்துவிடலாம் என்ற நம்பிக்கையை மக்கள் இழந்து விட்டனர்.

தமிழகத்தில் 50 விழுக்காடு உள்ளாட்சிப் பதவிகள் பெண்களுக்கு ஒதுக்கப்பட்ட நிலையில் அந்தப் பஞ்சாயத்துகளுக்குத் தேர்ந் தெடுக்கப்பட்டுத் தலைவர்களாக வருகிற பெண்களுக்கு எந்தவித புரிதலும் திறனும் இல்லாது பஞ்சாயத்துச் செயலரைச் சார்ந்து நிற்கும் நிலைக்குத் தள்ளப்பட்டுள்ளனர். இதைவிட மிக முக்கியமாக அவர்களின் கணவன்மார்களோ குடும்பத்தில் உள்ள ஆண் உறுப்பினர்களோ அந்தப் பதவியைத் தங்கள் வயமாக்கிச் செயல்படுவது ஒரு சிறுமைத்தனம். அதை எந்த உயர் அதிகாரியும் கண்டுகொள்வதில்லை. தேர்ந்தெடுக்கப் பட்ட பெண்தலைவர் களைக் கையெழுத்துப் போடவும், நாற்காலியில் உட்கார வைக்கவும் உருவாக்கப்பட்ட பொம்மைகள் போல் ஆக்கிவிட்டனர். பஞ்சாயத்துச் செயலருடன் இணைந்து பஞ்சாயத்து நிர்வாகத்தைப் பெண்தலைவர்களின் குடும்ப ஆண் உறுப்பினர்களும் சரி, பட்டியலினத்துத் தலைவர்களைக் கையில் வைத்து நடத்தும் ஆதிக்கச் சாதியினரும் சரி பஞ்சாயத்து நிர்வாகத்தில் நிகழும் ஊழல்களை யாராவது தட்டிக் கேட்கப் போனால் வன்முறை வரும் என்று எண்ணித்தான் கிராம சபை உறுப்பினர்கள் கிராம சபைக் கூட்டத்துக்குச் செல்வதில்லை.

இன்றைய பஞ்சாயத்துச் செயலர்கள் தங்களின் ஊதியம் நிர்ணயிக்கப்பட்ட பிறகு அவர்கள் அனைவரும் ஓர் அரசு அதிகாரிகள்போல் செயல்பட ஆரம்பித்துவிட்டனர். அடுத்த மூன்று ஆண்டு காலம் பஞ்சாயத்துக்குத் தேர்தல் நடத்தாமல் இருந்த நிலையில், தலைவர் செய்ய வேண்டிய அனைத்துப் பணிகளையும் இவர்கள்தான் கவனித்து வந்தார்கள். இதன் விளைவாக, பஞ்சாயத்துச் செயலர்கள் தங்கள் ஆளுமையை

வளர்த்துக்கொண்டனர். அடுத்து இவர்களைக் கட்டுப்படுத்தும் அதிகாரம் கிராமப் பஞ்சாயத்துத் தலைவர்களிடம் இருந்தது. அதை எடுத்து வட்டார வளர்ச்சி அலுவலரிடம் தமிழக அரசு தந்து விட்டது.

இதன் விளைவாக, இந்தப் பஞ்சாயத்துச் செயலர்கள் தாங்கள் வட்டார வளர்ச்சி அலுவலருக்குக் கடமைப்பட்டவர்கள், அவர்களுக்கு நாம் பதில் கூறினால் போதும் என்ற மனநிலைக்கு வந்துவிட்டனர். கிராம உள்ளாட்சிக்குத் தேர்ந்தெடுக்கப்பட்டுப் புதிதாக வந்த தலைவர்களுக்குத் தங்களின் பொறுப்போ கடமைகளோ, அதிகாரங்களோ எதுவும் தெரியவில்லை எனப் பஞ்சாயத்துச் செயலர்களுக்குத் தெரிந்திருக்கிறது. இதன் காரணத்தால், தாங்கள்தான் பஞ்சாயத்துத் தலைவரை வழி நடத்துகிறோம் என்ற மனநிலைக்கு வந்துவிட்டனர். இதுதான் இன்று பஞ்சாயத்துகள் சந்திக்கும் பிரச்சினை. அது மட்டுமல்ல; எதற்காக இந்த உள்ளாட்சி அரசாங்கமாக வந்ததோ, அந்தக் குறிக்கோள் நிறைவேறாது நம் அரசியலும், அதிகார வர்க்கமும் செய்து கொண்டுள்ளன. இதை உடைக்க வேண்டிய கடமை, பொறுப்பு ஊடகங்களுக்கு உண்டு. ஆனால், அதை நம் ஊடகங்கள் செய்யத் தவறிவிட்டன. எனவே, இதற்குத் தீர்வு காண்பது குறித்துச் சிந்தியுங்கள்' என்று கூறி முடித்தார் அந்த நண்பர்.

அவர் கூறியதில் எனக்குப் பெரிய அளவில் கருத்து வேறுபாடு இல்லை. ஆனால், இந்த நிலையில் செயல்படும் பஞ்சாயத்து களின் எண்ணிக்கை குறித்து எனக்குக் கருத்து வேறுபாடு உண்டு. நான் பார்க்கும் பஞ்சாயத்துகள், நான் சந்திக்கும் பஞ்சாயத்துத் தலைவர்கள் செய்திருக்கக்கூடிய சாதனைகள் மகத்தானவை. எழுநூறு பேர், ஆயிரம்பேர் கூடுகின்ற கிராம சபையை நான் பார்த்திருக்கிறேன். அதற்காக, கிராம சபைகளில் அதிக எண்ணிக்கை யில் மக்கள் கூடுகின்ற ஊராட்சிகள் ஏராளமாக இருக்கின்றன என்று நான் கூற மாட்டேன். எங்கு நல்ல தலைமை உருவாகிறதோ அங்கு மாற்றங்கள் வருவதை நம்மால் பார்க்க முடிகிறது. எங்கு மக்கள் பொறுப்புடன் நல்லவரைத் தேர்ந்தெடுக்க வேண்டும் என்று எண்ணி, பணத்தையும், விருந்தையும் புறக்கணித்துச் செயல்படுகிறார்களோ அங்கு நல்ல தலைவர்கள் தேர்ந்தெடுக்கப் பட்டுவிடுகிறார்கள்.

இதற்கும் மேலாக, தேர்ந்தெடுக்கப்பட்ட தலைவர்கள் தங்கள் திறமையை வளர்த்துக்கொள்ள முயல்கிறார்கள்; பயிற்சியில் பங்கேற்றுத் திறனை வளர்த்துக்கொள்கின்றனர். மகத்தான செயல்களைச் செய்து சாதனை படைக்கின்றனர்.

பஞ்சாயத்துத் தலைவர்களுக்கு அரசாங்கம் நிறைய நிதியைச் செலவு செய்து பயிற்சியளிக்கிறது. புதிதாகத் தேர்ந்தெடுக்கப் பட்ட தலைவர்கள் அனைவருக்கும், மண்டல ஊரக வளர்ச்சி மற்றும் பஞ்சாயத்து ராஜ் பயிற்சி மையத்தில் பயிற்சி அளிக்கப் படுகின்றது. அத்துடன் பஞ்சாயத்து நிர்வாகத்தை முறையாக நடத்த ஒன்பது புத்தகங்களை வழங்கி அவற்றைப் படித்து நிர்வாகத்தைச் செம்மையாக நடத்துங்கள் என்று அறிவுரை கூறி அனுப்புகின்றனர். அந்தப் புத்தகங்களை யாரும் படித்துப் பார்ப்பதே இல்லை. இதை நான் சந்திக்கும் பஞ்சாயத்துத் தலைவர்களுடன் உரையாடுகையில் தெரிந்துகொண்டேன். அவர்கள் ஆர்வமாக என்னிடம் கேள்வி கேட்கும் போது, நான் ஒரு குறிப்பிட்ட புத்தகத்தைக் கூறி அதைப் படித்தீர்களா என்று கேட்பேன். யாரும் படித்தேன் என்று கூறியது கிடையாது. அது மட்டுமல்ல, அந்தப் புத்தகத்தைப் படிக்கத் தங்களுக்கு நேரமே இல்லை என்றும் கூறிச் சமாளிப்பார்கள்.

முன்மாதிரியாக விளங்கும் பஞ்சாயத்துத் தலைவர்களுக்குப் பெங்களூருவில் ஒரு சிறப்புப் பயிற்சி நடை பெற்றது. அங்குச் சென்று அவர்களுக்கு நான் வகுப்பெடுத்தேன். அப்போது அங்கு அந்தப் பயிற்சியில் பங்குபெற்ற தலைவர்களிடம், 'தமிழக அரசின் ஊரக வளர்ச்சி பயிற்சி நிறுவனம் தந்த ஒன்பது புத்தகத் தையும் படித்தவர்கள் யார்?' என்று கேட்டபோது ஒருவர்கூட, 'நான் படித்தேன்' என்று கூறவில்லை. ஏன் படிக்க வில்லை என்று கேட்டதற்கு, 'அந்தப் புத்தகங்கள் நாங்கள் படித்துப் புரிந்துகொள்ளும் அளவில் எளிமையாகத் தயாரிக்கப்படவில்லை. ஓர் அரசு ஆணை எந்த மொழியில் இருக்கிறதோ அந்த மொழியில் தான் எல்லாப் புத்தகங்களும் எழுதப்பட்டுள்ளன' என்று தெரிவித்தனர். அவர்கள் கூறிய பதிலை அடியோடு புறந்தள்ளிவிட முடியாது.

'எப்படி இதையெல்லாம் படிக்காமல் நீங்கள் எல்லாம் முன் மாதிரி தலைவர்களாக வந்தீர்கள்?' என்று கேட்டேன். அதற்கு

அவர்கள், 'நாங்கள் ஏதோ ஒரு கடப்பாட்டுடன் சாதிக்க வேண்டும் என்ற முனைப்புடன் செயல்பட எளிய நடையில் எழுதிய புத்தகங்கள் சிலவற்றைப் படித்துள்ளோம். நாங்கள் இலஞ்ச லாவண்யத்திற்கு ஆட்படாமல் இருப்பதால் எங்கள் பஞ்சாயத்து களில் பஞ்சாயத்துச் செயலர் எங்களை ஆட்சி செய்ய முடியாது. நாங்கள் இடுகின்ற பணிகளைத்தான் அவர் செய்தாக வேண்டும். அப்படித்தான் அவர்களை நாங்கள் வைத்திருக்கிறோம்' என்றனர். அவர்களிடம் அக்டோபர், நவம்பர் மாதங்களில் நடந்த கிராமசபை நிகழ்வுகள் எதைக் குறிப்பிடுகின்றன என்று வினவினேன். அத்துடன் வேங்கைவாசலில் தலித்துகளுக்கு நடந்த மோசமான நிகழ்வைப் பற்றியும் கேட்டேன். நான் கேட்ட கேள்விகளுக்கு இந்த நிகழ்வுகள் ஒட்டுமொத்த உள்ளாட்சித் தலைவர்களுக்கே அவமானம் என்று உரத்த குரலில் அனைவரும் கூறினர். 'அதற்குக் காரணம், அந்தக் கிராமத்தில் தலைமை இல்லாததுதான்' என்றனர். 'தேர்ந்தெடுத்துவிட்டதால் மட்டுமே நம்மைத் தலைவர்களாகக் கருதக்கூடாது, அந்தக் கிராமத்தில் நடைபெறும் மாற்றங்களுக்கு வித்திடுபவர்களாக இருக்க வேண்டும், மக்களுக்கு வழிகாட்டக்கூடியவர்களாக இருக்க வேண்டும். அப்படி இருக்கக்கூடிய கிராமங்கள் குறைவே' என்றனர்.

'பஞ்சாயத்துகள் தனியாக அந்தரத்தில் இயங்கவில்லை, அது ஒரு சமூகப் பொருளாதாரச் சூழலின் பின்புலத்தில்தான் இயங்கிவருகின்றன. இந்தச் செயல்பாடுகளைச் சரி செய்யத் தேவையான திறமைகளைத் தலைவர்கள் வளர்த்துக்கொண்டு செயல்பட வேண்டும். அதைத்தான் நாம் முயன்று பயிற்சியின் மூலம் வளர்த்துக்கொள்ள வேண்டும். இன்றைய சூழலில் அப்படிப்பட்ட தலைமைத்துவப் பயிற்சி அனைவருக்கும் கிடைப்பதில்லை' என்றனர்.

'இதற்கான உண்மையான காரணம் என்ன என்று உங்களுக்குப் புரிகிறதா?' என்றேன். 'எங்களுக்கு அவ்வளவாகப் புரியவில்லை' என்றனர். இவை அத்தனைக்கும் ஒரு காரணம், மக்களை அரசாங்கம் மேய்க்கக் கற்றுக்கொண்டது. மக்களிடம் எந்த அரசும் உங்களுக்கு என்ன தேவை என்று கேட்பது இல்லை. அரசாங்க அதிகாரிகள், மக்களால் தேர்ந்தெடுக்கப்பட்ட பிரதிநிதிகள்

அனைவரும்—அவர்கள் டெல்லியில் இருந்தாலும் சரி, சென்னையில் இருந்தாலும் சரி—மக்கள் என்ன செய்ய வேண்டும் என்று தாங்களாகவே யோசித்து முடிவெடுத்து நடைமுறைப்படுத்து கின்றனர். மக்களின் கருத்தைக் கேட்பதே இல்லை. அரசு கூறுவதை மக்கள் கேட்க வேண்டும் என்பதே அவர்களின் எண்ணமாக இருக்கிறது. 'மக்களிடம் சிந்தனை இருக்கிறது, திறன் இருக்கிறது, ஆற்றல் இருக்கிறது, அவர்களுக்கும் வாழ்க்கை பற்றிய கனவு இருக்கிறது' என்று அரசு சிந்திப்பது இல்லை. ஒன்றிய அரசாங்கம்தான் உருவாக்கியது, ஓர் உள்ளாட்சி அரசாங்கத்தை. மாநில அரசாங்கம்தான் உருவாக்குகிறது—ஒரு தன்னாட்சி பெற்ற உள்ளாட்சி அரசாங்கத்தை.

ஆனால், இவற்றை உருவாக்கிவிட்டு அவை முறையாக நடைபெற வழிவகைச் செய்யாததன் விளைவு உருவாக்கப்பட்ட உள்ளாட்சி அரசாங்கத்தைக் குரங்கு கையில் கொடுக்கப்பட்ட பூமாலை போல ஆக்கிவைத்திருக்கின்றனர்.

உள்ளாட்சி அரசாங்கம்தான் பொதுமக்களுக்கு மக்களாட்சி பற்றிப் பயிற்சியளிக்கும் ஒரு பயிற்சிக்கூடம். அது கிராம சபையாக இருந்தாலும், ஊராட்சி மன்றக் கூட்டமாக இருந்தாலும், நிலைக் குழுக்களாக இருந்தாலும் அனைத்தும் நடத்துவதற்கு ஒரு முறைமை உண்டு. அந்த முறைமை யாருக்கும் கற்றுக் கொடுக்கப் படுவதில்லை. கூட்டங்களில் உட்கார்வது, பேசுவது, விவாதிப்பது, விவாதத்துக்குப் பயன்படுத்தப்பட வேண்டிய மொழி அனைத்தும் எழுத்து வடிவத்தில் இருக்கின்றன. ஆனால், எவரும் இவை பற்றி விளங்கிக்கொள்ளவில்லை.

மக்களாட்சியில் நாம் கற்றுக்கொள்ள வேண்டியது, ஒருவரை யொருவர் மதித்து நடத்துதல், அடுத்துச் சுதந்திரமாக யாரையும் புண்படாது கருத்துகளை அனைவரும் புரியும் வகையில் எடுத்து வைப்பது. அனைவர் கருத்தையும் மதிப்பது. எதிர்க்கருத்துகளை மதித்து வாங்குவது எனப் பல நியதிகளும் நடைமுறை ஒழுக்கங்களும் உள்ளன. இவையெல்லாம் நாடாளுமன்றத்திற்கும் சட்டமன்றத்திற்கும் செல்பவர்களுக்கே கற்றுக்கொடுக்கவில்லை என்பது நாம் பார்க்கும் அடுத்த எதார்த்தம்.

ஆனால், இவையெல்லாம் உள்ளாட்சித் தலைவர்களுக்கு மேலோட்டமாகக் கற்றுக் கொடுக்கப்படுகிறது. கிராமசபைகளும் உள்ளாட்சி மன்றங்களும் கூடிக் கலையும் மன்றங்கள் அல்ல. நாடாளுமன்றத்திலும், சட்டமன்றத்திலும் கேள்வி கேட்பது போல் கிராமசபையில் கேள்விகள் கேட்க சாதாரண மனிதர்களுக்கு வாய்ப்பளிக்க வேண்டும். அனைத்துக் கேள்விகளுக்கும் தலைவர் பொறுமையாகப் பதிலளிக்க வேண்டும். கேள்வி கேட்பதிலும் ஒரு வரையறை உண்டு... பதில் கூறுவதற்கும் ஒரு வரையறை உண்டு. அதேபோல் வாழ்வியல் பற்றிய அடிப்படைச் செய்தி களைப் பரிமாறும் இடம்தான் கிராம சபை. அங்கு ஓர் ஆரோக்கியமான விவாதத்தை முன்னெடுத்து விவாத ஜன நாயகத்தை வளர்த்தெடுக்க வேண்டும். ஆனால், அந்த உன்னத மான மாமன்றத்தை இன்று வடை டீக்குள் சுருக்கி, கையெழுத்து வாங்கும் மன்றமாகவும், மனுக்கள் வாங்கும் மன்றமாகவும் மாற்றியதுதான் சோகத்திலும் சோகம். அதைவிடக் கொடியது, கேள்வி கேட்பவர்களை அடித்து உதைப்பது. இது சகிக்க முடியாத ஒரு துன்பியல் நிகழ்வு. இதற்கு மிகவும் முக்கியக் காரணம் கிராம சபை பற்றிய விழிப்புணர்வு மக்களிடம் இல்லாததுதான்.

கிராம சபை பற்றிய விழிப்புணர்வு கேரளத்தில் உருவாக்கப் பட்டதுபோல் வேறெங்கும் நிகழவில்லை. அங்கு மத்திய அரசின் நிதி உதவியில் கிராமம் கிராமமாக உள்ளாட்சித்துறை அமைச்சர் அந்தப் பணியை மேற்கொண்டார். நம் தமிழகத்தைப் பொறுத்த வரையில், 'எந்தச் செய்தியும் மக்களுக்குத் தெரியாமல் இருப்பதே நல்லது' என்று எண்ணும் மனநிலைதான் தேர்ந்தெடுக்கப்பட்ட அனைத்து மக்கள் பிரதிநிதிகளுக்கும் இருக்கிறது. அலுவலர் களுக்கும் அதே மனநிலையே இருக்கிறது. ஊழல் நிதர்சனமாகி விட்ட நிலையில், கேள்வி கேட்பதை எப்படி அவர்கள் ஆரோக்கியமாக எடுத்துக்கொள்வார்கள்?

பொதுமக்கள், குடிமக்களாகக் கேள்வி கேட்காமல் இந்த ஊழலை ஒழிக்க முடியாது. கேள்வி கேட்டு உண்மையை வெளியில் கொண்டுவருவது குடிமக்களின் உரிமைகள் மட்டுமல்ல... அது பொறுப்புங்கூட. குடிமக்கள் போராடாமல் இந்த உரிமையைப் பெற முடியாது... ஊழலையும் ஒழிக்க இயலாது. இந்த அதிகாரப் பரவல், விளிம்புநிலை மக்களுக்கானது. அவர்களுடைய

மேம்பாட்டை நிர்ணயிப்பது அவர்கள்தாம். அந்த அடிப்படையில் தான் பெண்களுக்கும், தலித்துகளுக்கும் பிரதிநிதித்துவம் வழங்கப் பட்டுள்ளது. இவர்களுடைய பிரதிநிதித்துவம் செயல்பட ஒரு போராட்டம் தேவையாக இருக்கிறது. இன்றைய ஆளுகையும் நிர்வாகமும் ஊழல் மயப்பட்ட சூழலில் நடைபெறுவதே இதற்குக் காரணம். இன்றைய கிராம சபையில் நடைபெறும் நிகழ்வுகள் பல டாக்டர் பி.ஆர்.அம்பேத்கர் அன்று கிராமத்தைப் பற்றிக் கூறிய கூற்றை, இன்றும் நம் கிராமங்கள் பிரதிபலிக்கின்றன என்றுதான் நாம் புரிந்துகொள்ள வேண்டியிருக்கிறது.

இதற்கான முன்னெடுப்பை மாநில அரசு செய்யவில்லை என்றால் சாதியக் கொடுமைகளும் வன்முறையும், ஆதிக்கமும் நிறைந்ததாகவே கிராமங்கள் இருக்கும் என்பதில் எந்த ஐயமும் இல்லை. இந்த அவப்பெயர் வராமல் இருக்க இன்றைய அவசியத் தேவை கிராம சபை பற்றிய விழிப்புணர்வு மக்கள் மத்தியில் உருவாக்கப்பட வேண்டும்.

□

9

ஏன் உள்ளாட்சி வலுப்படவில்லை?

2023ஆம் ஆண்டு ஜூனில் ஜார்க்கண்ட் மாநிலம் ராஞ்சியில் மிகப் பெரிய உள்ளாட்சிக்கான மாநாடு ஒன்று நடைபெற்றது. பதினைந்து ஆண்டுகளுக்கு முன் இப்படிப்பட்ட பெரிய ஆய்வியல் மாநாடுகள் நடைபெற்று வந்தன. அண்மைக் காலங்களில் எவரும் இந்தத் தலைப்பில் மாநாடுகள் நடத்த முயலவில்லை என்பது கவனத்தில்கொள்ள வேண்டிய செய்தி. இந்த மாநாட்டைப் பெரும் பொருட்செலவில் ஒரு தனியார் பல்கலைக்கழகமும் ஒரு சில குடிமைச் சமூக அமைப்புகளும் இணைந்து நடத்தின. இந்த மாநாட்டை ஆறுமாத காலம் திட்டமிட்டு நடத்தியது, மாநாட்டில் பங்கேற்றவர்களுக்கு மிகப்பெரிய உற்சாகத்தைத் தந்தது. இந்த மாநாட்டுக்குப் பதினொரு மாநிலங்களிலிருந்து உள்ளாட்சித் தலைவர்கள் அழைக்கப்பட்டிருந்தனர்.

இந்திய அளவில் தலைசிறந்த கருத்தாளர்கள், ஆய்வாளர்கள், அரசாங்கத்தில் பணிபுரிந்த உயர் அதிகாரிகள், முன்னாள் அமைச்சர்கள் எனப் பலரையும் அழைத்து விவாதத்தில் பங்கேற்க வைத்தனர். 'இந்தக் கருத்தரங்கின் நோக்கம், இந்தப் புதிய உள்ளாட்சி அரசாங்கம் இவ்வளவு அரசியல் சாசன பாதுகாப்பைப் பெற்று அரசாங்கமாக உருவாக்கப்பட்ட நிலையில், அதன் விளைவாக கடந்த முப்பது ஆண்டுகளில் கிராம சமூகம்

அடைந்துள்ள மேம்பாடுகளை ஆய்வு செய்து, வரும் காலங்களில் உள்ளாட்சியை எப்படி வலுப்படுத்த வேண்டும் எனத் திட்ட மிடுவதற்காகத்தான்' என்று மாநாட்டை நடத்தியவர்கள் தங்கள் அறிமுக உரையில் விளக்கினார்கள். இந்த மாநாடு ஜார்க்கண்ட் மாநிலத்தில் நடப்பதால் ஆதிவாசிகள் அதிகம் வசிக்கும் ஐந்தாம் அட்டவணை மாநிலங்களில் ஆதிவாசிகள் பஞ்சாயத்து விரிவாக்கச் சட்டம் ஒன்று 1996ஆம் ஆண்டு நிறைவேற்றப் பட்டது. அதன் இன்றைய நிலை குறித்தும் விவாதிக்கத் திட்ட மிடப்பட்டிருந்தது. அதேபோல் அதன்பின் வன உரிமைச் சட்டமும் நிறைவேற்றி 15 ஆண்டுகள் ஆகிவிட்டன. எனவே, அதன் விளைவுகள் குறித்தும் விவாதிக்கக் கருத்தாளர்கள் அழைக்கப்பட்டிருந்தனர். மத்திய பஞ்சாயத்து ராஜ் அமைச்சகச் செயலரும், கேரள முன்னாள் தலைமைச் செயலரும் இந்த மாநாட்டு விவாதங்களைத் தொடக்கி வைத்து முக்கிய உரை யாற்றினார்கள்.

இதில் ஒரு மையக் கேள்வி வைக்கப்பட்டது: 'புதிய பஞ்சாயத்து அரசாங்கம் ஏன் வலுவூட்டப்படவில்லை?'. அதேபோல, 'பஞ்சாயத்து அரசாங்கம் வலுவிழந்து நிற்பதுபோல் ஒரு தோற்றம் வந்துவிட்டதே... அதற்கான காரணங்கள் என்னென்ன?' என்று வினாக்களைத் தொகுத்து விவாதங்களைத் தொடங்கினர். இந்தக் கேள்விகளுக்குப் பதிலளித்தபோது, 'எப்படி மத்திய அரசாங்கம், மாநில அரசாங்கம் பல பலவீனங்களைக் கொண்டுள்ளனவோ அதேபோல் உள்ளாட்சியும் பல பலவீனங்களைக் கொண்டு செயல் பட்டுவருகிறது' என்பதை மத்திய அரசின் செயலர் எடுத்துக் கூறினார்.

இந்தப் புதிய உள்ளாட்சிக்கு வலு கூட்டுவதற்கு, இந்தப் புதிய உள்ளாட்சியின்மேல் படும் பார்வையைப் புரிந்து கொண்டு உள்ளாட்சித் தலைவர்களும் உறுப்பினர்களும் தங்கள் செயல்பாடுகளால் அதற்கு வலு சேர்க்கவேண்டும்.

பொதுவாகக் கேரளத்தைத் தவிர்த்து, மற்ற மாநிலங்களில் உள்ளாட்சியைப் பழைய பார்வைகொண்டு மத்திய மாநில அரசுகளின் முகவராகக் கருதி, பணிக்கப்பட்ட வேலைகளைச் செய்வதுதான் அதன் கடமை என்று அரசாங்க அதிகாரிகள் நடப்பது மிகப் பெரிய தடைக்கல்லாக இருக்கிறது எனும் கருத்தையும் அவர் எடுத்து வைத்தார்.

அதேபோல, 'இந்தப் புதிய பஞ்சாயத்துகள் ஓர் அரசாங்கம், இந்த அரசாங்கம் ஒன்றிய மாநில அரசாங்கங்கள் தொட முடியாத சமூகங்களைச் சென்றடைந்து, கிராமங்களில் அடிப்படையான மாற்றங்களைக் கொண்டுவர உருவாக்கப்பட்டது. எனவே, அதற்கான பார்வையையும், திறனையும் வளர்த்துக்கொண்டு ஆளுகை செய்வதற்குப் பதிலாக, உள்ளாட்சிப் பிரதிநிதிகள் கட்டுமானப் பணிகளில் கவனம் செலுத்திப் பழைய பஞ்சாயத்துகள் செயல்பட்டதுபோல் செயல்படுவது மிகப்பெரிய பலவீனமாகக் கருதப்படுகிறது. இந்தப் பார்வையுடன் உள்ளாட்சிகள் செயல் படும்வரை, நம் உள்ளாட்சிகளால் மாநில அரசுத் துறைகளை மக்கள் தேவையில் செயல்பட வைக்க முடியாது. அத்துடன் உள்ளாட்சித் தலைவர்கள் ஆளுகை செய்வதற்கு மாறாகத் தங்களை ஒப்பந்தக்காரர்கள்போல் இணைத்துக் கொள்கிறார்கள். இதுதான் நம் உள்ளாட்சித் தலைவர்கள் அதிகாரிகள் வசம் சிக்கிக்கொள்ளக் காரணமாக இருக்கிறது. அத்துடன் உள்ளாட்சித் தலைவர்களிடம் மக்களுடன் இணைந்து செயல்படுவதற்குத் தேவையான புரிதலும் பார்வையும் இல்லாததால் உள்ளாட்சித் தலைவர்கள்மேல் அதிகாரிகள் கோலோச்சுகின்றனர்' என்றும் விவாதித்தனர்.

இந்தப் புதிய பஞ்சாயத்து அரசாங்கச் சட்டத்தைவிட அதிக வலுவுள்ள ஆதிவாசி பஞ்சாயத்துச் சட்டம் (பெசா) நடைமுறைப் படுத்தாமலே காலத்தை ஓட்டுவது அடுத்த பெரும் சோகம் என எடுத்துரைக்கப்பட்டது. இந்தியாவுக்கு மக்களாட்சி பற்றியோ, உள்ளாட்சி பற்றியோ எவரும் கற்றுத் தர வேண்டியது கிடையாது, அது வேத காலத்திலிருந்து வளர்ந்து வருவது. நாம் மேற்கத்திய பார்வையிலிருந்து நம் ஆளுகையையும் நிர்வாகத்தையும் நடத்தியதன் விளைவு, ஒரு சுரண்டல்முறை அரசு, பொருளாதாரம், ஆளுகை, நிர்வாகம் என அனைத்திலும் சிக்குண்டுக் கிடக் கிறோம். இதிலிருந்து விடுபட ஒரு பெரும் மக்கள் விழிப்புணர்வும் மக்கள் இயக்கமும் தேவைப்படுகிறது என்ற கருத்துகளை முன்வைத்தனர். இதைத்தான் காந்தி முன்னுரை எழுதிய அரசியல் சாசனத்தில் விவரித்துள்ளார். இன்று நம் அரசியல், ஆளுகை, நிர்வாகம் அனைத்தும் மக்களை அதிகாரப்படுத்தும் செயல்பாடுகளை

முன்னெடுப்பதற்குப் பதிலாக மக்களை அரசாங்கத்திடம் கையேந்தும் பயனாளிகளாய் பலவீனப்படுத்தி வைத்துள்ளது என்பதையும் விளக்கினர்.

இவ்வளவு பலவீனங்களுக்கிடையில் நம் உள்ளாட்சிகள் எந்தத் தாக்கத்தையும் உருவாக்கவில்லையா என்று விவாதித்தபோது, 'பலவீனங்களுக்கு மத்தியிலும் சாதனை படைத்துவருகின்றன!' என்று என்னுடைய கருத்துரையில் குறிப்பிட்டேன். 17 மாநிலங்களில் 8,827 குடும்பங்களில் நடத்தப்பட்ட மிகப்பெரிய ஆய்வு அறிக்கையிலிருந்து கொண்டுவரப்பட்ட முடிவுகளிலிருந்து என்னென்ன மாற்றங்களை உள்ளாட்சிகள் இந்த 30 ஆண்டுகளில் கொண்டு வந்துள்ளன என்பதை விளக்கி விவாதத்தை மற்றொரு திசைக்குத் திருப்பினேன். உள்ளாட்சித் தலைவர்களால் உருவாக்கப்பட்ட கட்டுமான வசதிகள் தரமானவையாக உள்ளன, பள்ளிகளில் குழந்தைகள் சேர்க்கை அதிகரித்துள்ளது, இடைநிறுத்தம் குறைந்துள்ளது, குழந்தைத் தொழிலாளர்கள் குறைந்துள்ளனர், மக்கள் கிராம சபையில் கலந்துகொள்ளும் எண்ணிக்கை கூடுகிறது, அவற்றில் பங்கெடுக்கக்கூடியவர்களின் எண்ணிக்கையும் கூடுகிறது, மக்கள் உடல்நலம் பேணுவதற்குச் செய்யும் செலவு குறைந்துள்ளது, பெண்கள் தண்ணீர் எடுக்கச் செலவழித்த நேரம் குறைந்துள்ளது, தண்ணீரின் தரம் கூடியிருக்கிறது, கழிப்பிட வசதிகள் அதிகரித்துள்ளன, கழிப்பிடத்தைப் பயன்படுத்துவோர் எண்ணிக்கை அதிகரித்துள்ளது, கிராமங்களில் திறந்தவெளியில் மலம் கழிப்பது பெருமளவில் குறைந்துள்ளது, பெண்கள் தங்கள் பிரச்சினைகளைக் கூச்சமின்றிக் கிராம சபையில் விவாதிக்கின்றனர், அதேபோல் தலித்துகள் அவர்கள் சந்திக்கும் பிரச்சினைகளை விவாதப் பொருளாகக் கிராம சபைக்குக் கொண்டு வருகின்றனர், மக்களுக்கு உள்ளாட்சி தரும் சேவைகளின் தரம் கூடியுள்ளது, கிராமசபைகளில் தலித்துகள் அச்சமின்றிக் கேள்விகளையும் விவாதங்களையும் முன்வைக்கின்றனர் என்ற பட்டியலைத் தந்தேன். அந்த ஆய்வு அறிக்கைதான் இன்றுவரை இந்தியாவில் செய்யப்பட்ட மிகப் பெரிய ஆய்வு. ஆறு கோடி ரூபாய் செலவு செய்து தயாரிக்கப்பட்ட அறிக்கை அது என்று கூறினேன். இது பலருக்கு ஆறுதலைத் தந்தது.

அந்த அறிக்கைதான் பல சர்வதேச நிறுவனங்களை உள்ளாட்சி மேல் நம்பிக்கைகொள்ள வைத்த ஒன்று. இதே அறிக்கையில் இன்னொரு செய்தி இருப்பதையும் கூறினேன். கிராமப்புறங்களில் மக்கள் தாங்கள் கட்டும் வரியைவிட அதிகமாக அரசுத்துறைகளில் பயன்களைப் பெற பணம் இலஞ்சமாகச் செலவழிக்கின்றனர். இது பலரை வியப்படைய வைத்தது. இதைக் கூறியவுடன் ஒரு விவாதம் முன்னெடுக்கப்பட்டது. இவ்வளவு சக்தியுள்ள, ஆற்றலுள்ள உள்ளாட்சியை வலுவிழக்கச் செய்யும் காரணம் எது என்ற விவாதமும் முன்வைக்கப்பட்டது. அதற்குப் பதில் கூறும்போது ஒன்றை நான் தெளிவுபடுத்தினேன். இன்றைய அரசியல் சந்தையை மையப்படுத்தியது. இது சமூகத்திற்கானது அல்ல. சந்தைதான் அரசியல் செயல்பாடுகளைத் தீர்மானிக்கிறது. எனவே, சந்தைக்கு எது தேவை என்றால் அதிகாரப் பரவல் அல்ல. அதிகாரக் குவியல். அதிகாரத்தை மையப்படுத்துவது. அதிகாரம் பரவலாக்கப்பட்டால், மக்களாட்சி விரிவாக்கப்பட்டுவிடும். மக்களாட்சி விரிவாக்கப்பட்டுவிட்டால், மக்கள் கேள்வி கேட்க ஆரம்பித்துவிடுவார்கள்.

அதற்கு மாறாகச் சந்தை தருகின்ற பணத்தில் இனாம்களாகப் பயன்களைக் கொடுத்துக்கொண்டே இருங்கள், மக்கள் அமைதியாக இருப்பார்கள். அரசியல் கட்சிகளைப் போராட அனுமதிக்காதீர்கள், போராடினால் மக்கள் இணைந்து கொள்வார்கள். அரசியல் இருப்பைக் காட்டுவதற்குக் கூட்டங்களையும் ஆர்ப்பாட்டங்களையும் அனுமதியுங்கள். அவை ஒரு நாளில் முடிந்துவிடும். தேர்தலில் மக்களுக்கு வாக்குக்குப் பணம் தந்துவிடுங்கள், உங்களை அவர்கள் நிர்பந்திக்கக் கூச்சப்படுவார்கள். மேலே குறிப்பிட்ட அனைத்தும் சந்தை அரசியலுக்கும் அரசுக்கும் தந்த அறிவுரைகள். அரசாங்கம் சந்தைக்கு என்னவெல்லாம் வேண்டுமோ அதைச் செய்து கொடுத்துவிட வேண்டும். காரணம் நாங்கள்தான் செல்வத்தை இந்த நாட்டில் உருவாக்குகின்றோம் எனக் கூறி, அரசியலைத் தன்வயப்படுத்திவிட்டது சந்தை. இந்த இடத்தில் நின்று உள்ளாட்சியை யோசித்துப் பாருங்கள். ஏன் அதிகாரப் பரவலை முன்னெடுக்க நம் அரசியல் கட்சிகள் முன்வரவில்லை என்பதைப் புரிந்துகொள்ளலாம் என்று பதிலளித்தேன். இந்த இடத்தில் இன்னொன்றையும் புரிந்து

கொள்ள வேண்டும். இந்த உள்ளாட்சி என்பது, பழைய உள்ளாட்சிபோல் சாலை போடுவது, தண்ணீர் தருவது, தெரு விளக்குப் பராமரிப்பது போன்ற பணிகளைச் செய்ய மையப் படுத்தி வந்தது அல்ல. நலிந்த, தாழ்த்தப்பட்ட, ஒடுக்கப்பட்ட மக்களின் வாழ்க்கையில் ஒளியேற்ற பொருளாதார மேம்பாடு, சமூக நீதி இவற்றைச் செய்ய உருவாக்கப்பட்டுள்ளது. அது மட்டுமல்ல, அந்தப் பணிகளையும் அந்தப் புறம்தள்ளப்பட்ட மக்களின் பங்கேற்போடு செய்ய வேண்டும் என்ற அடிப்படையில் தான் இட ஒதுக்கீடு அவர்களுக்கு வழங்கப்பட்டுள்ளது. எனவே, அதிகாரம் இதுவரை யாரிடம் இருந்ததோ அவர்களிடமிருந்து தலித்துகளுக்கும், பெண்களுக்கும், ஆதிவாசிகளுக்கும் செல்லும் என்பதுதான் நிலை. சாதாரணமாக அதிகாரத்தை வைத்து இதுவரை பயன் அடைந்துவந்தவர்கள் அதிகாரத்தை எப்படி இழக்கச் சம்மதிப்பார்கள். அதிகாரத்தைத் தக்கவைக்க, ஏதாவது திட்டமிடத்தானே செய்வார்கள். இந்த நிலையைப் புரிந்து கொண்டு மிகப் பெரிய மக்கள் இயக்கம் உருவாக்கினாலன்றி அதிகாரப் பரவல் எதிர்பார்த்தபடி நடப்பதற்குச் சாத்தியக்கூறு குறைவு என்பதைப் பதிவு செய்தேன்.

இந்தக் கருத்தை 1964இல் ஜெயப்பிரகாஷ் நாராயண் பெங்களூருவில் நடந்த பஞ்சாயத்துத் தலைவர்கள் மாநாட்டில் தெரிவித்ததையும் கோடிட்டுக் காட்டினேன். அதுதான் இன்றுவரை நிலைப்பாடாகத் தொடர்கிறது. மத்திய அரசின் செயலர் பேசும் போது, ஒரு கருத்தியலை மையப்படுத்தினார். அரசியலில் அதிகாரப் பரவலுக்கான கடப்பாடு எங்குக் குறை கிறதோ அங்கு மக்களின் அழுத்தம் அரசியல் கட்சிகளின் மேல் வர வேண்டும். மக்களின் அழுத்தத்திற்கு அரசியல் கட்சிகள் பயப்படுகின்றன. காரணம், வாக்கு மக்கள் கையில் உள்ளது. எனவே, அந்த அழுத்தத்தை ஏற்படுத்த மக்கள் இயக்கமாக உருவாக வேண்டும் என்றார். மக்கள் இயக்கத்தை அரசியல் கட்சிகள்தான் உருவாக்க வேண்டும். குடிமைச் சமூகம் இதில் என்ன செய்ய வேண்டும் என்றால், நிறைய மக்கள் அமைப்புகளை உருவாக்கி, அவற்றின் மூலம் அரசுக்கு, கட்சிகளுக்குஅழுத்தத்தைத் தர வேண்டும். அடுத்து, கருத்தாளர்களும், உயர்கல்வி நிறுவனங்களும் உள்ளாட்சித்

தலைவர்களின் தலைமைத்துவத்தை மேம்படுத்தத் தேவையான பயிற்சிகளைத் தரவேண்டும். அதேபோல், உயர்கல்வி நிறுவனங்கள் அடிப்படை மாற்றங்களைக் கிராம சமுதாயத்தில் கொண்டுவரத் தேவையான விழிப்புணர்வைக் கிராம சபை மூலமாக உருவாக்க வேண்டும். அதற்கு மத்திய அரசின் உன்னத் பாரத் திட்டத்தைப் பயன்படுத்தலாம். ஆராய்ச்சி நிறுவனங்கள், உள்ளாட்சி பற்றிய பெரும் ஆய்வுகளை நடத்தி உள்ளாட்சிக்கு வலுச்சேர்க்க உதவ வேண்டும். இவை எல்லாவற்றையும்விட ஊடகங்களையும், சமூக ஊடகங்களையும் பயன்படுத்தி உள்ளாட்சி பற்றிய கருத்துகளை மக்களுக்கு எடுத்துச் செல்ல வேண்டும் என்ற விவாதங்கள் முன்னெடுக்கப்பட்டன. உள்ளாட்சி யுடன் பணி செய்வோருக்கு இந்த மாநாடு ஒரு மிகப்பெரிய உந்துதலையும், ஆர்வத்தையும் ஏற்படுத்த உதவியாய் இருந்தது என்பதில் இருவேறு கருத்திருக்க முடியாது.

□

10

கிராமப் பஞ்சாயத்து மேம்பாட்டுத் திட்டம்

பரவலாக்கப்பட்ட பல்நிலை மக்கள் பங்கேற்புத் திட்டமிடுதல் என்பது பலகாலம் அறிவுசார் விவாதத்தில் இருந்தாலும், அது நடைமுறை சாத்தியமானது 73, 74ஆவது அரசமைப்புச் திருத்தச் சட்டங்கள் நடைமுறைக்கு வந்தபின்தான். இந்த இரண்டு சட்டத் திருத்தங்களும் திட்டமிடுதலைக் கிராமப் பஞ்சாயத்திடம் கையளிப்பதை நோக்கமாகக் கொண்டவை. மத்திய, மாநில அரசுகளின் திட்டங்களால் கிராமங்களிலும் நகரங்களிலும் செய்ய இயலாத பணிகளைப் பஞ்சாயத்தின் மூலம் செய்ய வைப்பதுதான் நோக்கம். இதுவரை அரசாங்கத்தால் செய்ய இயலாத செயல்களை இந்தத் திட்டத்தின் மூலம் செய்து கடையனுக்கும் கடைத்தேற்றம் செய்யவல்லதுதான் இந்தப் பரவலாக்கப்பட்ட மக்கள் பங்கேற்பு மேம்பாட்டுத் திட்டம்.

இந்தப் பணி கட்டாயக் கடமையாக அரசியல் சாசனச் சட்டங்களின் மூலம் உள்ளாட்சிக்குக் கொடுக்கப்பட்டுள்ளது. அரசியல் சாசனச் சட்டத்தில் 243-ஏ என்ற பகுதியும் தமிழகப் பஞ்சாயத்துச் சட்டம் 1994இல் 240 மற்றும் 257-இன் படியும் உள்ளாட்சிகள் மக்களின் பொருளாதார மேம்பாட்டுக்காகவும் சமூக நீதிக்காகவும் எல்லாத் தரப்பு மக்களின் பங்களிப்போடு கட்டாய மாகத் தயாரித்து நடைமுறைப்படுத்த வேண்டும். இதற்கான ஆணையைத் தமிழக அரசு (அரசாணை 34) வெளியிட்டுள்ளது. அந்த அரசாணையே மிகவும் தெளிவாகத் திட்டமிடுவதை

விளக்கியுள்ளது. இந்தத் திட்டமிடுதலுக்குச் சில அடிப்படைகள் இருக்கின்றன.

1. பொருளாதார மேம்பாடு கொண்டு வருதல்.
2. சமூக நீதி வழங்கல்.
3. மக்கள் நலம் பேணுதல்.
4. சூழலைப் பாதுகாத்தல்.
5. வளங்களைப் பாதுகாத்துப் பராமரித்தல்.
6. மக்கள் திட்டத்தில் அரசுத்துறைகளைப் பங்கேற்க வைத்துக் கிராம மேம்பாட்டை ஒரு கூட்டுச் செயல்பாடாக மாற்றுதல்.
7. மக்களின் பங்களிப்போடு இந்தத் திட்டச் செயல்பாடுகளைச் செய்து திட்டம் உருவாக்கல்.

இந்த அடிப்படைகளைப் பின்பற்றி ஒவ்வொரு கிராமப் பஞ்சாயத்தும் திட்டம் தயாரிக்க வேண்டும். இந்த அடிப்படைகளை உள்ளாட்சியில் பதவிகளில் இருக்கும் தலைவர்கள் ஆழமாக உள்வாங்கிப் புரிதலுடன் செயல்பட்டால் இதுவரை எட்ட முடியாத சமூகத்தை எட்டி அவர்களையும் மேம்படுத்திவிடலாம். அனைத்துச் சமூகமும் பயனடைந்து ஒதுக்குதல் இல்லாத சர்வோதயச் சமூகத்தையே உருவாக்கிவிடலாம். அதற்கான சாத்தியக் கூறுகள் இந்தத் திட்டத்தில் உள்ளன. அதை நம் தலைவர்களும் மக்களும் புரிந்துகொண்டு செயல்பட வேண்டும். வளர்ச்சித் திட்டங்களைத் தயார் செய்யும்போது பின்வரும் குறிக்கோள்களை உள்ளடக்கியதாக அமைய வேண்டும்.

அ. வளர்ச்சிக்கான குறிக்கோள். வேளாண்மை, நிலச்சீர்திருத்தம், சிறு பாசனம், கால்நடைப் பராமரிப்பு, பால் பண்ணை, கோழிப்பண்ணை, மீன்வளம், தொழில்வளம் போன்ற உற்பத்தியைப் பெருக்கி, பொருளாதார வளர்ச்சிக்குத் தூண்டுகோலாக அமையக்கூடியதாக இருக்க வேண்டும்.

ஆ. சமூக நீதிக்கான குறிக்கோள். பொருளாதார வளர்ச்சி மூலம் ஏற்படக்கூடிய பலன்கள் சமுதாயத்தின் பல்வேறுபட்ட மக்களைச் சென்றடைய வேண்டும். அதிலும் குறிப்பாக, பொருளாதாரத் திலும் சமூகரீதியாகவும் நலிவடைந்த பிரிவினரைச் சென்றடைய

வேண்டும். மேலும், வேலை வாய்ப்பை வழங்குவதன் மூலம் வருமானத்தைப் பெருக்கும் வகையில் திட்டங்களை வகுக்க வேண்டும்.

இ. நலத்திற்கான குறிக்கோள். சாலை வசதி, குடிநீர் வசதி, வீட்டு வசதி, தெருவிளக்குகள் அமைப்பு, திட, திரவக் கழிவு அகற்றல் போன்ற பொதுமக்களுக்கு நன்மை தரக்கூடிய திட்டங்களும் கல்வி, சுகாதாரம், மகளிர் நலம், குழந்தைகள் நலம், நூலகங்கள், கலை, கலாசாரம், பண்பாடு இவற்றை மேம்படுத்துதல் போன்ற சமூகத்திற்கு நலன் தரக்கூடியதாகவும் திட்டங்கள் அமைந்திட வேண்டும்.

ஈ. சுற்றுப்புறச்சூழல் பாதுகாப்புக் குறிக்கோள். நிலம், நீர், வானம், காடு, அரிய விலங்கினங்கள், தாவரங்கள் போன்ற இயற்கைச் சூழலைப் பாதுகாக்கக்கூடியதாகவும் இந்த இயற்கை வளங்களைச் சீராகப் பயன்படுத்த வருங்காலச் சந்ததியினரும் பயன்பெறத்தக்க வகையில் திட்டங்கள் அமைந்திட வேண்டும். பொதுச்சொத்துகள் பராமரிப்பு, பாதுகாப்பு, முறையான பயன்பாடு குறித்த திட்டங்களும் அமைந்திட வேண்டும்.

உ. திட்ட ஒருங்கிணைப்புக் குறிக்கோள். அந்தந்தப் பகுதிக்கான வளர்ச்சித் திட்டங்கள், தொடர்புடைய துறைகளின் வளர்ச்சித் திட்டங்கள், தனிமனிதர் பயன்பெறும் திட்டங்கள், அரசு, அரசுத்துறை நிறுவனங்கள் மூலம் நிறை வேற்றப்படும் திட்டங்கள், வங்கிகள், தொண்டு நிறுவனங்கள், உள்ளாட்சி அமைப்புகள் மூலம் நிறைவேற்றப்படும் திட்டங்கள் அனைத்தும் ஒருங் கிணைக்கப்பட்டுக் கிராமத்தின் ஒட்டுமொத்த வளர்ச்சி யையும், மேம்பாட்டையும் உறுதி செய்யும் அளவில் அமைந்திட வேண்டும்.

ஊ. மக்களின் பங்கை ஊக்கப்படுத்தும் குறிக்கோள். திட்டங்கள் தயாரிப்பு, அமலாக்கம், திட்ட ஆய்வு, திட்ட மேற்பார்வை ஆகிய பணிகளில் மக்களின் பங்கு, நிதி, உழைப்பு, பொருள்கள் இவற்றை வழங்குவதன் மூலம், மக்களின் ஈடுபாட்டை ஈர்த்துக் கொள்ளும் வகையில் திட்டங்கள் அமைந்திட வேண்டும்.

ஏ. இதர குறிக்கோள். வறுமை ஒழிப்பு, சமுதாயத்தின் பல்வேறு தரப்பட்ட மக்களிடையே வருமானம் ஏற்றத்தாழ்வு இல்லாமலும், பிராந்திய ஏற்றத்தாழ்வுகள் இல்லாமலும் உள்கட்டமைப்பு வசதிகளைப் பெருக்கி, பொருளாதார வளர்ச்சிக்குத் துணைபுரியக் கூடியதாகவும், பெண்களுக்கு எதிராக இழைக்கப்படும் அநீதி, சிறார்கள் பணி ஆகியவை இல்லாத சமத்துவச் சமுதாயம் உருவாக்கும் வகையிலும் திட்டங்கள் அமைந்திட வேண்டும்.

திட்டமிடலில் கவனிக்க வேண்டிய முக்கிய அம்சங்கள்

- மக்களின் தேவைகள், விருப்பங்கள் அதிகம். அவை அனைத்தையும் நிறைவேற்றுவதற்குப் போதிய ஆதாரம், தொழில்நுட்பம், மனிதவளம் இல்லாமலிருக்கலாம். எனவே, அந்தத் தேவைகளை உடனே 'நிறைவேற்றக்கூடிய தேவைகள்', நிதி நிலையைக் கருத்தில்கொண்டு 'கொஞ்சம் காலந்தாழ்த்தி நிறைவேற்றக்கூடிய தேவைகள்' என இருவகையாகப் பிரித்துக்கொள்ளலாம். உடனடித் தேவைகளை உடனுக்குடன் நிறைவேற்றுவதற்கான முன்னுரிமையுடன் திட்டத்தில் சேர்த்திடல் வேண்டும்.
- திட்டமிடல் என்பது புதிதாகச் சமுதாயச் சொத்துகளை உருவாக்குவது மட்டுமன்று. ஏற்கெனவே உருவாக்கப்பட்ட சொத்துகளைப் பேணிப் பாதுகாத்தலும் அடங்கும். அவ்வாறில்லையெனில் அந்தச் சொத்துகளை உருவாக்க, முன்பைவிடக் கூடுதலாக நிதி தேவைப்படும். எனவே, நிதி ஒதுக்கீட்டின் ஒரு பகுதி, ஏற்கெனவே உருவாக்கிய சொத்துகளைப் பராமரிக்க / புதுப்பிக்க/ மாறுதல்கள் செய்ய ஒதுக்கப்பட வேண்டும்.
- திட்டங்கள் வரையும்போது உள்ளூரில் கிடைக்கும் மூலப் பொருள், தொழில்நுட்பம், அங்குள்ள மக்கள் வாழ்க்கை நடைமுறை, கலை, கலாசாரம், பண்பாடு, பழக்கவழக்கம் ஆகியவற்றைப் பிரதிபலிப்பதாகவும் அமைய வேண்டும்.
- வேகமான வளர்ச்சி என்ற நோக்கில் சுற்றுச்சூழல், நிலம், நீர், காற்று, வானம், அரிய தாவரங்கள், விலங்கினங்கள் ஆகியவற்றிற்குத் தீங்கு இழைக்காமல் பார்த்துக்கொள்ள

வேண்டும். அத்துடன், வருங்காலச் சந்ததியினரும் பயன் பெறும் அளவில் நீண்ட காலம் பலனளிக்கக்கூடிய வளர்ச்சித் திட்டங்களைத் தீட்ட வேண்டும்.

மேற்கூறியவற்றைப் பின்புலத்தில் வைத்து உள்ளாட்சிகள் திட்டம் தயாரிக்க வேண்டும். அந்த மேம்பாட்டுத் திட்டத்தைப் பின்வரும் வழிமுறைகளைப் பின்பற்றித் தயாரிக்க வேண்டும்.

முதலில் மாவட்ட அளவில், மாவட்ட ஆட்சித் தலைவர், உயர் அதிகாரிகள் என அனைவரையும் தயார் செய்ய வேண்டும். அடுத்து, மாவட்டத் திட்டக்குழு, மாவட்ட ஊராட்சி இரண்டையும் இந்தத் திட்டமிடுதல் பணிக்காகத் தயார் செய்ய வேண்டும். தயார் செய்ய வேண்டும் என்றால், அவர்களிடம் கிராமங்களில் மக்கள் பங்கேற்போடு மக்கள் மேம்பாட்டுக்கான ஒரு திட்டத்தைத் தயார் செய்யப் போகிறோம் என்பதைத் தெரிவிப்பதுதான். அது மட்டுமல்ல, இந்தப் பணி கட்டாயப்பணியாக உள்ளாட்சிக்கு விதிக்கப்பட்டிருப்பதால், அதை நாங்கள் செய்கிறோம்; அதற்கான உதவிகளை எங்களுக்கு வழங்க வேண்டும் என்பதை எழுத்துப் பூர்வமாகக் கிராம சபைத் தீர்மானத்தையும் அந்தக் கடிதத்துடன் இணைத்திட வேண்டும். அடுத்துக் கிராமப் பஞ்சாயத்தில் திட்டம் தயாரிக்க ஒரு குழுவை உருவாக்க வேண்டும். அதைக் கிராம சபையில் வைத்து ஒப்புதல் பெறவேண்டும். அந்தக் குழுவில் ஆர்வமுள்ள எவரும் உறுப்பினராக இருக்கலாம். குறிப்பாக, திறனும் ஆற்றலும் வாய்ந்த ஆர்வமுள்ள, நல்ல படித்த இளைஞர் களாக இருந்தால் இந்தப் பணிக்கு உதவியாக இருக்கும். இதைத் தொடர்ந்து கிராமப் பஞ்சாயத்து உறுப்பினர்களையும், கிராமத் திட்டக்குழு உறுப்பினர்களையும், தன்னார்வலர் குழுவையும் திட்டமிடுதல் பணிக்காகத் தயார் செய்ய வேண்டும். இந்தத் தன்னார்வலர் குழு கிராமத்தில் இருக்கும் மனித வளங்களாகும். அவர்கள் சுய உதவிக்குழு பெண்களாக இருக்கலாம், பொதுக் கருத்தாளர்களாக இருக்கலாம், இளைஞர் குழு உறுப்பினர்களாக இருக்கலாம், ஓய்வுபெற்ற அரசு ஊழியர்களாக இருக்கலாம். இவர்கள் அனைவரையும் திட்டம் தயாரிப்பது பற்றிய விழிப்புணர்வு நிகழ்வில் பங்கேற்க வைக்க வேண்டும். இவர்களைத் தயாரிப்பதில்தான் இந்தத் திட்ட அறிக்கை தயாரிப்பின் வெற்றி அடங்கியுள்ளது என்பதை உள்ளாட்சித் தலைவர்கள் உணர்ந்து

செயல்பட வேண்டும். இவர்கள் அனைவருக்கும் மாநில ஊரக வளர்ச்சிப் பயிற்சி நிறுவனத்தால் பயிற்சி அளிக்க வேண்டும். பிறகு பயிற்றுநராக ஒவ்வொரு ஒன்றியத்திலும் உள்ள வல்லுநர்களை வைத்து திட்டமிடுதல் பற்றிப் பயிற்சியளிக்க வேண்டும்.

அடுத்த நிலையில் கிராம சபையைக் கூட்டி மக்கள் பங்கேற்புடன் தயாரிக்கப்பட இருக்கிற திட்டம் பற்றியும், அதைத் தயாரிக்கும் முறைமை பற்றியும் ஒரு விழிப்புணர்வை ஏற்படுத்த வேண்டும். இந்தக் கூட்டத்தில் பஞ்சாயத்தில் உருவாக்கப் பட்டுள்ள ஐந்து குழுக்களின் உறுப்பினர்களும் கலந்துகொள்ள வேண்டும். அவர்களின் முக்கியக் கடமைகளையும் பொறுப்பு களையும் எடுத்துக் கூறி அவர்களையும் இந்தத் திட்டத் தயாரிப்பில் ஈடுபடுத்த வேண்டும். அடுத்து, கிராம சபையில் நமது கிராமம் பற்றி ஓர் ஆழ்ந்த கனவை உருவாக்க, கிராம சபையைத் தயார் செய்ய வேண்டும். அது ஒட்டுமொத்த மக்கள் கனவாக இருக்க வேண்டும். இதன் பிறகு இந்தத் திட்டமிடும் பணியில் ஈடுபடும் அத்தனை பேருக்கும் சீரிய பயிற்சி அளிக்க வேண்டும். அறிவியல்பூர்வமாக மக்கள் மேம்பாட்டுக்கான ஒரு திட்டம் தயாரிக்கும் முறைகள் பற்றி அந்தப் பயிற்சியில் அத்தனை பேருக்கும் கற்றுத் தரவேண்டும். குறிப்பாக, அறிவியல்பூர்வமாகத் திட்டமிட புள்ளிவிவரம் சேகரிப்பது பற்றி விளக்க வேண்டும். ஒன்று குடும்ப அளவில் சேகரிக்கும் புள்ளிவிவரம், இரண்டு பஞ்சாயத்து அளவில் சேகரிக்கும் புள்ளிவிவரம். இந்த இரண்டு புள்ளிவிவரங்களையும் சேகரிப்பதற்கு, தமிழ்நாடு திட்டக்குழு தயாரித்த படிவத்தை அல்லது மாநில ஊரக வளர்ச்சிப் பயிற்சி நிறுவனம் தயாரித்த படிவத்தைப் பயன்படுத்திக்கொள்ளாம். இதற்கு முன்னோடியாக விளங்கும் நாகை மாவட்டம் பிரதாமபுரம் கிராமப் பஞ்சாயத்து அல்லது நாமக்கல் மாவட்டம் முத்துகாபட்டி கிராமப் பஞ்சாயத்து அல்லது கடலூர் மாவட்டம் அரங்கூர் கிராமப் பஞ்சாயத்துத் திட்ட வரைவேட்டை மாதிரியாக்கிக் கொண்டு இந்தப் பணியைச் செய்யலாம்.

இந்தத் திட்டம் தயாரிப்புப் பணியில் ஈடுபட்டிருக்கும் அனைவருக்கும் திறனும் ஆற்றலும் வளர்க்கப்படல் வேண்டும். அடுத்து, இந்தப் பணிகளுக்குக் கிராமத்துக்கு அருகிலுள்ள கல்லூரி, பல்கலைக்கழக ஆசிரியர்களை, ஆராய்ச்சியாளர்களைப்

பயன்படுத்திக்கொள்ள வேண்டும். அவர்களை இந்தத் திட்டப் பணிகளை ஆரம்பிக்கும் போதே ஈடுபடுத்த வேண்டும். எல்லா நிலைகளிலும் அவர்களின் ஆலோசனைகளைப் பெற்றுச் செயலாற்ற வேண்டும். ஏனென்றால், 'உன்னதப் பாரதத் திட்டம்' மூலம் கிராம சேவை அவர்களுக்குக் கட்டாயக் கடமையாக ஆக்கப்பட்டுள்ளது. எனவே, பல்கலைக் கழக ஆசிரியர்களையும் ஆராய்ச்சியாளர்களையும் ஆரம்பம் முதல் திட்ட அறிக்கை தயாரித்து முடிக்கின்றவரை தொடர்ந்து பயன்படுத்திக்கொள்ள வேண்டும். இதைச் சட்டபூர்வமாகச் செய்ய வேண்டும். இந்தச் செயல்பாடுகள் அனைத்தையும் சடங்காகச் செய்யாமல், ஒரு திருவிழாவுக்கு அல்லது ஒரு குடும்ப நிகழ்வுக்கு அனைவரும் தயாராவது போல, ஒரு பொதுச் சிந்தனையுடன் ஒரு கனவை நனவாக்க நடைபெறும் மக்கள் நிகழ்வாகக் கட்டமைக்க வேண்டும். இதற்காக கிராமத்தையே தயார்படுத்த வேண்டும். இதற்கான ஒரு சிந்தனைச் சூழலை மக்கள் அனைவரிடமும் உருவாக்க வேண்டும். இதற்கான பார்வை பஞ்சாயத்துத் தலைவருக்கு இருக்க வேண்டும்.

இதன்பிறகு வீடுகளிலும், பொது நிறுவனங்களிலும் புள்ளி விவரம் சேகரித்தல் நடைபெற வேண்டும். அந்தப் புள்ளி விவரங்களைச் சேகரித்த பிறகு அந்தக் கிராமத்தில் உள்ள குடும்பங்களின் சமூகப் பொருளாதார நிலைமையையும், பொது நிறுவனங்களின் செயல்பாட்டுச் சூழலையும் அலசி ஆராய வேண்டும். இதை உயர்கல்வி நிறுவன ஆசிரியர்களும், ஆய்வாளர்களும் செய்து கொடுத்துவிடுவார்கள். இந்தப் புள்ளி விவரங்கள் கிராமத்தில் உள்ள இயற்கை வளங்கள், பொருளாதார வளங்கள், சமூக வளங்கள், அறிவு வளங்கள் என அனைத்து வளங்களையும் வைத்துக்கொண்டு மக்களின் கனவுக்கிராமத்தை எப்படி உருவாக்க வேண்டும் என்று மேம்பாட்டுக்கான ஒரு கருத்தரங்கைக் கிராமத்தில் நடத்த வேண்டும். அப்போது, குறிப்பாக எந்த வளம் குன்றுகிறது, எது உயர்ந்துள்ளது, எது தாழ்ந்துள்ளது என்பதைக் கண்டுபிடித்து நீடித்த வளர்ச்சி இலக்குகளை எட்ட வேண்டிய இலக்குகளைப் பின்புலத்தில் வைத்துத் திட்டத்தை வடிவமைக்க வேண்டும். இதில் மிகவும் முக்கியமானது, அந்தக் கிராமப் பஞ்சாயத்தில் வாழும் கடைக் கோடி மனிதர்களின் குடும்பப்

பின்னணி பற்றிய புள்ளி விவரங்களைக் கணக்கில்கொண்டு பொருளாதார மேம்பாட்டுச் செயல்பாடுகள் வடிவமைக்கப்பட வேண்டும். இதற்கு ஒன்றிய அரசின் அந்தோதயா சர்வேயில் எடுத்த புள்ளிவிவரங்களைப் பயன்படுத்திக்கொள்ளலாம்.

இந்த அடிப்படைப் புள்ளிவிவரங்களைக் கிராம சபையில் வைத்து அங்கீகரிக்க வேண்டும். அடுத்து மக்களின் தேவைகளை வார்டு வாரியாகச் சேகரித்து அவற்றை வரைமுறைப்படுத்தி முன்னுரிமை கொடுக்க வேண்டியதைப் பட்டியலிட்டு, செயல் திட்டங்களைக் கிராமத் திட்டத்தில் உருவாக்க வேண்டும். அப்படி உருவாக்கும் போது, அது ஓர் ஆசைப் பட்டியலாக இல்லாமல் செயல்படுத்தக்கூடிய சாத்தியக் கூறுகளை ஆராய்ந்து திட்டங்களை வடிவமைக்க வேண்டும். ஒட்டுமொத்தமாகச் சேகரித்த மக்கள் தேவைகளை முன்னுரிமை அடிப்படையில் வரிசைப் படுத்தி ஆண்டுத் திட்டமாகப் பிரிக்க வேண்டும். அப்படித் திட்டம் வகுக்கின்றபோது நலிந்த பிரிவினர், விளிம்பு நிலையில் வாழும் மக்கள், பெண்கள், மாற்றுத் திறனாளிகள் என இதுவரை ஒதுக்கப்பட்டிருந்தவர்களின் நலனுக்கு முன்னுரிமை கொடுத்துத் திட்டத்தை வரைய வேண்டும். இந்தத் திட்டச் செயல்பாடுகளை வடிவமைக்கும் போது, பஞ்சாயத்தின் நிதி ஆதாரங்கள், அரசுத் துறைகளின் திட்ட நிதியாதாரங்கள், மக்களிடமிருந்து திரட்டும் நிதிக் கொடைகள், மக்கள் பிரதிநிதிகளிடமிருந்து பெறப்படும் தொகுதி மேம்பாட்டு நிதி, தன்னார்வத் தொண்டு நிறுவனங்களின் நிதியுதவி, பெரும் தொழில் நிறுவனங்கள் தரும் சமூகக் கடமைக்கான நிதி (*சிஎஸ்ஆர் ஃபண்ட்*), வெளிநாடுவாழ் மக்கள் தங்கள் கிராமத்தை மேம்படுத்தத் தந்திடும் கொடைகள் அனைத்தையும் வைத்து, திட்டச் செயல்பாடுகளைத் தயாரிக்க வேண்டும்.

இதில் சுற்றுச்சூழல் மேம்பாடு, உயிர்ச்சூழல் மேம்பாடு, இயற்கை வள மேம்பாடு என அனைத்தையும் வடிவமைத்துக் கிராம சபையில் ஒப்புதல் பெற்று, அந்த வரைவுத் திட்டத்தை ஓர் அறிக்கைபோல் அச்சிட வேண்டும். முழு வரைவுத் திட்ட அறிக்கையின் முதல் பகுதியில் அந்தக் கிராமத்தின் வரலாற்றையும் சிறப்புகளையும் விளக்க வேண்டும். இரண்டாம் பகுதியில் கிராமத்தில் உள்ள வளங்களையும் வசதிகளையும் விளக்க

வேண்டும். மூன்றாவது பகுதியில் மக்களின் தேவைகளைப் பட்டியலிட வேண்டும். நான்காம் பகுதி, முன்னுரிமை கொடுத்துத் தயாரித்த திட்டங்களை, அரசுத்துறை திட்டங்களுடன் இணைக்க வேண்டும். அரசின் திட்டத்துடன் இணைக்க முடியாத தேவை களைப் பூர்த்திச் செய்ய யார் யார் உதவி கோரப்படுகின்றன என்பதையும் அந்தத் திட்ட அறிக்கையில் கொண்டு வந்துவிட வேண்டும். இந்த அறிக்கையைக் கிராம சபையில் படித்துக் காண்பித்துக் கிராம சபையின் அங்கீகாரத்தைத் தீர்மானத்தின் மூலம் பெறவேண்டும். அதன் பிறகுதான் இந்தத் திட்ட அறிக்கைக்குச் சட்டப்பூர்வ அங்கீகாரம் கிடைக்கும்.

அந்தத் திட்ட அறிக்கையை மாவட்டப் பஞ்சாயத்துக்கு அனுப்பும் முன் மாவட்ட ஆட்சியரின் கருத்துரை ஒன்றை வாங்கி இணைத்திட வேண்டும். அதற்கு அடுத்தப் பகுதியாக, திட்டப்பணி களுக்கு உதவியவர்களுக்கு நன்றிகூறி இரண்டு பக்கம் திட்ட அறிக்கையில் இணைக்க வேண்டும். அடுத்து கிராம வரலாறு, அடிப்படைப் புள்ளிவிவரங்கள் குடும்பங்கள், பஞ்சாயத்துச் சார்ந்தவற்றை இணைக்க வேண்டும். அடுத்தப் பகுதி, வள ஆதாரங்கள் பற்றிய ஒரு தொகுப்பை இணைக்க வேண்டும். கிராம சபை அங்கீகரித்த திட்ட அறிக்கையை அச்சிட்டு அனைத்துத் துறைகளுக்கும் தந்து அவற்றைச் செயல்பட வைக்க வேண்டும்.

எதிர்நோக்கும் திட்ட விளைவுகள்

இப்படித் திட்டம் தீட்டி நடைமுறைப்படுத்துவதன் மூலம், என்ன விளைவை நாம் நம் சமுதாயத்தில் எதிர்பார்க்கிறோம் என்பதைத் தெளிவாகக் குறிப்பிட வேண்டும்.

- ஐந்து வயது நிரம்பிய அனைத்துக் குழந்தைகளையும் பள்ளியில் சேர்த்தல்.
- பள்ளியில் சேர்ந்த குழந்தைகள் இடைநிறுத்தம் இல்லாமல் கல்வி தொடரச் செய்தல்.
- மாணவர்களின் ஆக்கத் திறனை வெளிப்படுத்திட ஆண்டு விழா நடத்துதல்.
- பள்ளியில் குடிநீர், கழிப்பறை, விளையாட்டு மைதானம்,

காய்கறித் தோட்டம் போன்ற அடிப்படை வசதிகள் அமைத்தல்.

– மாணவ மாணவிகள் மத்தியில் சுத்தம், கழிவறையைப் பயன்படுத்தும் கலாசாரத்தை உருவாக்கல்.

– கிராமத்தில் எழுதப் படிக்கத் தெரியாதவர்களே இல்லாத நிலையை உருவாக்குதல்.

– படிப்பகங்கள் அமைத்துக் கிராமத்தினரிடையே கற்கும் ஆர்வத்தைத் தூண்டுதல், அய்யன் திருவள்ளுவர் நூலகத்தைப் பயன்பாட்டிற்குக் கொண்டுவருதல்.

– அங்கன்வாடியில் குழந்தைகளுக்கான கழிப்பறை வசதி, விளையாட்டுப் பொருள்கள் ஏற்பாடு செய்தல், குழந்தை களின் நகங்களை வெட்டி, தூய்மைப் பேணுதல்.

– இரண்டரை வயது நிரம்பிய குழந்தைகள் அனைவரையும் அங்கன்வாடியில் சேர்த்தல், தன் சுத்தம் பேணும் பழக்கத்தைக் கற்றுக்கொள்ள உதவுதல்.

– குழந்தைகளுக்கு உரிய சரிவிகித ஊட்டச் சத்துணவு வழங்கி, வயதுக்கேற்ற எடையுடன் ஆரோக்கியமாக இருக்கச் செய்தல், குழந்தை நலத்திட்டத்தில் ஊட்டச்சத்து மாவு, மதிய உணவு வழங்குதல் நடவடிக்கைகள் முறையாக நடைபெறுவதை உறுதிசெய்தல்.

– கிராமத்தினரிடையே விழிப்புணர்வு ஏற்படுத்திப் பெண் சிசுக்கொலையைத் தடுத்தல்.

– குழந்தைத் திருமணம் நடப்பதைத் தடுத்தல்.

– குழந்தைகள் அனைவரும் தடுப்பூசித் திட்டத்தின் பயனை முழுமையாக முறையாகப் பெற்றிட உறுதி செய்தல்.

– குழந்தைத் தொழிலாளி இல்லாத நிலையை உருவாக்கல்.

– குழந்தை இறப்பைத் தடுக்கும் நடவடிக்கைகள் மேற் கொள்ளுதல்.

– பாலியல் சமத்துவம் பற்றி மக்களிடம் விழிப்புணர்வு ஏற்படுத்துதல்.

- அனைத்து மகப்பேறுகளும் மருத்துவமனைகளில் மட்டுமே நடைபெறுவதை உறுதிசெய்தல்.
- பேறுகால, கர்ப்பகாலக் கவனிப்புகள் பற்றிப் பெண்களிடம் விழிப்புணர்வு ஏற்படுத்துதல்.
- பேறுசார் குழந்தை நலத்திட்ட நடவடிக்கைகளின் பலன்களைப் பெண்கள் முழுமையாகப் பெற்றிட உதவுதல்.
- கர்ப்பிணிப் பெண்கள், கர்ப்ப காலப் பராமரிப்பு மருத்துவப் பரிசோதனை - தடுப்பூசிகள் ஊட்டச்சத்து மாவு — கர்ப்பகால உதவித்தொகை ஆகிய நலன்களை முறையாகப் பெற்றிட உதவுதல்.
- துணை சுகாதார நிலையத்தில் தேவையான அடிப்படை வசதிகள் ஏற்படுத்துதல்.
- கிராமச் செவிலியர் மேற்கொள்ளும் நலப்பணிகள் நன்கு நடைபெற உதவுதல்.
- பெண்கள் சுகாதார வளாகங்கள் முழுமையாகப் பயன்படுத்த நடவடிக்கை எடுத்தல்.
- அனைத்து மக்களுக்கும் பாதுகாப்பான குடிநீர் கிடைப்பதை உறுதி செய்தல்.
- திறந்தவெளிகளைக் கழிப்பிடமாகப் பயன்படுத்துவதை முற்றிலும் தடுத்தல்.
- பொதுக்கழிப்பிடங்கள் ஏற்படுத்தி முறையாகப் பயன்படுத்த ஏற்பாடு செய்தல்.
- தூய்மையான கிராமமாக உருவாக, கழிவுகளை அப்புறப்படுத்துதல்.
- மக்காதப் பொருள்களான பிளாஸ்டிக், பாலிதீன் போன்ற பொருள்களால் கிராமத்திற்கு வரும் தீமையைப் பற்றி மக்களிடம் விழிப்புணர்வு ஏற்படுத்தி, அவற்றைத் தடுக்க வழிவகைச் செய்தல்.
- பொதுக் கழிவுகளை உரமாக்கி, நிதியைப் பெருக்கிக் கொள்ளுதல்.

- பசுமைக் கிராமமாக மாற்றிடப் பொது இடங்களில் மரக் கன்றுகள் நட்டு, வளர்த்துக் காத்தல்.
- கிராமத்திலுள்ள அனைத்துக் குடியிருப்புப் பகுதிகளும் பாரபட்சமின்றி, குறைந்தபட்ச அடிப்படை வசதிகள் பெறுவதை உறுதிசெய்தல்.
- சூரிய ஒளியில் இயங்கும் தெரு விளக்குகள் அமைத்தல்.
- தகுதியுடைய அனைத்துக் குடும்பங்களுக்கும் குடும்ப அட்டை கிடைக்கச் செய்தல்.
- குடியிருக்க நிலமற்றவர்களுக்கு இலவச வீட்டுமனைப் பட்டா வழங்க ஏற்பாடு செய்தல்.
- பொதுவிநியோக முறையில் அத்தியாவசியப் பொருள்கள் முறையாகக் கிடைப்பதை உறுதி செய்தல்.
- வீடு இல்லாத ஏழைகளுக்குக் குடியிருப்புகள் ஏற்பாடு செய்தல்.
- தீண்டாமையை ஒழித்து, சமூக நல்லிணக்கத்தை ஏற்படுத்துதல்.
- ஆதிதிராவிடர் சமூகத்திற்கு உரிய அனைத்து நலன்களும் கிடைப்பதை உறுதி செய்தல்.
- ஏழைப்பெண்களைச் சுயஉதவிக்குழுவில் இணைத்து சமூக, பொருளாதார உயர்வை அடைய உதவுதல்.
- சுயஉதவிக் குழுக்கள், பொருள்கள் உற்பத்தி செய்து வணிகம் செய்யத் தேவையான அனைத்து ஏற்பாடுகளையும் செய்தல்.
- கிராமத்திலிருக்கும் கைவினைஞர்களை ஒன்றுசேர்த்துச் சங்கமாக உருவாக்கி, அவர்களின் கைத்திறனை மேம்படுத்தி, அவர்களுக்கு வேலைவாய்ப்புக் கிடைக்க ஏற்பாடு செய்தல்.
- 21 வயது முடிந்த பிறகே பெண்களுக்குத் திருமணம் எனும் விழிப்புணர்வை ஏற்படுத்துதல்.
- நலிவுற்ற ஆதரவற்ற முதியோர், ஏழை விதவைகள்,

வறுமையில் வாடும் கைவினைஞர்கள் போன்றோரின் குடும்பங்களைக் கண்காணித்து, அவர்களின் வாழ்வாதாரத் திற்கு உறுதியளித்தல்.

- ஊனமுற்றோர்களையும், மனவளர்ச்சி குன்றியோர்களையும் கணக்கிட்டு, அவர்களுக்குச் சென்று சேரவேண்டிய அரசு நலத்திட்ட உதவிகளைக் கொண்டுசேர்த்தல்.
- ஆண், பெண் சுயஉதவிக்குழுக்கள் வலுவாகச் செயல்பட வழிகாட்டுதல்.
- சுயஉதவிக்குழுவினர் பொதுநலப் பணிகளிலும், கிராம சபைக் கூட்டங்களிலும் முழுமையாக ஈடுபட ஆர்வத்தைத் தூண்டி வழிகாட்டுதல்.
- நீர் ஆதார நிலைகளான குளம், குட்டை, ஊருணி, கண்மாய் போன்றவற்றைச் சீர்படுத்தி, பராமரித்து, மழைநீர் சேகரித்து முறையாகப் பயன்படுத்துதல்.
- நீரின் முக்கியத்துவம் பற்றியும், நீர் மேலாண்மை பற்றியும், நீர் பயன்பாடு பற்றியும் சரியான பார்வையை மக்களுக்கு உருவாக்குதல்.
- இயற்கை வளங்கள் குன்றாமலிருக்க வளப்படுத்துதல், அவற்றை யாரும் கெடுக்காமல் பாதுகாத்தல்.
- கிராமங்களில் பொது இடங்களிலும் வீட்டுப் பகுதியிலும் மூலிகைச் செடிகள் வளர்த்து அவற்றைப் பயன்படுத்த மக்களிடம் விழிப்புணர்வு ஏற்படுத்துதல்.
- விவசாயத்தில் சூழலுக்கு ஏற்ப மாற்றங்களைக் கொண்டுவர விவசாயிகளிடம் விழிப்புணர்வு ஏற்படுத்துதல்.
- பொதுச்சொத்துகளை ஆக்கிரமிப்பிலிருந்து மீட்டெடுத்தல்.
- பொதுச்சொத்துகளை முறைப்படுத்திப் பஞ்சாயத்துக்கு வருமானம் வருகின்ற அளவுக்கு வழிவகை செய்தல்.
- பஞ்சாயத்துகளின் செயல்பாடுகளை, மக்களை மையப் படுத்தி, மக்களின் ஈடுபாட்டோடு நிறைவேற்றல்.
- பஞ்சாயத்தை மக்கள் செயல்பாட்டுக் களமாக மாற்றுதல்.

- பொதுமக்களைச் சமூகக் குடிமக்களாக மாற்றிப் பஞ்சாயத்துச் செயல்பாடுகள் அனைத்திலும் அவர்களைப் பங்கெடுக்கச் செய்தல்.
- கிராம சபையைக் குறைகேட்கும் மன்றமாக உருவாக்காமல், சமூக மேம்பாட்டிற்கான மன்றமாக மாற்றுதல்.
- கிராமத்தின் எல்லாச் செயல்பாடுகளிலும், பெண்களையும் தலித்துகளையும் பெருமளவில் இணைத்துக்கொள்ளுதல்.
- கிராமத்தில் செயல்படும் பல்வேறு அமைப்புகளை வளர்ச்சிச் செயல்பாடுகளுக்காக ஒருங்கிணைத்தல்.

❑

11

உள்ளாட்சியும் நிலைத்த மேம்பாட்டு இலட்சியங்களும்

2015ஆம் ஆண்டு நடைபெற்ற ஐக்கிய நாடுகள் சபை உச்சி மாநாட்டில் 193 நாடுகள் ஒன்றுகூடி ஏற்றுக்கொண்ட ஓர் ஆவணம், 'உலகை மாற்றியமைத்தல்: 2030-க்கான நிலைத்த மேம்பாடு கொள்கை அறிக்கை; இந்த ஆவணம் ஒரு வரலாற்றுச் சிறப்புமிக்கச் செயல்பாட்டுக் கையேடு. இதில் கூறப்பட்டுள்ள 17 நிலைத்த மேம்பாட்டு இலட்சியங்களையும், 169 இலக்கு களையும் 2030ஆம் ஆண்டுக்குள் அடைய எல்லா நிலைகளிலும் உள்ள அரசாங்க அமைப்புகளும், மக்களும், மக்கள் அமைப்பு களும் இணைந்து செயலாற்ற வேண்டும் என்பதை அனைத்து நாடுகளும் ஏற்றுக்கொண்டுள்ளன. இந்தியாவும் அதற்கான முனைப்பை நிதி அயோக் மூலம் எடுத்துச் செயல்படுத்தி வருகிறது.

இந்த 17 மேம்பாட்டு இலட்சியங்களை அடைய மிகவும் முக்கியமாகக் களத்தில் நம் உள்ளாட்சிகளுக்கு அதிகமான பொறுப்புகள் இருக்கின்றன. இதை உணர்ந்த தமிழக அரசு 24.04.2022 அன்று நடந்த கிராம சபையில் ஒவ்வொரு ஊராட்சியும் நடைமுறைப்படுத்த தேவையான விழிப்புணர்வையும் வழிமுறை களையும் தீர்மானமாக நிறைவேற்றியுள்ளது. ஐநாவின் தீர்மானத்தை நாடாளுமன்றத்திலும் சட்டமன்றங்களிலும் உள்வாங்கி, தீர்மானங்கள் நிறைவேற்றி கொள்கைகளை உருவாக்கினாலும் அவை அனைத்தையும் நடைமுறைப்படுத்த வேண்டிய கடமையும் பொறுப்பும் உள்ளாட்சிகளையே சாரும்.

பெரும்பாலான செயல்பாடுகளுக்குக் களம் உள்ளாட்சிகள்தான் என்பதை அனைத்து வல்லுநர்களும் தங்கள் ஆராய்ச்சி அறிக்கைகள் வாயிலாகத் தெரிவித்துவருகின்றனர். அதற்கு நம் உள்ளாட்சிகளைத் தயார்படுத்தி பணியாற்ற வேண்டும். பஞ்சாயத்துகள் செய்யும் பல பணிகள் அந்த இலக்கை நோக்கித்தான் இருக்கின்றன என்றாலும், நம் உள்ளாட்சித் தலைவர்களுக்கு அந்தப் பார்வை வந்துவிட்டால், இன்னும் தங்கள் செயல்திறன்களை அதிகரித்து இலக்கை அடைய ஓர் உந்து சக்தியைப் பெறுவார்கள்.

வறுமையை ஒழிப்பது இதில் முதன்மைத் திட்டமாகும். உலகில் ஓர் ஒப்புரவு சமூகத்தை உருவாக்க, மக்களின் பாதுகாப்பை உறுதிசெய்ய ஓர் உலகளாவிய உடன்படிக்கைதான் இது. இந்த இலக்குகளை அடைய அனைத்து மட்டங்களிலும் இயற்கைப் பாதுகாப்புப் பின்புலத்தில் இருந்து செயல்பட வேண்டும். அடுத்து இந்தச் செயல்பாடுகளில் மிக முக்கியமாக மக்களின் பங்களிப்பு உறுதிசெய்யப்பட வேண்டும். நம் உள்ளாட்சிகளுக்குப் பொருளாதார மேம்பாட்டைக் கொண்டு வருவதும், சமூக நீதியைநிலை நாட்டுவதும் மிக அடிப்படைப் பணிகளாய் விதிக்கப்பட்டுள்ளன. இந்தப் பணிகளை மக்கள் பங்கேற்புடன் செய்ய வேண்டும். அது மட்டுமல்லாது, அனைத்துச் செயல்பாடுகளையும் திட்டமிட்டு குறிப்பாக, அடித்தட்டு மக்களின் பங்கேற்போடு செய்ய வேண்டும். இவையெல்லாம் நிலைத்த மேம்பாட்டு இலட்சியங்களை அடைவதற்குப் பேருதவியாக இருக்கும் செயல்கள் என்பதைப் புரிந்துகொண்டு நம் பஞ்சாயத்துத் தலைவர்கள் செயல்பட வேண்டும். இதற்கு உள்ளாட்சியில் மக்களால் தேர்ந்தெடுக்கப் பட்டுள்ள பிரதிநிதிகளுக்கு ஒரு புது மனநிலையை, சிந்தனையை உருவாக்க வேண்டும். அவர்களைத் தற்போது அரசு தரும் நிதிக்குப் பணி செய்யப் பழக்கி வைத்திருக்கிறோம். இந்த மன நிலையை மாற்ற வேண்டும். பஞ்சாயத்துத் தலைவர்கள் அரசு தந்த கட்டாயப்பணிகளைக் கடந்து, விருப்பக் கடமைகளாக நிலைத்த மேம்பாட்டிற்கான செயல்பாடுகளைச் செய்திட, அவர்களுக்கு ஒரு பார்வையை உருவாக்க வேண்டும்.

வறுமை ஒழிப்பு; பசிப்பிணி போக்குவது; அனைத்துத் தரப்பு மக்களுக்கும் ஆரோக்கிய வாழ்வை உறுதி செய்வது; தரமான கல்வி கற்கும் வாய்ப்பை உருவாக்குவது; பாலின சமத்துவத்தைப்

பேணுவது; நிலைத்த நீர்வள மேலாண்மை; மலிவான நவீன எரிசக்தி அனைவருக்கும் கிடைத்திட வழிவகை செய்வது; கண்ணியமான வேலைவாய்ப்பை உருவாக்கித் தருவது; வளர்ச்சிக்குத் தேவையான அனைத்து வகை உள்கட்டமைப்புகளை உருவாக்குவது; சமத்துவமற்ற நிலைமையைக் குறைப்பது; பாதுகாப்பான குடியிருப்புகளை உருவாக்குவது; நிலைத்த நுகர்வுடன் பொருள் களை உற்பத்தி செய்வது; பருவநிலை மாற்றத்தை எதிர்கொள்ள நடவடிக்கை எடுப்பது; கடல் வளங்களைப் பேணி வளங்குன்றிடா வண்ணம் பயன்படுத்துவது; நில உயிர்ச்சூழலைப் பாதுகாத்து நிலச் சீர்கேட்டைத் தடுத்து, காடுகளைப் பாதுகாத்துப் பல்லுயிர் சூழலைப் பாதுகாப்பது; அனைவரையும் உள்ளடக்கிய சமூகத்தை அமைதியாக வாழ வழிவகை செய்வது; அனைவருக்கும் நீதி கிடைக்க வழிவகை செய்வது; திறன் கூட்டப்பட்ட மக்களுக்குக் கடப்பாடுடைய நிறுவனங்களை அனைத்து மட்டங்களிலும் உருவாக்குவது; அனைத்துச் செயல்திட்டங்களையும் நடைமுறைப் படுத்த வழிமுறைகளைப் பலப்படுத்தி ஒரு கூட்டுச் செயல் பாட்டை உருவாக்குதல் என்பதுதான் அந்தப் பிரகடனத்தின் சுருக்கம். இந்தப் பணிகளில் எவற்றையெல்லாம் கிராமப் பஞ்சாயத்தில் செய்ய முடியுமோ அவற்றைச் செய்ய முதலில் பஞ்சாயத்து மேம்பாட்டுத் திட்டம் உருவாக்கப்படல் வேண்டும்.

இந்த இலட்சியங்களை அடைய 169 இலக்குகள் நிர்ணயிக்கப் பட்டுள்ளன. இவை பற்றி ஒரு புரிதலை நம் பஞ்சாயத்துத் தலைவர்களுக்குப் பயிற்சியின் மூலம் உருவாக்க வேண்டும். அவர்களுக்கு அந்தப் புரிதலை ஏற்படுத்திவிட்டால், அவர்கள் இந்த இலக்குகளை அடைய எல்லா நடவடிக்கைகளையும் எடுப்பார்கள். இதில் நம் உள்ளாட்சித் தலைவர்களுக்கு ஒரு கருத்தைத் தெளிவாக்க வேண்டும். உள்ளாட்சிகள் ஒன்றிய, மாநில அரசுகளின் திட்டங்களால் பயன்பெற இயலாதவர்களைச் சென்றடைந்து அவர்களின் மேம்பாட்டுக்குச் செயல்படுவதுதான் மிக முக்கியப் பணி என்பதைப் புரிய வைத்திட வேண்டும். கிராம மேம்பாட்டுப் பணிகளை எவரும் சாதாரணமாகச் செய்யலாம் என்ற பார்வையில் பலரும் இதுவரை இருந்ததால்தான், கிராமங்கள் இந்தச் சீரழிவைச் சந்தித்திருக்கின்றன. வறுமை ஒழிப்போ, ஆரோக்கியம் பேணுதலோ, பொருளாதாரம்

வளர்த்தலோ, வாழ்வாதாரம் பாதுகாத்தலோ, சுற்றுச்சூழல் பாதுகாத்தலோ அனைத்தும் பஞ்சாயத்து நிலையில் செய்ய முடியும். ஆனால், அதற்கான நிபுணத்துவத்தை பஞ்சாயத்துத் தலைவர்களிடம் உருவாக்க வேண்டும். ஒரு காலத்தில் மேற்கூறிய அத்தனை செயல்பாடுகளும் நிபுணர்களுக்குரியவையாக ஒதுக்கப் பட்டிருந்தன. இன்று அத்தனை செயல்பாடுகளும் குடிமக்கள் செயல்பாடுகளாக உருவாக்கப்பட்டு அவர்களின் பங்கேற்போடு நடைபெற வேண்டும் என அறிவுறுத்தப் படுகின்றன. எனவே, உள்ளாட்சிப் பிரதிநிதிகள் தயாரிப்பும் மக்கள் தயாரிப்பும் இந்தப் பணிகளுக்கு மிகவும் இன்றியமையாதவை. எந்த நுணுக்கச் செயல்பாட்டையும் எளிய மக்களுக்குச் சென்றடைய எளிமைப் படுத்துவது மிகவும் தேவையான ஒரு பணி. மக்களிடம் அளப்பரிய ஆற்றலும் சக்தியும், கடின உழைப்பும், முன்னேற வேண்டும் என்ற அவாவும் இருக்கின்றன. அதைப் பயன்படுத்த மக்களுக்கு வழிவகை செய்து தருவதுதான் உள்ளாட்சியின் கடமை என்ற புரிதல் வேண்டும். இதற்கு ஓர் எடுத்துக்காட்டை மேற்கோள் காட்டினால் புரிந்துகொள்வது மிகவும் எளிது என்று கருதுகிறேன்.

50 ஆண்டுகளுக்கு முன், தஞ்சை மாவட்டத்தில் ஒரு கிராமத்தில் வறுமை ஒழிப்புத் திட்டத்துக்காக ஒரு வயதான பெண்மணி, படிக்காத பெண்களை ஒருங்கிணைத்தார். அனைவரும் ஏழைக் குடும்பங்களைச் சார்ந்தவர்கள். அனைவரும் எழுதப் படிக்கத் தெரியாதவர்கள். அந்தப் பெண்களின் சேமிப்பின் மூலம் சீட்டுக் கம்பெனி ஒன்றை உருவாக்கினார். அதில் 24 பெண்களை இணைத்துச் சீட்டு நடத்தி, அந்தச் சீட்டு ஒவ்வொரு மாதமும் ஏலத்தில் எடுத்து, ஏலத்தில் எடுத்த பணத்தை வைத்து ஒரு கறவை மாடு வாங்கிக் கொடுத்துவிடுவார். ஒரு நேரத்தில் அந்த 24 பெண்களின் குடும்பத்திலும் பால் மாடுகள் இருந்தன. அனைத்தும் நாட்டு எருமை மாடுகள்தான். அனைவரும் பால் வணிகம் செய்ய ஆரம்பித்தார்கள். அதேபோல் ஆடு வாங்கிக் கொடுப்பார் அந்தப் பெண்மணி. அடுத்து அந்த 24 குடும்பங் களுக்கும் கோழி வாங்கிக் கொடுத்தார். வெறும் பத்து ஆண்டு காலத்தில் அந்தப் பெண்கள் தங்கள் குடும்பங்களை வறுமை யிலிருந்து வெளியில் கொண்டு வந்துவிட்டனர். இந்த 24 குடும்பங்களையும் ஓர் ஆய்வாளர் ஆய்வு செய்து ஓர் அறிக்கை

தயார் செய்து தேசிய ஊரக வளர்ச்சி நிறுவனத்தின் மூலம் வெளியிட்டார். அதில் அவர் முக்கியமாகக் கூறிய கருத்து 'அந்தப் பெண்களுக்கு வறுமையிலிருந்து விடுபட வேண்டும் என்ற ஒரு வேட்கை இருந்தது. அந்த வேட்கையுடன் செயல்படக்கூடிய மனநிலையை வளர்த்துக்கொண்டு தங்களுக்குள்ள வாய்ப்பையும் தெரிந்துகொண்டு, குழுவாக இணைந்து ஒரு தலைமையின் கீழ் செயல்பட்டதுதான் வெற்றியைத் தந்தது என்று அந்த அறிக்கையில் விளக்கியிருந்தார்.

அது மட்டுமல்ல; அவர்கள் அனைவரின் கடின உழைப்பு சாதாரணமானதல்ல. அடுத்து கூட்டு முயற்சியில் அனைவரும் நம்பிக்கையுடன் பங்கேற்றனர். இந்த முயற்சிக்கு ஒரு பெண் தலைமை தாங்கினார். அந்த நேரத்தில் இன்று இயங்குவதுபோல் சுய உதவிக்குழு என்பதெல்லாம் இருக்கவில்லை. இன்றுபோல் நிதி உதவிக்கு நிறுவனங்களும் இல்லை. அரசும் வழிகாட்ட வில்லை. அவர்களே சுயமாக ஆரம்பித்து நடத்தி வெற்றி கண்டனர். உண்மையான சுய உதவிக்குழு அவர்கள் நடத்தியது தான். பாலும், கோழிமுட்டையும், ஆட்டின் இறைச்சியும்தான் அவர்களைக் கைதூக்கிவிட்டன. இதே செயல்பாட்டைத்தான், 'சமூக மேம்பாட்டில் சமூகம்' என்ற தலைப்பில் இன்று உலக வங்கி வறுமை ஒழிப்புக்கு ஒரு புது அணுகுமுறையாக உருவாக்கி யிருக்கிறது. சமூகம் தன்னை இயக்கிக்கொள்ள வேண்டும். அப்பொழுதுதான் வறுமையைக் குறைக்க முடியும் என்று உலக நாடுகளுக்கு உலக வங்கி அறிவுரை வழங்கியது. எல்லாச் சமூக மேம்பாட்டுச் செயல்பாடுகளிலும் மக்களைப் பங்கேற்க வைக்க வேண்டும் என்பதற்கு அடிப்படைக் காரணம் மக்களை அதிகாரப் படுத்துவதே.

மக்களை எப்படி அதிகாரப்படுத்துவது? மக்களுக்குத் தேவை யான அடிப்படைப் புரிதலை ஏற்படுத்துவதன் மூலம். சமூகப் பொருளாதார மேம்பாடு, அரசாங்கத்தின் ஆளுகை போன்றவற்றில் புரிதலை ஏற்படுத்திவிட்டால், மக்கள் ஆளுகையிலும், மேம் பாட்டுச் செயல்பாடுகளிலும் பங்கேற்க ஆரம்பித்துவிடுவார்கள். எப்பொழுது மக்கள் இந்தச் செயல்பாடுகளில் பங்கேற்க முன்வந்துவிட்டார்களோ, அப்போதே அரசு மக்களுக்கானதாகச் செயல்பட ஆரம்பித்துவிடும். இதற்கான மிக முக்கிய அடிப்படைப்

பணி மக்களைப் பொறுப்புள்ள குடிமக்களாகத் தயார் செய்வது தான். இன்று இந்தப் பணியை நோக்கித்தான் உலகம் நகர்ந்து கொண்டுள்ளது. எனவே, இந்த நிலைத்த மேம்பாட்டுப் பணிகளை உள்ளாட்சிகளில் செயல்படுத்த ஓர் உளவியல் சூழலை உருவாக்க வேண்டும். அந்த உளவியல் சூழல் நம் ஊர், நம் பொறுப்பு என்ற பார்வையை மக்கள் பிரதிநிதிகளுக்கு உருவாக்குவதுதான். அப்படி அவர்கள் செயல்பட்டால், ஐநாவின் நிலைத்த மேம்பாட்டுச் செயல்பாடுகளில் மிகப் பெரிய சாதனை களைச் செய்துவிடலாம். அதற்கு நம் பஞ்சாயத்துகள் தயாராக வேண்டும்.

❑

12

உள்ளாட்சியை வலுப்படுத்தச் செய்ய வேண்டியவை

ஏன் நாம் உள்ளாட்சியை வலுப்படுத்த வேண்டும் என்று தொடர்ந்து வலியுறுத்திப் போராடிவருகிறோம் என்றால், பெரும் பான்மையான மக்களின் அடிப்படைத் தேவைகளை ஒன்றிய, மாநில அரசுகளால் பூர்த்திச் செய்ய முடியவில்லை. எவ்வளவோ திட்டங்கள் ஒன்றிய, மாநில அரசுகளால் தீட்டப்பட்டுச் செயல்பட முடிந்ததேயொழிய, வறுமையை முற்றிலுமாக ஒழிக்க முடிய வில்லை. எவற்றையெல்லாம் ஒன்றிய மாநில அரசாங்கங் களால் செய்ய முடியவில்லையோ அவற்றை இந்த உள்ளாட்சி அரசாங்கமாக ஒன்றிய, மாநில அரசுகளின் ஆதரவுடன் செயல் படுத்தும் என்ற அடிப்படையில்தான் இன்றைய உள்ளாட்சிகள் உருவாக்கப்பட்டுள்ளன. அதுமட்டுமல்ல, மக்களைப் பெருமளவில் மேம்பாட்டுச் செயல்பாடுகளில் ஈடுபடுத்த இந்த அமைப்புத் தேவைப்படுகிறது. அதே நேரத்தில், இந்த அமைப்பு மக்களாட்சியை விரிவுபடுத்தவும் ஆழப்படுத்தவும் பயன்படும் என்ற அடிப்படை யில்தான் இந்தப் புதிய உள்ளாட்சி அரசாங்கமாக உருவாக்கப் பட்டுள்ளது. எனவே, இதைப் பற்றிய புரிதலை பொதுமக்களிடம் ஏற்படுத்த வேண்டும். இதற்கான செய்திகளைப் பொதுமக்களிடம் கொண்டு சேர்க்க வேண்டியது பஞ்சாயத்தின் கடமையாகும். இந்தப் பணிகள் அனைத்தும் மக்களை அதிகாரப்படுத்த வேண்டும் என்று கூறுவோர் செய்ய வேண்டிய கடமையாகும்.

அடிப்படை விளக்கம்

புதிய உள்ளாட்சி அரசாங்கம் பற்றி மிக அதிக அளவில் பரப்புரை செய்தது ராஜீவ்காந்திதான். அவர் ஆற்றிய உரைகளையெல்லாம் தொகுத்து ஒரு புத்தகமாகவே ஆங்கிலத்தில் வெளியிட்டேன். ராஜீவ்காந்தியின் உள்ளாட்சிக் கனவு என்று தலைப்பிட்டு மணி சங்கர் அய்யரின் மதிப்புரையோடு அதை வெளியிட்டேன். அவருடைய உரைகளின் சாரம் மக்களுக்கு அதிகாரமளிப்பது என்பதுதான். அதுமட்டுமல்ல, இன்றைய அரசு, ஆளுகை, நிர்வாகம் எதுவும் மக்களை மதிக்கும் தன்மை கொண்டதாக இல்லை. எனவே, இன்று உருவாகப்போகும் புதிய உள்ளாட்சி அரசாங்கம் ஒரு மக்கள் இயக்கமாக உருவாக வேண்டும் என ராஜீவ் காந்தி திட்டவட்டமாகக் கூறினார். ராஜீவ் காந்தியின் கனவை நனவாக்கிய பிரதமர் பி. வி. நரசிம்மராவ் ஒரு கடிதத்தை 1993ஆம் ஆண்டு மே மாதம் அனைத்துப் பஞ்சாயத்துத் தலைவர்களுக்கும் எழுதி இருக்கிறார். ஏன் இந்தப் புதிய உள்ளாட்சி கொண்டுவரப்படுகிறது, இதை எப்படி உள்ளாட்சித் தலைவர்கள் கையாள வேண்டும் என்பதையெல்லாம் அந்தக் கடிதத்தில் விளக்கியுள்ளார். இவற்றைக் கடந்து ராஜீவ் காந்தி அறக்கட்டளையில் பஞ்சாயத்துக்கான செயல்பாட்டுக் குழு ஒன்று அறிஞர்களால் உருவாக்கப்பட்டிருந்தது. அந்தக் குழு பஞ்சாயத்துகளை வலுவாக்கத் தொடர்ந்து களத்தில் பணியாற்றிக் கொண்டிருக்கும் அமைப்புகளுடன் கலந்துரையாடி பஞ்சாயத்தின் அடிப்படையை 'பஞ்சாயத்துப் பட்டயம்' என்ற பெயரில் ஒரு வழிகாட்டு நெறிமுறையை உருவாக்கியது. அந்தப் பஞ்சாயத்துப் பட்டயத்தில் இன்றைய சூழலில் பஞ்சாயத்துகளை வலுப்படுத்த நாம் என்ன செய்ய வேண்டும் எனக் கோடிட்டுக் காட்டினர் அந்த அறிஞர் குழுவினர். அந்த அறிஞர் குழுவுடன் எனக்கு ஏற்பட்ட தொடர்புதான் இன்றுவரை உள்ளாட்சியை வலுப்படுத்த என்னைச் செயல்பட வைத்தது.

பஞ்சாயத்துப் பட்டயம்

அடிப்படையில், உள்ளாட்சி என்ற அமைப்பை மக்கள் அமைப்பாக மக்கள்மேல் அக்கறை கொண்ட மனிதாபிமானத்துடன் செயல்படும் அமைப்பாக உருவாக்க வேண்டும். மேல்நிலை அரசாங்க

அமைப்புகள் படித்தவர்களைக் கொண்டு இருந்தாலும் ஆதிக்கம் செலுத்தும் அமைப்பாகவே செயல்பட்டு வருவதைக் கவனத்தில் எடுத்துக்கொண்டு உள்ளாட்சியை மக்களுக்குக் கடமைப்பட்ட தாகவும், பொறுப்புள்ளதாகவும், மக்கள்மேல் நம்பிக்கை கொண்ட தாகவும் உருவாக்க வேண்டும். மாநிலங்கள் புதிய பஞ்சாயத்துக்கான சட்டத்தை 73ஆவது அரசமைப்புத் திருத்தச் சட்டத்தை ஒட்டி உருவாக்கினாலும், பெரும்பாலான மாநிலங்களில் இதற்கு எதிரான பல சட்டங்கள் செயல்பட்டுவருகின்றன. அவையெல்லாம் பஞ்சாயத்துகளை வலுவூட்டுவதற்குப் பதில் வலுவிழக்கச் செய்து விடும் என்ற புரிதலுடன் உள்ளாட்சியில் பணியாற்ற வேண்டும். 73ஆவது அரசமைப்புத் திருத்தச் சட்டம் உள்ளாட்சி யைத் தன்னாட்சி பெற்ற அமைப்பாக உருவாக்கத்தான் கொண்டுவரப்பட்டது.

ஆனால், அது பெரும்பாலான மாநிலச் சட்டங்களில் புறக் கணிக்கப் பட்டுள்ளது. இதை மாற்றுவதற்கான செயல் பாடுகளில் இறங்க வேண்டும். பஞ்சாயத்துகளை வலுப்படுத்துதல் எனும் போது, இன்றைய சூழலில் புதிய திசை நோக்கிச் செல்ல அனைவரையும் தயார் செய்வது என்று பொருள். எனவே, இதற்கான மாபெரும் மக்கள் இயக்கம் ஒன்று உருவாக வேண்டும். பஞ்சாயத்து அரசாங்கம் செயல்படுவதற்குத் தடையாக உள்ள சட்டங்கள் அனைத்தையும் நீக்கியாக வேண்டும்.

ஒரு முன்னுதாரணம்
நீண்ட நாள்களாக நான் ஒரு கருத்தைக் கூறி வருகிறேன். கிராமப்புற மேம்பாட்டை ஒரு மாநிலத்தில் அந்த மாநில முதல்வரே தம் வசத்தில் வைத்திருந்தால், கிராமங்களில் பணியாற்றும் மற்ற துறைகள் அனைத்தும் செம்மையாகப் பணியாற்ற வழிவகை காணலாம்.

அந்தத் துறைக்கென ஓர் அமைச்சர் இருந்தால், அவருடைய துறையின் மீது மட்டும்தான் அவர் தன் கட்டுப்பாட்டைக் கொண்டு வர முடியும். பிற துறைகளின் அதிகாரிகள் ஊரக வளர்ச்சித்துறை கூறுவதை ஏற்கமாட்டார்கள். இதற்கு மிகவும் சிறந்த எடுத்துக் காட்டு பாரதப் பிரதமராக இருந்த பி. வி. நரசிம்மராவ்.

இந்தியாவில் 73, 74ஆவது அரசமைப்புத் திருத்தச் சட்டங்களைக் கொண்டுவந்தது ராஜீவ்காந்தி என்று கூறுவார்கள். உண்மையில் அவர் கொண்டுவந்த 63, 64ஆவது திருத்தச் சட்டங்கள் தோற்றுவிட்டன. ஆனால், சிறுபான்மை அரசாங்கத்தை நடத்திய பி. வி. நரசிம்மராவ் இந்தச் சட்டங்களை நிறைவேற்றி விட்டார். காரணம் அந்தத் துறையைத் தம் கையில் வைத்துச் சாதுரியமாகச் செயல்பட்டதன் விளைவு. உள்ளாட்சியை அரசாங்கமாக இயக்கும் சக்தி முதல்வரிடம்தான் உள்ளது.

எங்கு முதல்வர் உள்ளாட்சியின் மீது கவனம் செலுத்துகின்றாரோ அங்கு ஒரு நல்ல அமைச்சரை நியமித்து, அந்த அமைச்சகத்தைக் கவனித்து, தொடர்ந்து உள்ளாட்சியை இயக்க உந்துசக்தியைக் கொடுத்த வண்ணம் இருப்பார்.

புரிந்துகொள்ள ஆவணங்கள்

பஞ்சாயத்துகளை வலுப்படுத்த மற்றுமொரு முக்கியமான வழிகாட்டும் ஆவணம் இரண்டாவது நிர்வாகச் சீர்திருத்த ஆணையத்தின் அறிக்கையின் 12ஆவது தொகுதி, 6ஆவது தொகுதி. அதேபோல் இன்னொரு அறிக்கை மிகவும் முக்கியத்துவம் பெறுகிறது. மைய மாநில உறவுகளை ஆராய அமைக்கப்பட்ட பூஞ்ச் குழு அறிக்கை.

இந்த மூன்று அறிக்கைகளும் மிகவும் நுணுக்கமாக இன்று உள்ளாட்சிகளை வலுப்படுத்தத் தடைகளாக இருக்கும் தடைக் கற்களை உடைக்க வேண்டும் எனப் பரிந்துரை செய்து, எடுக்க வேண்டிய நடவடிக்கைகளைப் பட்டியலிட்டுக் காட்டியுள்ளன.

இந்த மூன்று அறிக்கைகளும் பொதுத் தளத்தில் விவாதத்திற்கு வரவே இல்லை.

மக்களாட்சிக்கான உள்ளாட்சி

கடந்த 30 ஆண்டு காலத்தில் உலக நாடுகளில் நடந்துள்ள மாற்றங்கள் பல நூறு ஆண்டுகளில் நடக்க வேண்டியவை. அந்த அளவுக்கு மானுட செயல்பாடுகள் விரைவுவாகிவிட்டன. இதற்கு மூலகாரணமாக இருந்தது தகவல் தொடர்புத் தொழில் நுட்பம்தான். அடுத்து ஒட்டுமொத்த மானுட செயல்பாடுகள்

சந்தையை மையப்படுத்தியதாக மாற்றப்பட்டுவிட்டன. இதில் வீழ்ந்தது அறம். வளர்ந்தது பொருளாதாரம். ஆனால், பெரும்பான்மை மக்கள் வாழ்க்கையில் பெரிய நல்ல விளைவுகளை ஏற்படுத்த வில்லை. அது மட்டுமல்ல, பெரும்பான்மை மக்கள் ஒதுக்கப் படுதலுக்கும், ஓரம் கட்டப்படுதலுக்கும் ஆளாக வேண்டியிருந்தது. இதன் விளைவுதான் அழிந்த இயற்கை, இழந்த இயற்கை வளங்கள். வாழ்வாதாரத்திற்கு அலையும் மக்கள் கூட்டம். பெரும் பான்மை மக்கள் மதிக்கத்தக்க மனித வாழ்வை வாழ்வுக்குரிய வசதிகளுடன் வாழ இயலவில்லை. அரசும் சந்தையும் தங்கள் இயலாமையை வெளிப்படுத்திய வண்ணம் இருக்கின்றன. மாற்று என்ன என்று எண்ணும்போது, அனைவரிடமிருந்தும் 'அது உள்ளாட்சிதான்' என்று பதில் வருகிறது. உள்ளாட்சிதான் மக்களுடன் இணைந்திருக்கும் ஆட்சி. உள்ளாட்சிதான் மக்களுக்கு அருகில் இருக்கும் ஆட்சி; அதுதான் மக்களின் வாழ்க்கைக்குத் தேவை யான வசதிகளைச் செய்து தருகிறது. உள்ளாட்சியில்தான் மக்களாட்சியில் பங்கேற்கப் பயிற்சி பெறுகின்றனர்.

உள்ளாட்சிதான் எல்லாத்தரப்பு மக்களையும் உள்வாங்கியதாக இருந்து செயல்படும். உள்ளாட்சிதான் மக்களின் பங்கேற்பை உறுதி செய்யும் அமைப்பாகும். உள்ளாட்சிதான் மக்களை அதிகாரப்படுத்தும். உள்ளாட்சிதான் ஒதுக்குதலை ஒதுக்கி உள்வாங்கிச் செயல்படும் ஆட்சி. ஆகவேதான், உள்ளாட்சியை வலுப்படுத்துவது அனைவருக்குமான ஆட்சியை உருவாக்குவது என்ற பொருளில் உலகம் உள்ளாட்சியைக் கட்டமைத்து வலுப் படுத்துகிறது. ஏற்றத்தாழ்வுகளும், வேறுபாடுகளும், வித்தியாசங் களும் நிறைந்த சமூகத்தில் மக்களை அதிகாரப்படுத்தும் அதிகாரப் பரவல் என்பது மக்கள் இயக்கத்தால் நடைபெறும் நிகழ்வாகும். இதை 1964-ஆம் ஆண்டுப் பஞ்சாயத்துத் தலைவர்கள் மாநாட்டில் ஜெயப்பிரகாஷ் நாராயண் எடுத்துவைத்தார். அரசமைப்புச் சட்டத்தைத் திருத்தத்தைப் புதிய உள்ளாட்சி அமைக்கப்பட்டுக் கால்நூற்றாண்டைக் கடந்த பின்பும் எதற்காக இந்தப் புதிய உள்ளாட்சி அமைக்கப்பட்டதோ அவை இன்னும் நிறைவேற்றப் படவில்லை. எனவே, உள்ளாட்சியை வலுப்படுத்த ஒரு மக்கள் இயக்கத்தை உருவாக்கிச் செயல்பட வேண்டிய தருணம் வந்துவிட்டது.

பயனாளியிலிருந்து குடிமக்கள்

உள்ளாட்சியால் பலன் அடையப் போவது ஒட்டுமொத்த சமூகமும்தான். யாருக்கு அதிகப் பயன் என்றால் ஏழைகளுக்கு, பெண்களுக்கு, தலித்துகளுக்கு, ஆதிவாசிகளுக்கு. அரசாங்கம் அரசமைப்புச் சட்டத்தின் மூலமும், சட்டங்களின் மூலமும், திட்டங்களின் மூலமும், மேம்பாட்டுக்காகத் தந்த உரிமைகள் மூலமும் கிடைக்கும் வாய்ப்பைப் பயன்படுத்த பொதுமக்களுக்குத் தேவையான விழிப்புணர்வை உருவாக்க முனைய வேண்டும். பொதுமக்களிடம் பயனாளி என்ற மனநிலையிலிருந்து குடிமக்கள் என்ற பொறுப்புமிக்கப் பார்வையை உருவாக்க வேண்டும். அதைத்தான் கிராமங்களில் நாம் ஏற்படுத்த வேண்டும்.

மக்களைப் பாதுகாக்கும் ஆயுதங்கள்

நமது அரசமைப்புச் சட்டமும் உரிமைகள் அடிப்படையில் வந்த சட்டங்களும் திட்டங்களும் ஒதுக்கப்பட்டோருக்கும் விளிம்பு நிலை மக்களுக்கும் ஒரு மிகப் பெரிய பாதுகாப்பு ஆயுதம். ஆனால், இவர்கள் தங்களுக்கு இப்படிப்பட்ட பாதுகாப்பு ஆயுதங்கள் இருக்கின்றன என்பதே தெரியாமல் வாழ்கின்றனர். அது மட்டுமல்ல, அவற்றைப்பற்றித் தெரிந்திருந்தாலும், அவற்றை எப்படிப் பயன்படுத்த வேண்டும் என்ற முறைமை தெரிந்திருக்க வேண்டும். தகவல் உரிமைச் சட்டம் வந்திருக்கிறது என்றால், அதைப் பயன்படுத்தும் முறைகளும் புரிய வேண்டும். கிராம சபை அரசமைப்புச் சட்ட அங்கீகாரத்துடன் உருவாக்கப்பட்டுள்ளது. அதில் முறையாகப் பங்கேற்று நம் குடும்பத்துக்கும் நம் கிராமத்திற்கும் எப்படி மேம்பாடு கொண்டுவர முடியும் என்ற புரிதலை மக்களிடம் உருவாக்க வேண்டும். எனவே, இன்று நமக்குள்ள மிகப் பெரிய சவால் சாதாரண மக்களை, அன்றாடம் வாழ்வாதாரப் பாதுகாப்புக்காக உழைக்கும் மக்களை, ஒதுக்குதலுக்கு ஆளாகியிருக்கும் மக்களை, ஆளுகையிலும், அரசியலிலும், மேம்பாட்டுச் செயல்பாடுகளிலும், அடிநிலையில் நிர்வாகத்திலும் பங்கேற்கத் தேவையான ஒரு மனநிலையை உருவாக்குவதுதான். இன்றைக்குப் பெரும்பகுதி மக்கள் பயனாளி மனநிலையில் வாழ்ந்துவருகின்றனர். அவர்களைப் பங்காளர் மனநிலைக்குக் கொண்டுவர வேண்டும். இன்றைய அரசியல்

சூழலில் சந்தை சார்ந்து செயல்படும் அரசாங்கம், மக்கள் பயனாளியாக இருப்பது அரசாங்கத்திற்குச் சாதகமாகவே இருக்கிறது. சந்தையால் அரசுக்கும் அரசியலுக்கும் பணம் வருகிறது. எனவே, அரசாங்கத்தின் மூலம் திட்டங்கள் என மக்களுக்கு ஏதாவது கொடுத்துக் கொண்டிருக்கலாம். அதேபோல் அரசியலில் மக்களைக் காட்சிப்படுத்த... பங்கேற்க அல்ல, சந்தையிலிருந்து கட்சிக்குக் கிடைக்கும் பணத்தை அரசியல் கட்சிகள் மூலம் மக்களுக்குத் தந்திடலாம். இந்த நிலையில்தான் பொதுமக்களிடம் பங்காளர் மனநிலையை உருவாக்க வேண்டும் எனக் கூறுகிறோம். காரணம் பொதுமக்கள் பொறுப்பற்ற சூழலில் இயங்கும்போது அரசாங்கத்தைச் சார்ந்து வாழும் நிலையில், பொதுத் தளத்தில் நிகழ்த்தப்படும் எந்த நிகழ்வுக்கும் வினையற்றுவதும் எதிர்வினை ஆற்றுவதும் கிடையாது. இதன் விளைவுதான் பெருமளவில் மேம்பாட்டுப் பணிகளில் நடக்கும் ஊழல்கள். இந்தச் சூழலில் நாம் மிகவும் கவனமாக, புரிதலுடன் நுணுக்கமாகத் திட்டமிட்டு அரசுடனும், மக்களுடனும், ஊடகங்களுடனும், உயர்நிலைக் கல்விக்கழகங்களுடனும் பணியாற்றி, உள்ளாட்சியை வலுப்படுத்தி மக்களை அதிகாரப்படுத்த வேண்டும். இதற்கு முதலில் பின்வரும் பணிகளைச் செய்ய வேண்டும்.

ஆற்ற வேண்டிய பணிகள்

1. முதலில் மாநில அரசாங்கத்தை உள்ளாட்சியின் செயல்பாடுகள் பற்றி ஆய்வு செய்ய வைக்க வேண்டும். கடந்த 30 ஆண்டுகளில் உள்ளாட்சிகள் வலுப்பெற்றனவா, வலுவிழந்தனவா, அதன் செயல்பாடுகளில் உள்ள பிரச்சினைகளை ஆய்வு செய்ய வேண்டும்.

2. உள்ளாட்சியை வலுப்படுத்த மிகவும் தேவையான சட்டத்தின் மூலம் அதிகாரப் பகிர்வை உறுதிப்படுத்த வேண்டும். தமிழகத்தில் கொடுக்கப்பட்ட அதிகாரங்களில் பெரும்பாலானவை அரசின் ஆணைமூலம் கொடுக்கப்பட்டுள்ளது. கொடுக்கப்பட்ட அனைத்து அதிகாரங்களும் சட்டத்தின் மூலம் தரப்பட வேண்டும்.

3. அடுத்து அரசமைப்புச் சட்டத்தின்படியும், 14, 15ஆவது

ஒன்றிய நிதிக்குழுவின் கட்டளையின் படியும் ஒவ்வொரு கிராம ஊராட்சியும் திட்டமிடுதலைச் சடங்காக இல்லாமல், அறிவியல்பூர்வமாகச் செய்ய வழிவகைக் காணவேண்டும். அதற்கான விழிப்புணர்வை மக்கள் மத்தியில் ஏற்படுத்த வேண்டும். அத்துடன் பஞ்சாயத்து களுக்குத் தேவையான நிபுணத்துவத்தை உயர் கல்வி நிலையங்களிலிருந்து 'உன்னத் பாரத் அபியான் திட்டம் 2.0' மூலம் கிடைக்க வழிவகை செய்து, குறைந்து 100 கிராமப் பஞ்சாயத்துகளில் மாதிரித் திட்டத்தை முதலில் உருவாக்க வேண்டும். தஞ்சை மாவட்டத்தில் குளிமாத்தூர் கிராமப் பஞ்சாயத்தில் அப்படிப்பட்ட திட்டம் ஒன்று தற்போது உருவாக்கப் பட்டுள்ளது. அதைப் பின்பற்றி இன்னும் மேம்பட்ட திட்டங்களை உருவாக்க முனைய வேண்டும்.

4. கிராம சபையை வலுப்படுத்த மாதிரி கிராம சபை ஒன்றை ஒரு பஞ்சாயத்தில் நடத்தி அதை வீடியோ எடுத்து, அதை யூ-டியூப்பில் பதிவேற்ற வேண்டும். அதை எல்லாக் கிராமப் பஞ்சாயத்துத் தலைவர்களையும் பார்க்கச் செய்ய வேண்டும். அதன்படி கிராம சபையை நடத்த முயற்சி மேற்கொண்டு, தமிழகச் சபைகள் அனைத்தையும் விவாத ஜனநாயகத்தையும் பங்கேற்பு ஜனநாயகத்தையும் முன்னெடுக்கும் பஞ்சாயத்து களாக மாற்ற வேண்டும்.

5. மூன்றடுக்குப் பஞ்சாயத்து அரசாங்கத்திற்கான நிர்வாக நடைமுறை கையேடு ஒன்றை அரசு உருவாக்கி, ஒவ்வொரு கிராமப் பஞ்சாயத்திற்கும், ஒன்றியப் பஞ்சாயத்திற்கும், மாவட்டப் பஞ்சாயத்திற்கும் தரவேண்டும்.

6. பஞ்சாயத்துத் தலைவர்களுக்கு மிகவும் முக்கியமாகத் தலைமைத்துவப் பயிற்சி அளிக்க வேண்டும். இன்றைய நிர்வாகப் பயிற்சியுடன் தலைமைத்துவப் பயிற்சியும், ஆளுகைக்கான பயிற்சியும் தந்திட வேண்டும்.

7. கிராமப் பஞ்சாயத்துத் தலைவர்களுக்கான கூட்டமைப்பைத் தலைவர்கள் உருவாக்கிக்கொண்டு அவர்கள் சந்திக்கும் ஆளுகைச் சிக்கல்களையும் நிர்வாகச் சிக்கல்களையும் மாநில அரசுடன் விவாதித்து அவற்றைத் தீர்த்துச் செயல்

பாடுகளில் நிபுணத்துவத்தைத் தந்து சிறந்த சேவையைச் செய்ய வேண்டும்.

8. தொடர்ந்து முன்னுதாரணப் பஞ்சாயத்துகளை ஆவணப் படுத்தி வெளியிட்டு மற்ற பஞ்சாயத்துத் தலைவர்களுக்கு வழிகாட்ட பயிற்சி நிறுவனங்கள் முனைய வேண்டும்.

9. உள்ளாட்சிக்கென ஒரு மாத இதழ் *தமிழரசு* போல் தொடங்கி, உள்ளாட்சி பற்றிய அனைத்துச் செய்திகளோடும், சாதனை களோடும் வெளியிட்டு உள்ளாட்சித் தலைவர்களின் செயல்பாடுகளுக்கு உதவ வேண்டும்.

10. உயர்கல்வி நிலையங்களில் உள்ளாட்சிக்கு உதவும் நிலையில் நிபுணத்துவத்துடன் செயல்படும் கல்வி நிலையங் களை அடையாளம் கண்டு அவற்றைப் பட்டியலாக வெளியிட்டு உள்ளாட்சிகளுக்கு உதவக் கல்வி நிலையங் களைத் தயார்படுத்த வேண்டும்.

11. உள்ளாட்சிக்கான ஆம்புட்ஸ்மன்—குறைதீர் மன்றம் என்ற அமைப்பின் கீழ் எல்லா நிர்வாகத் தீர்வாயப் பிரச்சினை களையும் கொண்டுவர வேண்டும். சிற்றூராட்சி, ஒன்றியப் பஞ்சாயத்து, மாவட்டப் பஞ்சாயத்து, பேரூராட்சி, நகராட்சி, மாநகராட்சி என எல்லா உள்ளாட்சி அமைப்புகளையும் கொண்டுவர வேண்டும். அப்படிக் கொண்டுவந்துவிட்டால், மாவட்ட ஆட்சியரின் பஞ்சாயத்து ஆய்வாளர் பதவி நீக்கப் பட்டுவிடும். கேரளத்தில் இருப்பதுபோல் அதைச் செய்ய வேண்டும்.

12. அடுத்து மாநிலத் தேர்தல் ஆணையத்துக்குத் தேர்தல் அதிகாரியை நியமிக்கும்போது, ஒருமுறை மட்டுமே ஒருவர் பதவி வகிக்க முடியும் என்ற நிலையைக்கொண்டு வர வேண்டும். அதற்குப் பிறகு அவருக்கு எந்தப் பதவியும் அரசாங்கம் வழங்கக்கூடாது என்ற நிலை வரவேண்டும். இதன் மூலம் உள்ளாட்சித் தேர்தல்களில் ஆளும் கட்சியின் தலையீட்டைத் தடுக்க முடியும்.

13. சிறப்பியல்பாகக் கிராமப்புற உள்ளாட்சியில் தலித்துகள் குறிப்பாகப் பட்டியலினப் பிரதிநிதிகள் சந்திக்கிற சவால்

களைச் சமாளிக்க, அவற்றைக் கண்காணிக்க அவர்களுக்கு உதவிட, கூடுதல் பஞ்சாயத்து இயக்குநர் ஒருவரை நியமித்து உதவ வேண்டும். அதேபோல் பெண்களுக்கும் உதவ ஓர் உயர் அதிகாரி நியமிக்கப்பட வேண்டும்.

14. பஞ்சாயத்தின் வெளிப்படைத் தன்மை கொண்ட நிர்வாகத்தை உறுதி செய்ய, ஊராட்சிகளின் வரவு செலவுக் கணக்குகளை ப்ரியாசாஃப்ட் என்ற இணையதளத்தில் பதிவேற்ற வேண்டும்.

15. உள்ளாட்சித் தலைவர்களைச் சுற்றுச்சூழல் பார்வை உள்ளவர்களாகவும், பருவநிலை மாற்றம் பற்றிய புரிதல் உள்ளவர்களாகவும், பசுமைப்பார்வை கொண்டவர்களாகவும், தயார் செய்யப் பயிற்சியளிக்கப்பட வேண்டும்.

☐

13

நாம் பொறுப்புடன் செயல்படத் தயாராவோம்

நாம் இன்று ஒரு அசாதாரணக் காலத்தில் வாழ்ந்துகொண்டுள்ளோம். நம்மை வழிநடத்தக் கூடியவர்கள் இதைப் புரிந்து செயல் படுவதாகத் தெரியவில்லை. இந்தக் கருத்தை நான் மட்டும் கூற வில்லை. ஐக்கிய நாடுகள் சபையின் பொதுச் செயலர் கால நிலை மாற்ற அறிக்கை ஒன்றை வெளியிடும்போது இதே கருத்தை மிகவும் ஆணித்தரமாகக் குறிப்பிட்டார். இன்று நாம் பார்ப்பது ஓர் ஆடம்பர அரசியல், வணிகமயமாக்கப்பட்ட தேர்தல், நாற்ற மெடுக்கும் ஊழல் ஆளுகை, நிர்வாகத்தில் அறமற்ற வணிகம். இவை அனைத்தும் மக்களாட்சியை அதளபாதாளத்திற்குக் கொண்டு சென்றுவிட்டன.

இந்தச் சூழலைப் புரிந்தவர்கள் ஒரு கொதிநிலைக்கு வந்து விட்டனர். எப்படி மன்னராட்சிக் காலத்தில் கொடுங்கோலாட்சியில் மக்கள் வதைபட்டு மாற்றுத் தேடுவதற்கு அலைந்தார்களோ அதேபோல் இந்த நாற்றமெடுக்கும் தேர்தல் மக்களாட்சிக்கு மாற்று என்ன என்று யோசிக்க ஆரம்பித்து விட்டார்கள். வாக்கு என்னும் ஒரே கவசத்தை வைத்து இன்று மக்கள், தங்களை மக்களாட்சியின் கொடூரப் பிடியிலிருந்து பாதுகாத்துக்கொள்கின்றனர். இல்லையேல் அரசு இயந்திரத்தை வைத்து மக்களைப் பூச்சிகளை நசுக்குவதுபோல் நசுக்கிவிடுவார்கள் நம் ஆட்சியாளர்கள். இன்று நாம் சந்திக்கும் அசாதாரணச் சூழலை வென்றெடுக்க அரசியலில் இருப்பவர்கள் குறைந்தபட்சமாவது பொறுப்புடனும், பக்குவத்துடனும், நியாய

உணர்வுடனும், கண்ணியத்துடனும், நியதியுடனும் செயல்பட வேண்டும். இரண்டு மூன்று ஆண்டுகளாகப் பெருந் தொற்று இலட்சக்கணக்கான மக்களின் உயிர்களைப் பலிகொண்டது. அதுமட்டுமல்ல, கோடிக்கணக்கான உழைக்கும் மக்களின் வாழ்வாதாரத்தைப் புரட்டிப் போட்டுவிட்டது. உலகம் முழுவதும் பெருமளவு பொருளாதார மந்தத்தை ஏற்படுத்திவிட்டது. அதைத் தொடர்ந்து பருவநிலை மாற்றம் உலகத்தில் ஏற்படப்போகும் பாதிப்புகளைப் படம் பிடித்துக் காண்பித்து, இனிமேலாவது பொருளாதார வளர்ச்சி என்று புவியைத் துன்பியலுக்குக் கொண்டு செல்லாதீர்கள், எதிர்காலச் சந்ததிகள் பற்றிச் சிறிது சிந்தித்துப் பொறுப்புடன் செயல்படுங்கள் அரசியல் தலைவர்களே, நாட்டின் அதிபர்களே என்று அறிஞர்கள் தங்கள் ஆய்வு அறிக்கைகள் மூலம் கேட்டுக் கொண்டுள்ளனர். அடுத்து, பொருளாதார மந்த நிலையின் விளைவாகப் பணியிழப்பு ஏற்பட்டு வருகிறது. அதன் விளைவாக வேலைவாய்ப்பின்மை அதிகரித்த வண்ணம் இருப்பதையும் ஆய்வு அறிக்கைகள் தொடர்ந்து சுட்டிக்காட்டத் தவறவில்லை. இந்தப் பின்னணியில் நம் போன்ற நாடுகளில் பெண்களின் பணித்தளப் பங்கேற்பு குறைந்து வருவது அடுத்த மிகப்பெரிய சோக நிகழ்வு.

இந்தச் சூழலில் நம் அரசும், அரசியல் கட்சிகளும், பொது மக்களும் மிகவும் பொறுப்புடனும் நிதானத்துடனும் நடந்துகொள்ள வேண்டும். இல்லையேல் மக்களை மீளாத் துன்பத்தில் ஆழ்த்தி விடும். இன்றைய நம் பொறுப்பற்ற செயல்பாடுகள் நம் சந்ததியினரின் வாழ்வை நிர்மூலமாக்கிவிடும். இன்றைக்கு நடக்கும் நிகழ்வுகளைப் பார்க்கும்போது நாம் அனைவரும் பொறுப்பற்ற நிலையின் உச்சத்திற்கே வந்துவிட்டோமோ என்றுதான் எண்ணத் தோன்றுகிறது.

இந்தியா மிகப் பழமையான நாடாக இருந்தாலும், இன்றைய சூழலில் நம் நாட்டிற்கு இருக்கும் வலிமை இளைஞர்களின் எண்ணிக்கைதான். அவர்களால்தான் இந்தியா இளமையாக இருக்கிறது. 'இந்தியா இளமையான நாடு' என்று கூற வைத் திருக்கிறது. எனவேதான் இந்தியாவின் எதிர்காலம் மிகவும் பிரகாசமாக இருக்கிறது என்று அனைவரையும் கூற வைத் திருக்கிறது. இந்தியாவின் இயற்கை வளம் குன்றிப்போய்க் கொண்டிருக்கிறது என்பதைச் சூழலியலாளர்கள் தொடர்ந்து

கவனப்படுத்திக்கொண்டே இருக்கிறார்கள். இந்தியாவில் பல ஆறுகள் அழிவின் விளிம்பில் இருக்கின்றன. பல ஆறுகளைச் சாக்கடைபோல் ஆக்கிவைத்திருக்கிறோம். தண்ணீரைப் புனிதமாக நினைத்து வாழ்ந்த மக்களின் நாட்டில் எந்தப் புரிதலும் இன்றி அவை இன்று மாசுபடுத்தப்படுகின்றன. பல நகரங்கள் வசிக்க லாயக்கற்றதாக மாறிவிட்டன. முன்னேற்றம் என்ற பெயரில் காடுகளை அழித்தோம், கிராமங்களில் மக்களுக்குத் தண்ணீரைக் குழாய் மூலம் தருகிறோம் எனத் திட்டமிட்டுத் தண்ணீர் கொடுத்து நீர்நிலைகள் அனைத்தையும் அநாதைகளாக்கி அழியவிட்டு விட்டோம். அதையே ஆக்கிரமித்து அரசு அலுவலகங்களையும், மக்கள் வீடுகளையும் கட்டிக்கொண்டுவிட்டார்கள். பேருந்து நிலையம், நீதிமன்றங்கள் உள்ளிட்ட பிரமாண்ட கட்டடங்களையும் நீர்நிலைகளுக்குள் கட்டிவிட்டனர். அகலமாக 4 வழி, 6 வழி சாலை அமைக்கிறோம் எனக் கூறி, இலட்சக்கணக்கில் சாலைகளில் உள்ள மரங்களை வெட்டினோம். எல்லாச் சமூக நியதிகளையும், வாழ்க்கைக்கான விழுமியங்களையும் நாம் அழித்தோம். பொது மக்களைப் பொறுப்பற்றுச் செயல்படப் பழக்கினோம், அரசியலில் மக்களுக்கான கடப்பாட்டை அறவே நீர்த்துப்போகச் செய்தோம். சமூகம் இந்தச் சூழலுக்கு வந்ததற்குக் காரணத்தைக் கண்டுபிடிக்க முயன்றால் நமக்குத் தெரிவது பல தவறான அரசின் கொள்கைகள். அடுத்துக் கொள்கை ஊழல்கள். அடுத்து ஒரு பொறுப்பற்ற அரசியலைக் கட்டமைத்தது. கம்பெனிகளிடம் பணம் வாங்கி அரசியல் நடத்தும் வணிக அரசியல் இவை எல்லாமும்தான் நம் ஆட்சி, அதிகாரம், ஆளுகை அனைத்தையும் தடம் புரள வைத்துள்ளன.

இவற்றைச் சரிசெய்ய என்ன செய்யப்போகிறோம் என்று சிந்திக்க வேண்டும். அப்படிச் சிந்திக்கின்றபோது, பலர் கூறுவது அரசாங்கம் இருக்கிறது, அரசியல் கட்சிகள் இருக்கின்றன, தலைவர்களும் விஞ்ஞானிகளும் இருக்கிறார்கள்; படித்தவர்களும் தொழிமுனைவோரும் இருக்கிறார்கள், ஊடகங்கள் இருக்கின்றன, பொதுக்கருத்தாளர்கள் இருக்கிறார்கள். இவர்கள் எல்லாரையும்விட நான் என்ன மேலானவனா, எனக்கு இந்தச் சமுதாயத்தில் என்ன அதிகாரம் இருக்கிறது, என்ன பங்கு இருக்கிறது, நான் என்ன வசதி படைத்தவனா என்று கேட்பதை வாடிக்கையாக்கி வைத்து

வாழ்கிறோம். எனக்கு என்ன பங்கு, அதைச் செய்ய எனக்கு என்ன பார்வை உள்ளது, புரிதல் உள்ளது எனச் சிந்தித்து, நாட்டில் உள்ள குடிமக்கள் ஒவ்வொருவரும் செயல்படும் தருணம் வந்துவிட்டது. காரணம், அரசுக்கு ஆலோசனை வழங்கிய பொருளாதார நிபுணர்கள் ஒன்றைத் தெளிவாகக் கூறுகிறார்கள். நாடு சுதந்திரம் அடைந்தபோது மக்களின் பிரச்சினைகள் அனைத்தையும் அரசாங்கம் தீர்த்துவிடும் என்று உறுதி கூறினர். 1991ஆம் ஆண்டு மிகத் தெளிவாக அரசுக்கு மக்களின் எல்லாத் தேவைகளையும் தீர்க்கும் சக்தி இல்லை எனத் தெரிவித்துவிட்டனர். ஆகையால்தான் சந்தையின் துணைகொண்டு மக்கள் பிரச்சினையைத் தீர்க்க முயல்கிறோம் எனப் புதிய பொருளாதாரக் கொள்கையைக் கொண்டுவந்து நடைமுறைப்படுத்தினர். அதை அடுத்து முப்பது ஆண்டுகள் கழித்து இன்று சந்தையாலும் மக்கள் பிரச்சினை களுக்குத் தீர்வுகாண முடியவில்லை, இனிமேல் மக்கள் தங்களை அதிகாரப்படுத்திக்கொண்டு ஆளுகையிலும், மேம்பாட்டுச் செயல் பாடுகளிலும் பங்கேற்பதைத் தவிர வேறு வழியில்லை எனத் தெரிவிக்கின்றனர். ஆகையால்தான், மக்களின் பங்களிப்பு இல்லாமல், எந்த மாற்றத்தையும் சமூகத்தில் கொண்டுவர இயலாது என்று பொதுச் சிந்தனையாளர்கள் அனைவரும் வாதிடுகின்றனர். இதைத்தான் காந்தியர்களும் இடதுசாரிகளும் நாடு விடுதலைப் பெற்றததிலிருந்து, 'மக்கள் பங்கேற்காது ஒரு நாளும் நாடு முன்னேறாது' என்று கூறிவருகின்றனர். அதே நேரத்தில் காந்தியர்கள் நிர்மாணப் பணிகளிலும் இடதுசாரிகள் மக்களைத் திரட்டிப் போராடி மக்கள் பிரச்சினைகளுக்குத் தீர்வு காண்பதிலும் முனைந்தனர். இந்தச் சூழலில் இன்று அரசியல்வாதியில் தொடங்கி, அறிவியலாளர், குடிமக்கள் வரை அனைவரும் பொறுப்புமிக்கவர்களாக எதிர்காலம் பற்றிய சிந்தனையுடன் செயலாற்ற வேண்டும்.

எங்கு ஆரம்பிப்பது, எந்தப் பணியில் ஆரம்பிப்பது என்று பலர் கேட்கக்கூடும். முதலில் நாம் வாழும் இடத்தில் ஆரம்பிக்க வேண்டும். நம் வாழுமிடத் தூய்மையும், சுகாதாரமும், உடல் நலமும் மக்கள் மேம்பாட்டிற்கு மிகவும் முக்கியமானவை. அவை நமக்கு மட்டுமல்ல; நம் எதிர்காலச் சந்ததியினருக்கும் மிகவும் இன்றியமையாதவை. இன்று நம் பூமியையும், நம்மையும் காக்க

வேண்டும் என்றால், நாம் செய்ய வேண்டிய முதல் பணி இயற்கை வளம், மனித வளம் பற்றிய புரிதலை நாம் நம்முடன் வசிக்கும் மக்கள் அனைவருக்கும் ஏற்படுத்த வேண்டும். எந்த ஏழையும் அறிவும் (நாலெட்ஜ்), திறனும் (ஸ்கில்) உடல்நலமும் இருந்தால் வாழ்க்கையில் முன்னேறிவிடலாம். இந்த மூன்றும் மிக முக்கியமான ஆயுதங்கள் என்பதை அறிந்து, அவற்றைப் பெறவும், பெற்றபின் முறைமையுடன் பயன்படுத்தவும் மக்களுக்குத் தெரிந்திருக்க வேண்டும்.

முதலில் நம் ஆட்சியாளர்கள் முடிவுகள் எடுக்கும்போது வாக்குகளைக் கவர்வதைப் பின்புலத்தில் வைக்காமல், இயற்கை யைப் பாதுகாப்பது, பருவநிலை மாற்றத்தை எதிர்கொள்வது, மக்களைக் காப்பது, மனித வளத்தைக் காப்பது, மக்களை ஆற்றல் உள்ளவர்களாக மாற்றி, எல்லா மேம்பாட்டுப் பணிகளிலும் பொறுப்புமிக்கக் குடிமக்களாக இயங்க வைப்பது என்பனவற்றைப் பின்புலத்தில் வைத்துச் செயலாற்ற வேண்டும். அதுதான் இன்றைய பார்வையாக நம் அரசியலுக்கும் ஆட்சியாளர்களுக்கும் இருக்க வேண்டும். அப்படி இருந்தால்தான், எந்த முடிவையும் எடுக்கும்முன் இது எந்த வகையிலாவது இயற்கையைச் சுற்றுச் சூழலைப் பாதிக்குமா, இந்த முடிவு பெருமளவு மக்களுக்கு வேலை வாய்ப்பை உருவாக்குமா, வேலை வாய்ப்பைக் குறைக்குமா என்று பார்ப்பார்கள்.

அடுத்து, மக்களின் உடலநலப் பராமரிப்புக்குப் பணி செய்ய வேண்டும். முதலில் பொதுமக்களுக்கு உடல்நலம் பேணத் தேவையான கல்வியை வடிவமைத்து, மக்களிடம் பரப்புரை செய்ய வேண்டும். தூய்மையின் முக்கியத்துவம், துப்புரவின் அவசியம், உடல்நலனின் தேவை, பெண்களின் உடல்நலம், வளரிளம் பெண்கள் இரத்தசோகையின்றி இருப்பது, நலமிக்க மகப்பேறு, குழந்தைகளின் நலன், ஊட்டச்சத்துக்குறை போன்ற செய்திகள் அதில் இடம்பெற வேண்டும்; உடல்நலப் பராமரிப்பை உறுதிபடுத்த வேண்டும். மேலும் குழந்தைகளின் கல்வி கற்றோர் எண்ணிக்கையைக் கூட்டுவதற்காகச் பணியாற்றாமல், 'கற்றலின் மேன்மையை' பெற்றோர்களுக்கு உணர்த்தி, தாய்மொழியில் தரமான கல்வியைப் பொதுப் பள்ளிகளில் வழங்குவதை உறுதி படுத்த வேண்டும். எல்லா அரசுப் பள்ளி ஆசிரியர்கள், அரசு

ஊழியர்களின் குழந்தைகளும் அரசுப் பள்ளியில் படிப்பதை உறுதிபடுத்த வேண்டும். அதுமட்டுமல்ல, நாடாளுமன்ற உறுப்பினர், சட்டமன்ற உறுப்பினர், உள்ளாட்சி மன்ற உறுப்பினர் களின் குழந்தைகளும் அரசுப் பள்ளியில் படிப்பதை உறுதிபடுத்த வேண்டும். இந்தக் கல்வியில், வாழ்வியல் கல்வியை ஓர் அங்கமாக்கி நடைமுறைப்படுத்த வேண்டும்.

அடுத்து, திறன் வளர்ப்பிலும் ஆற்றல் வளர்ப்பிலும் கவனம் செலுத்த வேண்டும். அறிவை வளர்ப்பதுடன் திறன் வளர்ப்பிலும் கவனம் செலுத்தினால்தான் நம் குழந்தைகள் எதிர்காலத்தில் பயனுள்ள வாழ்க்கையை நடத்தத் தயாராவார்கள். அறிவு, திறன், ஆற்றலைக் கல்வியின் மூலம் தந்து, பணித்தளத்திற்கு ஏற்றவர் களாக இவர்கள் மாற்றப்பட்டால், மனித வளத்தால் கிடைக்கும் பொருளாதார மேம்பாடு குடும்பத்திற்கும் நாட்டிற்கும் கிடைக்கும்.

மனித வளத்தின் மாண்பை மக்களுக்குப் புரியவைக்கப் பெண்கள் மத்தியில் இரத்தசோகை பற்றிய விழிப்புணர்வை உருவாக்க வேண்டும். அதேபோல், கர்ப்பகாலக் கவனிப்பு, பேறுகாலக் கவனிப்பு, குழந்தையை ஊட்டச்சத்து பாதிப்பின்றி வளர்ப்பதன் முக்கியத்துவத்தைப் பெண்களிடம் மட்டுமல்லாது அனைவரிடமும் ஏற்படுத்த வேண்டும். இந்த விழிப்புணர்வு இருக்கும் நாடுகளில் பெண்களின் அந்தஸ்து உயர்ந்திருக்கும். என்றைக்குப் பெண்கள் முடிவு எடுக்கும் பணித் தளங்களுக்கு வருகிறார்களோ அன்றே சமூகச் சூழல் மாறிவிடும். எனவே, உள்ளாட்சி அமைப்புகளைப் போல, நாடாளுமன்றம், சட்டமன்றம், நிர்வாக அமைப்புகள், தொழில்துறை என அனைத்து இடங்களிலும் பெண்களுக்கு 50% இடஒதுக்கீடு வர வேண்டும். அப்படி நடந்தால், பொது இடத்திலும் சரி, குடும்பத்திலும் சரி பெண்கள் மேம்பாட்டை உறுதி செய்து விடுவார்கள். பெண்கள் கைக்கு நிதி வருகிறபோது அந்த நிதி பெண்கள் மேம்பாட்டை நோக்கியதாக மாறிவிடும். அதைத்தான் நார்வே, டென்மார்க், நெதர்லாந்து, ஸ்பெயின், ஸ்விட்சர்லாந்து போன்ற நாடுகள் நிரூபித்துள்ளன. இதைத்தான் வங்கதேசத்தில் கிராமியன் வங்கி சுய உதவிக்குழுப் பெண்களின் மூலம் நிரூபணம் செய்துள்ளது.

ஏன் இந்தியாவில் 100 நாள் வேலைத் திட்டத்தில் பெண்களின்

வங்கிக் கணக்கில் பணம் சென்றவுடன் அந்தப்பணம் என்ன செய்தது என ஆய்வு செய்யப்பட்டபோது மிகவும் வியக்கத்தக்க தாக்கங்களை உருவாக்கியிருந்தது தெரிய வந்தது. பெண்கள் தாங்கள் உழைத்த பணம் தங்கள் கையில் வந்தபோது, குடும்பத்தில் முடிவெடுக்கும் முறை மாறியது, தாங்கள் உழைத்த பணம் தங்கள் பெண்குழந்தைகளின் படிப்புக்குச் செலவழிக்கப் பட்டிருந்தது, தங்கள் பெண்குழந்தைகளின் உடல்நலம் பேணுவதற்குச் செலவழிக்கப்பட்டிருந்தது. அத்துடன் தங்கள் பெண்குழந்தைகளின் உடைகளுக்குச் செலவழிக்கப்பட்டிருந்தது, பெண் குழந்தைகள் படிப்பதற்கு நாற்காலி மேசை வாங்கப் பட்டிருந்தது, நல்ல படுக்கை வாங்கப்பட்டிருந்தது. இவை யெல்லாம் 100 நாள் வேலைத் திட்டத்தில் எதிர்பாராத விளைவுகள். இங்கு நாம் கவனிக்கப்பட வேண்டிய ஒரு கருத்து அடங்கி யுள்ளது. அதாவது, ஒரு பெண் பணித்தளத்திற்கு வருகின்றபோது, அந்தப் பெண் சம்பாதிக்கின்ற பணம், பெண்களின் ஆரோக்கியம் பேணுவதற்கும், கல்வியை மேம்படுத்துவதற்கும், அவர்களின் நிலையைக் குடும்பத்தில் உயர்த்தி, அங்கு முடிவுகள் எடுக்கும் போது தங்களின் பங்கைச் செலுத்திக் குடும்ப முடிவுகள் அனைவருக்கும் நல்விளைவுகளை உருவாக்கத்தக்க நிலையில் எடுப்பார்கள் என்ற கருத்தாக்கம் வலுப்பெற்று உலகம் முழுவதும் நிரூபணம் ஆகிவருகிறது. எனவேதான், ஒரு சமூகத்தின் மேம்பாட்டை நிர்ணயிக்கும்போது, அங்குப் பெண்களின் நிலையை, அந்தஸ்தை பாருங்கள்... அதை வைத்தே அந்தச் சமூகத்தின் மேம்பாட்டைக் கணக்கிட்டுவிடலாம் என்கிறார்கள். அது எவ்வளவு பொருள் பொதிந்தது என்பதை நாம் உணர்ந்து கொள்ளலாம். எனவே, ஒவ்வொரு நிலையிலும், நாம் பொறுப்புடன் ஆரோக்கியமாக வாழ, மகிழ்ச்சியாக வாழ மனித வளத்தை மேம்படுத்துவதற்குக் கல்வி, சுகாதாரம், தூய்மை துப்புரவு ஆகியன மிக முக்கியமான காரணிகள்.

அடுத்து, நம் குழந்தைகளுக்கு வாழ்வியல் பற்றிய நல்ல கல்வி தாய்மொழியிலேயே கிடைக்க வேண்டும். அத்துடன் தங்களின் திறன்களையும் ஆற்றலையும் வளர்க்கச் செயல்பட வேண்டும். இதற்காக நம் பொது நிறுவனங்களை வலுப்படுத்த வேண்டும். இதற்கு அரசாங்கத்தைப் பொதுமக்கள் நிர்ப்பந்தப்படுத்திப் பொது

நிறுவனங்களை வலுப்படுத்திச் செயல்பட வைக்க வேண்டும். உலகில் எந்தச் சூழலிலும் மனித வளத்தை முறையாகப் பராமரிக்கும் சமூகம் தங்களின் மேம்பாட்டை உறுதி செய்து கொள்ளும். அதுதான் இன்று நமக்குத் தேவையானது. அதற்கு ஒவ்வொரு நிலையிலும் நாம் பொறுப்புடன் செயல்பட வேண்டும்.

□

14

குடிமைப் பண்பை வளர்த்தெடுப்போம்

நாம் அனைவரிடமும் இன்று ஒரு வித்தியாசமான மனவோட்டம் இருப்பதைப் பார்க்க முடிகிறது. சமூகத்தில் ஏற்படும் அனைத்துப் பிரச்சினைகளுக்கும் யார் மீதாவது பழிபோடுவது... அனைத்துக்கும் அரசியல்வாதிகளையும், அதிகாரிகளையும், அலுவலர்களையும், மற்றவர்களையும் பொறுப்பாக்குவது... அவர்களுடைய செயல் பாடுகளை எவ்வளவு தரம் தாழ்ந்து விமர்சிக்க முடியுமோ அந்த அளவுக்கு விமர்சிப்பது...

ஆனால், இப்படி விமர்சிப்பவர்கள் எவரும், 'நமக்கும் ஒரு சமூகப் பொறுப்பு இருக்கிறதே... அதை நாம் செய்தோமா?' என்று சிந்திப்பதே இல்லை என்பதுதான் சோகம். சும்மா அறைக்குள் அமர்ந்துகொண்டு கையில் உள்ள அலைபேசியில் காட்டமான விமர்சனத்துடன் கூடிய துணுக்குச் செய்திகளை உருவாக்குவதும், அதைச் சமூகவலைதளம் வாயிலாக அனைவருக்கும் பகிர்வதும் தான் அவர்கள் செய்யும் வேலை. எவ்வளவு பெரிய பதவியில் இருப்பவரையும், எவ்வளவு கேவலமாகச் சித்திரிக்க முடியுமோ அந்தளவுக்குச் சித்திரித்துக் கேவலப்படுத்துகின்றனர். தான் பகிர்வது மட்டுமன்றி, இதை அனைவருக்கும் பகிருமாறு மற்றவர் களையும் கேட்டுக்கொள்கிறார்கள். அதில் அவ்வளவு மகிழ்ச்சி.

இதைச் செய்கின்ற அனைவரும் ஒன்றை மறந்துவிடுகின்றனர். இப்படிச் செய்வதன் மூலம், நாம் நம்மையே சிறுமைப்படுத்திக் கொள்கிறோம் என்பதை அவர்கள் புரிந்துகொள்வதில்லை.

அவர்கள் பயன்படுத்தும் மொழி எவரையும் மாற்றிட உதவாது. மானுட மனங்களை மாற்றுதற்கென்று ஒரு மொழி இருக்கிறது. அது பக்குவமான மொழி... எதிரெதிரே அமர்ந்து உரையாடுவது போன்ற நடையில் இருக்க வேண்டிய மொழி. அந்த மொழிதான் அன்பை, பிணைப்பை, அரவணைப்பை உருவாக்கும். தரம் தாழ்ந்த மொழியில் எழுதுவது, தங்களைத் தாங்களே தரம் தாழ்த்திக்கொள்ளவே உதவுமேயன்றி, வேறெந்த நல்விளைவு களையும் உருவாக்காது.

ஜான் ஸ்டுவர்ட் மில்லின் பிரபல கருத்தொன்றை இங்கே நினைவுகூரலாம். 'மக்களாட்சி நடைபெறும் நாட்டில், மக்கள் எந்தச் சிந்தனை ஓட்டத்தில் இருக்கிறார்களோ, அதே தரத்தில்தான் தலைவர்களும் கிடைப்பார்கள்' என்றார் அவர். எனவே, ஒரு சமூகத்தில் தரம் தாழ்ந்த தலைவர் உருவாகிறார் என்றால், அதற்குத் தரம் தாழ்ந்த சிந்தனைகொண்ட பொதுமக்கள்தான் காரணம் என்பதை நாம் புரிந்துகொள்ள வேண்டும். ஆகையால்தான் மகாத்மா காந்தியும்கூட, 'எந்த மாற்றத்தை நீ சமூகத்தில் உருவாக்க வேண்டும் என்று எண்ணுகிறாயோ அந்த மாற்றத்தை முதலில் உன்னிடம் உருவாக்கு!' என்று கூறினார். தன்னை மாற்றிக் கொள்ளாத மனிதரால் சமூகத்தை மாற்ற இயலாது.

இன்று நாம் அனைவரும், 'நல்லாட்சி வேண்டும்... நல்ல அரசாங்கம் வேண்டும்... நல்ல நிர்வாகம் வேண்டும்' என்று கேட்கிறோம். ஆனால், எவரும் நாம் நல்லவராகச் சிந்திக் கிறோமோ... நல்ல மனிதராக, நியாயமாக, நேர்மையாக, ஒழுக்கமாக, பொறுப்புடன், கடமை உணர்வுடன் அவரவர் செய்கிற பணிகளைச் செய்கிறோமா என்று எண்ணிப் பார்ப்பது கிடையாது. ஒரு தனிமனிதரும் சரி... சமுதாயமும் சரி... ஒழுக்கமாக நியாயமாகச் செயல்படாமல் சீர்கெட்டுப்போய் இருக்கும் போது, அவர்கள் தேர்ந்தெடுக்கும் ஆட்சி மட்டும் எப்படி நல்லாட்சியாக மலரும் என்று எதிர்பார்க்க முடியும்?

நம் அரசியல்வாதிகள், ஆட்சியாளர்கள், அதிகாரிகள், அலுவலர்கள் யாரும் வானத்திலிருந்து குதித்தவர்கள் அல்ல. நம்மிடமிருந்து வந்தவர்கள்... அல்லது நம்மால் அந்த இடத்துக்கு அனுப்பிவைக்கப்பட்டவர்கள்தாம். நம்மிடம் எந்தச் சிந்தனை

ஓட்டம் இருக்கிறதோ அதே சிந்தனை ஓட்டத்தோடுதான் அவர்களும் இருப்பார்கள். ஆகையால்தான் நம் மூதாதையர்கள் 'சமூக மாற்றம், உயர்வு, மேம்பாடு போன்றவற்றுக்கு முதலில் அதற்கான சிந்தனைச் சூழலை மக்கள் மத்தியில் உருவாக்க வேண்டும்' என்று கூறினார்கள்.

ஒரு சமூகம் தன்னை நிர்வகித்து மேம்படுத்திக்கொள்ள உருவாக்கப்பட்டதுதான் அரசாங்கம். அந்த அரசாங்கத்தை உருவாக்கியதும் நாம்தான்... அந்த அரசாங்கம் எப்படிச் செயல்பட வேண்டும் என்று தீர்மானித்ததும் நாம்தான். அதற்காகத்தான் அரசமைப்புச் சாசனம் உருவாக்கப்பட்டது. அதையும் நாம்தான் உருவாக்கினோம். ஆகையால்தான் அரசியல் சாசனத்தின் முகப்பு, 'நாம் நமக்காக உருவாக்கிக்கொண்ட' என்ற வாக்கியத்துடன் தொடங்குகிறது.

விஷயத்துக்கு வருகிறேன்... இன்று நாம் தேவையற்ற சர்ச்சைகளைத் தரம் தாழ்ந்த மொழிநடையில் மக்கள் முன் வைத்து விவாதமாக்குகிறோம். உயர்வான கருத்தாக்கங்களை உருவாக்கி, மக்களை மாண்புறச் செய்யவும், மனிதத்துவத்தை உயர்த்திடவும் நம்மால் இன்று இயலவில்லை என்பதையே இது காட்டுகிறது. இதற்கு நம் சமூகத்தில், சமூக மேம்பாட்டுச் சிந்தனையாளர்கள் இல்லாத சூழலே மிக முதன்மைக் காரணம். நமக்காக உருவாக்கப்பட்ட ஓர் அரசமைப்புச் சட்டத்தை நடைமுறைப்படுத்த வேண்டிய ஆட்சியாளர்களும், அதை விட்டுவிட்டு, தேவை இல்லாதவற்றைப் பிரச்சினையாக்கி, விவாதித்து மக்களின் சிந்தனையை மேலும் தாழ்நிலைக்குக் கொண்டு செல்கிறார்கள். அதற்குக் காரணம் பெருமளவு திறனற்றவர்கள் அரசியலுக்குள் வந்து, மக்களின் அறியாமையைப் பயன்படுத்தி ஆட்சியாளர்களாக மாறிவிட்டனர். பொதுமக்களுக்கு விழிப்புணர்வோ, பொறுப்புணர்வோ கடமையுணர்வோ, நியாயமோ, நேர்மையோ இருந்திருந்தால், ஆற்றலற்ற நேர்மையற்ற பிரதிநிதிகளை ஆட்சிக் கட்டிலில் அமர வைத்திருக்க மாட்டார்கள்.

இன்று நடப்பது குடியாட்சி. குடியாட்சி என்பது மக்களை மையப்படுத்தியதே தவிர, தலைவர்களை மையப்படுத்தியது அல்ல. மக்களுக்குச் சுதந்திரமும் அடிப்படை உரிமைகளும்

அரசியல் சாசனத்தின் மூலம் அளிக்கப்பட்டுள்ளன. நம் அரசியல் சாசனத்தில் பகுதி மூன்றில் ஷரத்து 12இல் ஆரம்பித்து 35 வரை அனைத்து உரிமைகளும் கொடுக்கப்பட்டுள்ளன. இவ்வளவு உரிமைகளையும் அரசமைப்புச் சட்டத்தில் கொடுத்த நம் தலைவர்கள், அரசமைப்புச் சாசனத்தை உருவாக்கியபோது 'குடியாட்சியில் எப்படிச் சிறந்த குடிமக்களாக நடந்துகொள்ள வேண்டும்' என்று கூறவில்லை. உரிமைகள் பேசும் மக்கள் பொறுப்புடன் இருக்கிறார்களா, பொறுப்புடன் நடந்துகொள் கிறார்களா என்று ஆராய்ந்து பார்த்தபின் அரசமைப்புச் சாசனத்தில் ஒரு திருத்தத்தைக் கொண்டுவந்து (42ஆவது திருத்தம்) குடி மக்களின் அடிப்படைக் கடமைகளை வரையறுத்தனர்.

அதைத்தான் அரசியல் சாசனத்தில் பகுதி 4 (அ) விளக்குகிறது. அதில், 11 கடமைகள் தரப்பட்டுள்ளன. அந்த 11 கடமைகளையும் விரித்து விளக்கினால் முப்பதுக்கும் மேற்பட்ட பொறுப்புகள் குடிமக்களுக்குக் கட்டாயக் கடமைகளாக இருப்பதைப் புரிந்து கொள்ள முடியும். அரசமைப்புச் சாசனத்தில் தரப்பட்டுள்ள உரிமைகளையும், கடமைகளையும் முறையாக மக்களுக்கு விளக்கி, மக்களைக் குடிமைச் சிந்தனை கொண்டவர்களாக மாற்றியிருக்க வேண்டும். அப்படி மாற்றியிருந்தால், அவர்கள் இன்னமும் மற்றவர்மேல் குறைகூறிக் கொண்டிருக்க மாட்டார்கள். குறைகூறும் தேவையும் இருக்காது. காரணம் குடிமக்கள் பொறுப்புமிக்கவர்களாக மாறி, தாம் செய்ய வேண்டிய கட்டாயக் கடமைகளைப் பொறுப்புடன் நிறைவேற்றுவார்கள்.

குறிப்பாக, வாக்களிக்கும்போது, ஒரு நல்ல அரசாங்கத்தை உருவாக்கும் பொறுப்புத் தங்களுக்கு இருக்கிறது என்று எண்ணி நல்லவர்களைத் தேர்ந்தெடுப்பார்கள். வாக்குகளைப் பெறப் பணம் தந்தால் வாங்க மறுப்பார்கள். பணம் தருவோரைக் கண்டிப்பார்கள். அதுமட்டுமல்ல; தாங்கள் அரசுக்குச் செலுத்த வேண்டிய வரியைச் செலுத்தாமல் இருக்கமாட்டார்கள். அது வீட்டு வரியாக இருந்தாலும் சரி, தண்ணீர் வரியாக இருந்தாலும் சரி முறையாகச் செலுத்திவிடுவார்கள். அதுமட்டுமல்ல... அவர்கள் எதற்கும் கையூட்டுத் தரமாட்டார்கள். அதேபோல் அரசின் சட்ட விதிகளின் படி வரியோ, கட்டணமோ எவ்வளவு கட்ட வேண்டுமோ அதைச் சரியாகச் செலுத்திவிடுவார்கள். எந்த இடத்திலும் விதியை

மீறியோ, சட்டத்துக்குப் புறம்பாகவோ செயல்படமாட்டார்கள். ஆட்சியாளர்கள் 'சட்டத்தின்படி ஆட்சி' என்று கூறுவது போல், பொறுப்பான குடிமக்களும் 'சட்டத்தின்படி குடிமக்கள் செயல் பாடு' என விதிகளுக்கு உட்பட்டு நடந்து கொள்வார்கள்.

நேர்மையான குடிமக்கள்தாம் அரசை விமர்சனம் செய்ய முடியும். அதற்கு மிகவும் முக்கியமானது உண்மை. அதைத் தான் காந்தி 'கடவுள்' என்றார். அதை இன்று நம் சமூகம் இழந்து நிற்கிறது. அதிகாரம் படைத்தோரிடம் உண்மையைக் கூற தைரியம் வேண்டும். குடிமக்கள் சட்டத்தின்படியும், விதிகளின் படியும், நீதிப்படியும் நடப்பவர்களாகவும், அறத்தைக் கடைப் பிடிப்பவர்களாக இருந்தால்தான் அந்தத் தைரியம் வரும். அந்தத் தைரியம் இருந்தால், அதிகாரம் படைத்த எவரையும் வெல்ல முடியும். அறையில் உட்கார்ந்து சமூக வலைதளத்தில் ஒரு கருத்தைத் தரம் தாழ்ந்த மொழியில் பகிர்வது தைரியம் அல்ல!

இதற்குத் தேவை ஒரு குடிமக்கள் தயாரிப்பு. குடிமக்கள் தயாரிப்பு எளிதாக நடைபெறுவது அல்ல. பொதுமக்களைப் பொறுப்புள்ள மனிதராக்குவது. அதாவது, பொறுப்புள்ள தாயாக, தந்தையாக, குடும்பத் தலைவனாக, குடும்பத் தலைவியாக, பொறுப்புமிக்க மாணவனாக, பொறுப்புமிக்க ஆசிரியராக, பொறுப்புமிக்க ஊழியராக, பொறுப்புமிக்கச் சமூகக் குடிமகனாக மக்களை மாற்றுவதுதான் குடிமக்கள் தயாரிப்பு. அந்த மாற்றம் ஒட்டுமொத்தச் சமூகத்திடம் வரவேண்டும். சமூகத்தில் ஒவ்வொருவரும் செய்யும் பணியும் அறம் சார்ந்ததாக இருந்தால், எவரும் இலஞ்சம் கொடுக்கமாட்டார்கள்... இலஞ்சம் வாங்க மாட்டார்கள். இலஞ்சம் கொடுப்பதும் அவமானம்; பெறுவதும் அவமானம் என்று அறம் அவர்களை வழி நடத்தும்.

அப்படி ஒவ்வொருவரும் மாற என்ன செய்ய வேண்டும் என்பதுதான் கேள்வி. இந்திய நாட்டில் வாழ்கிற அனைவருக்கும் குடிமைப் பயிற்சி கொடுப்பதுதான் ஒரே வழி. அந்தப் பயிற்சியைப் பள்ளிகளில், கல்லூரிகளில், பல்கலைக்கழகங்களில், கிராம சபைகளில், நகரங்களுக்கான பகுதி சபைகளில், வார்டு சபைகளில் நடத்த வேண்டும். அங்கெல்லாம், இந்திய அரசமைப்புச் சட்டத்தின் இரண்டு பகுதிகளை மட்டுமாவது எடுத்து, விரிவாக

விளக்க வேண்டும். ஒன்று அடிப்படை உரிமைகள்... மற்றொன்று அடிப்படைக் கடமைகள்! இந்த இரண்டையும் முறையாக மக்களின் சிந்தனையில் புகுத்திவிட்டால், சட்டத்தின்படியான மக்கள் செயல்பாடுகள் உருவாகிவிடும். மக்கள் சட்டத்தின்படி செயல்பட ஆரம்பித்துவிட்டால், அரசும் சட்டத்தின்படிதான் ஆட்சி செய்ய வேண்டிய கட்டாயத்துக்கு வந்துவிடும். மக்கள் தனக்கான நல்லரசு வேண்டும் என்ற சிந்தனைக்கு வந்துவிட்டால், ஊழல் அரசை உருவாக்கும் வாய்ப்புள்ள பிரதிநிதிகளைத் தேர்தலில் தேர்ந்தெடுக்க மாட்டார்கள்.

இப்படியான ஆக்கப்பூர்வமான பணியைச் செய்யாமல், ஓலமிடுவதில் பயனில்லை. அறிவார்ந்த பொதுக்கருத்தாளர்கள், படித்த இளைஞர்கள் இதற்கான பயிற்சிக் கையேட்டுடன் களத்துக்குச் சென்றால், நல்ல குடிமக்களை உருவாக்குவதுடன், ஊழல்வாதிகளை முற்றிலும் புறக்கணித்து நல்லவர்களை ஆட்சிக்குக் கொண்டுவரலாம். இதற்குத் தேவை ஒரு பயிற்சிக் கையேடு. அதைக்கொண்டு, ஒவ்வொரு ஊரிலும் தன்னலமற்ற சில இளைஞர்கள் பள்ளி, கல்லூரி, பல்கலைக்கழகங்களில் அனைத்து மாணவர்களுக்கும் குடிமைப் பண்பைக் கற்பிக்க வேண்டும். அதைச் செய்திட நாம் தயாராவோம்!

□

15

பெருந்தொற்றிலிருந்து தொடர்தொற்று

கோவிட் 19 என்ற பெருந்தொற்று வந்ததிலிருந்து, நம் நாட்டில் மக்களும் அரசாங்கமும் கடந்து வந்த பாதை மிகக் கடினமானது. இந்தப் பெருந்தொற்று பற்றி ஆழ்ந்த புரிதலை நம் அறிவியலாளர்களாலேயே உருவாக்கிக்கொள்ள முடியவில்லை. காரணம், முறையான ஆராய்ச்சித் தரவுகள் இல்லாமல், அவர்களால் எதையும் முற்றுமுடிவாகக் கூற முடியவில்லை. அதேபோல அரசாங்கமும் கிடைத்த தரவுகளின் அடிப்படையிலேயே, இதைக் கட்டுப்படுத்த பல்வேறு நடவடிக்கைகளை மேற்கொண்டது. அறிவியல் உலகம் தரும் தரவுகள் ஆராய்ச்சியின் அடிப்படையில் உருவாக்கப் படுபவை. அதைத்தான் அரசாங்கம் அடிப்படையாக வைத்துச் செயல்பட முடியும். தரவுகள் ஆராய்ச்சிகளின் அடிப்படையிலும், தொற்றாளர்களை, சிகிச்சை அளித்துக் குணப்படுத்திய வகையில் கிடைத்த புள்ளிவிவரங்களை ஆய்வுசெய்து வருகின்ற முடிவு களின் அடிப்படையில்தான் புதிய புதிய முடிவுகளை அரசாங்கங்கள் எடுத்து, இந்தத் தொற்றைக் கட்டுப்பாட்டுக்குள் கொண்டுவர முனைந்தனர். இந்தச் சூழலை எதிர்கொண்ட விதத்திலும் அரசாங்கங்கள் முன்னுரிமை அடிப்படையில் செயல்பட்டன.

முதலில் இந்தப் பெருந்தொற்றின் விளைவாக ஏற்படும் மனித உயிர் இழப்பைத் தடுத்தல்; இரண்டாவது, பெருந்தொற்றால் பீடிக்கப்பட்டவர்களுக்குச் சிகிச்சை அளித்தல்; மூன்று, ஏழை களின் உணவுப் பாதுகாப்பை உறுதி செய்தல்; நான்கு,

ஏழைகளின் வாழ்வாதாரத்தைப் பாதுகாக்க நடவடிக்கை எடுத்தல்; ஐந்து, இவை எல்லாவற்றிற்கும் மேலாகப் பொருளாதாரத்தைக் கட்டிக் காத்து மீட்டெடுக்க முயலுதல்; ஆறு, இந்தப் பெருந் தொற்றிலிருந்து மக்களைக் காக்கத் தடுப்பூசிக்கான மருந்தைக் கண்டுபிடித்து, பெருமளவில் தேவைக்கு உற்பத்தி செய்து, தகுதியுடைய அனைவருக்கும் போடுதல் எனப் பல்வேறு பணிகளைப் போர்க்கால அடிப்படையில் அரசாங்கங்கள் செய்து மக்களைக் காத்தன. அதுவும் மக்களாட்சி நடைபெறும் நாட்டில் இவற்றை மிகப் பெரிய சவால்களைக் கடந்து செய்ய வேண்டி யிருந்தன.

சமூக ஊடகம் என்ற பெயரில் நடைபெற்ற குழப்பங்கள் கொஞ்சமல்ல. அதேபோல் இந்தப் பிரச்சினையை வைத்துச் செய்த அரசியலும் குறைவல்ல. இந்தச் சூழலையெல்லாம் வென்றெடுத்து நூற்று நாற்பது கோடி மக்கள் வாழும் நாட்டில் அனைவருக்கும் இலவசமாகத் தடுப்பூசி போடுவது ஒன்றும் சாதாரணப் பணி அல்ல. ஒரு கால கட்டத்தில் இவையெல்லாம் சாத்தியப்படுமா என்று அறிவுத்தளத்திலேயே பலர் கேட்ட வண்ணம் இருந்தனர். ஆனால், இவை அனைத்தையும் சமாளித்து நூறு கோடி தடுப்பூசி செலுத்தியது இந்தியா செய்துள்ள சாதனை.

எதிர்நோக்கும் சவால்கள்

இந்தச் சாதனையில் நாம் மகிழ்ந்து வாளாவிருந்துவிடக் கூடாது. இன்று நம்மை எதிர்நோக்கியுள்ள சவால் எளிதானதோ, தடுப்பூசி போடுவதால் மட்டுமே முறியடிக்கப்படக் கூடியதோ அல்ல. இந்தப் பெருந்தொற்று உருமாற்றம் செய்துகொண்டு எந்த நேரத்தில் வேண்டுமானாலும் எந்த வடிவத்தில் வேண்டு மானாலும் வரலாம். அதனால்தான் தொடர்ந்து பொதுமக்களுக்கு விழிப்புணர்வை ஏற்படுத்த எண்ணி கோவிட் 19-க்குக் கடைப் பிடிக்க வேண்டிய ஆரோக்கியப் பாதுகாப்புகளைக் கட்டாயம் கடைப் பிடியுங்கள் என்று கேட்ட வண்ணம் இருக்கின்றன நம் அரசாங் கங்கள். தடுப்பூசி தயாரித்து உலகத் தரக்கட்டுப்பாட்டு நிறுவன அனுமதியைப் பெற்று, நமது தேவைக்கும் உற்பத்தி செய்து, ஏற்றுமதியும் செய்தது சாதனைதான். ஆனால், இன்னும் பல படிகளை அரசும் மக்களும் தாண்ட வேண்டியுள்ளது.

முதல் தவணை தடுப்பூசி செலுத்திக்கொண்டவர்களில் பலர், இரண்டாம் தவணை தடுப்பூசி செலுத்திக்கொள்ளவில்லை. அதற்குள் அனைத்தும் முடிந்துவிட்டது போல, கட்டவிழ்த்து விட்டவர்களைப்போல் சுற்ற ஆரம்பித்துவிட்டனர் மக்கள். கோவிட் 19 கட்டுப்பாடுகளை, குறிப்பாகத் தனிமனித அளவில் கடைப்பிடிக்க வேண்டிய விதிமுறைகளைக் காற்றில் பறக்க விட்டதுதான் அரசாங்கத்தை இன்று அச்சப்பட வைக்கிறது. நம் மக்கள் இன்னும் இந்தப் பெருந்தொற்றின் தீவிரத்தையும், இந்தப் பெருந்தொற்று தொடர் தொற்றாக மாறுவதையும், அதன் விளைவாக நடக்கப்போகும் மாற்றங்களையும் பற்றி எந்தச் சிந்தனையும் இன்றி இருப்பது மீண்டும் சிக்கலை உருவாக்கி விடுமோ என அஞ்ச வேண்டியிருக்கிறது.

மக்கள் தயாரிப்பு

இந்தச் சூழலைச் சமாளிக்க, இன்று மிகவும் தேவைப்படுவது மக்களின் ஒத்துழைப்பு. அந்த ஒத்துழைப்புக்கான விழிப்புணர்வை மக்கள் மத்தியில் உருவாக்குவதுதான் இன்றியமையாதது என வல்லுநர்கள் எண்ணுகின்றனர். இன்றும் அமெரிக்காவில் இரண்டு மாகாணங்கள் மத்திய அரசு கூறுவதை ஏற்க மாட்டோம் என்று கூறி முகக் கவசம்கூட அணிய மாட்டோம் எனக் கூறி வருகின்றன. நம் நாட்டில் மாநிலங்கள் அப்படிச் செய்வதில்லை. ஆனால், மக்கள் இந்தப் பெருந்தொற்றின் தீவிரத்தைப் புரிந்து செயல் படுவதாகத் தெரியவில்லை. இந்தச் சூழலை மாற்றியமைக்க, மத்திய, மாநில அரசுகளுக்கு மேல் உள்ளாட்சிகளுக்கு இருக்கும் பெரும் பங்கை ஐநா நிறுவனங்கள் தொடர்ந்து வலியுறுத்தி வருகின்றன. அந்தப் பணியைச் செய்கின்றார்களா நம் பஞ்சாயத்துப் பிரதிநிதிகள் என்பதுதான் இன்றைய முக்கியக் கேள்வி.

அதுமட்டுமல்ல, சூழலியல் மாற்றத்தினாலும் பருவநிலை மாற்றத்தினாலும் விளையக்கூடிய தாக்கங்களை எதிர்கொள்ள அடித்தட்டில் இயங்குகின்ற உள்ளாட்சிகள்தாம் செயல்பட்டாக வேண்டும். அதற்கான தலைமைத்துவமும், திறனும், ஆற்றலும் உள்ளாட்சியில் பணிபுரியும் மக்கள் பிரதிநிதிகளுக்கு வேண்டும். நாம் இயங்கும் சூழல் முற்றிலும் மாறுபட்ட சவால்கள் நிறைந்த சூழல். இதுவரை செயல்பட்டு வந்ததுபோல் சாலை போடுதல்,

பாலம் கட்டுதல் எனக் கட்டுமானப் பணிகளில் மட்டும் கவனம் செலுத்தும் நிலையிலிருந்து மாறி எதிர்காலத்தில் இந்தத் தொடர் தொற்றுகளைச் சமாளிக்க, கிராமசபைகள் மூலம் மக்களிடம் விழிப்புணர்வை ஏற்படுத்தி மக்களைத் தயாரிப்பது தான் மிகவும் முக்கியக் கடமையாகும்.

தலைவர்களாகச் செயல்பட!

தலைவர்களாகச் செயல்படுவதற்கான புரிதல், தெளிவு, பொறுப் புணர்வு, பார்வை, சிந்தனை, தலைமை நம் உள்ளாட்சித் தலைவர்களுக்கு வேண்டும். அறிவியல்பூர்வமாகச் செயல்படத் தேவையான புள்ளிவிவரங்கள் பஞ்சாயத்துத் தலைவர்களுக்குத் தேவை. உள்ளாட்சித் தலைவர்களுக்குப் பொதுமக்களின் ஆரோக்கியம் பற்றிய புள்ளிவிவரம் வேண்டும். குழந்தைகளில் ஆரம்பித்து, பள்ளி செல்லும் குழந்தைகள், வளரிளம் பெண்கள், பெரியவர்கள் வரையிலான புள்ளிவிவரங்களைச் சேகரித்து வைத்திருக்க வேண்டும். எதிர்காலத்தில் சுகாதாரப் பிரச்சினை களுக்கு உலகச் சுகாதார நிறுவனமோ, இந்திய அரசோ, மாநில அரசோ வழிகாட்டத்தான் முடியும். உள்ளாட்சிகள்தாம் களத்தில் நின்று மக்களுடன் செயலாற்ற வேண்டியதிருக்கும்.

மக்களைக் காப்பது, அவர்களின் உயிரைப் பாதுகாப்பது, உள்ளாட்சியின் பெரும் பொறுப்பு. ஓர் ஏழைக் குடும்பத்தில் ஓர் உயிர் இழப்பு என்பது எவ்வளவு பெரிய பொருளாதார இழப்பை ஏற்படுத்தும் என்பதைப் புரிந்து செயல்படும் தலைவராக உள்ளாட்சித் தலைவர்கள் இருக்க வேண்டும். உடல்நலம் குன்றிய ஏழைகள், தொழிலாளர் சந்தையில் பங்கெடுக்க முடியாத நிலை வரும்போது ஏழைகளின் குடும்ப வருமானம் என்னவாகும் என்ற புரிதல் உள்ளவராக உள்ளாட்சித் தலைவர்கள் இருக்க வேண்டும். மக்களிடம் இருக்கும் திறன்களையும் ஆற்றலையும் பயன் படுத்தும் திறமை உள்ளவராக நம் உள்ளாட்சிப் பிரதிநிதிகள் தயாராக வேண்டும். அரசு இட்ட கட்டளையைக் கேட்டு அவற்றை நிறைவேற்றும் முகவராக மட்டும் இருந்தால், எந்தப் பயனுமில்லை. அவர்கள் மக்கள் தலைவர்களாக, மக்களை வரும் முன் காக்கும் வழிமுறை தெரிந்தவர்களாக இருத்தல் வேண்டும். இன்றைக்கு இந்தச் சுகாதாரம் சார்ந்த பிரச்சினைகளுக்கு உள்ளூர்

தலையீடும் உள்ளூர் தீர்வும்தான் தேவை என்ற விவாதம் உலகமெங்கும் வலுத்துவருகிறது. எனவேதான், 'உள்ளாட்சித் தலைவர்களின் திறனையும் ஆற்றலையும் பயிற்சியின் மூலம் கூட்டுங்கள்!' என மீண்டும் மீண்டும் ஐநா நிறுவனங்கள் உலக நாடுகளைக் கேட்டுக்கொண்டேயிருக்கின்றன. அடுத்து, 'உள்ளாட்சித் தலைவர்களுக்கு நிர்வாகப் பயிற்சியைவிடத் தலைமைத்துவப் பயிற்சிதான் மிக முக்கியம். அதைத்தான் கொடுக்க வேண்டும்' என்று அந்த நிறுவனங்கள் உலக நாடுகளை வேண்டுகின்றன. ஏனென்றால், இன்றைய சூழலில் உள்ளாட்சித் தலைவர்கள் பெரும் அளவில் மக்களைத் தயார் செய்யும் பணியில் ஈடுபட வேண்டியுள்ளது. அதற்குத் தேவை தலைமைத்துவப் பயிற்சி!

முடிவுகள் தலைவர்கள் கையில்!

சுகாதாரம் சார்ந்த எந்தப் பிரச்சினையானாலும் சரி, அது குடிதண்ணீர் பிரச்சினையாக இருக்கலாம், கழிவுநீர் அகற்றலாக இருக்கலாம், வளர் இளம் பெண்களின் இரத்தசோகையானாலும், குழந்தைகளின் ஊட்டச்சத்துக் குறைபாடானாலும் சரி, பருவ நிலை மாற்றத்தால் வரும் பிரச்சினையாக இருந்தாலும் சரி, அனைத்துக்கும் தங்களிடம் இருக்கும் அதிகாரத்தை வைத்தே செயல்படத் தயாராக இருக்க வேண்டும் நம் உள்ளாட்சித் தலைவர்கள். எல்லாப் பிரச்சினைகளுக்கும் வட்டார வளர்ச்சி அலுவலர் நமக்கு உத்தரவு இடுவார், வழிகாட்டுவார் என்று காத்துக்கொண்டிருக்கக் கூடாது. தங்களின் பொறுப்புமிக்க நடத்தையால் பொதுமக்களின் நம்பிக்கையைப் பெற்றவராகச் செயல்பட்டு உள்ளாட்சியை வலுப்படுத்த வேண்டும். உள்ளாட்சியை வலுப்படுத்துவது, மாநில அரசு அதிகாரம் கொடுப்பதால் மட்டுமே நடைபெறுவதல்ல. கொடுத்த அதிகாரத்தைப் பயன்படுத்தி, மக்கள் பிரச்சினைகளுக்குத் தீர்வுகண்டு, மக்கள் உள்ளாட்சியின் மேல் நம்பிக்கை வைக்கும் அளவுக்குச் செயல்பட வேண்டும். அப்படித்தான் உள்ளாட்சியை வலுப்படுத்த முடியும். அதற்குக் கேரளா ஒரு நல்ல எடுத்துக்காட்டு. அங்கே எந்தப் பிரச்சினைக்கும் பொதுமக்கள் உள்ளாட்சியை அணுகக் காரணம், அந்த அளவுக்கு அங்கு உள்ளாட்சி அமைப்புகள் மக்களின் நம்பிக்கையைப் பெற்றிருப்பதே!

தேவைப்படும் புதிய தலைமைத்துவம்

அதிகாரமும் நிதியும் தந்ததால் மட்டுமே பஞ்சாயத்துகள் வலுப்பெற்று விடாது. கொடுத்த அதிகாரத்தையும் நிதியையும் பயன்படுத்தக்கூடிய ஆற்றல்மிக்கத் தலைமை இருந்தால் மட்டுமே அது சாத்தியப்படும். கேரளம் அனைவராலும் புகழப்படும் மாநிலம்... அதிகாரப் பரவல் செய்த மாநிலம் என்ற நிலையில், அங்கு அத்தனை பஞ்சாயத்துகளும் சாதனை படைத்துவிட வில்லை. தமிழகத்தில் குறைந்த அதிகாரம், குறைவான நிதி என்று ஆதங்கப்படுபவர் பலர். ஆனால் கொடுத்த அதிகாரங் களையும் நிதியையும் வைத்துச் சாதனைகள் படைத்துக் காட்டிய பஞ்சாயத்துத் தலைவர்களையும் நாம் கண்டுள்ளோம். சாதனை படைத்த பஞ்சாயத்துகளை ஆய்வு செய்த அனைவரும் கூறும் ஒரே பரிந்துரை, 'தலைமைத்துவத்தை நம் மக்கள் பிரதிநிதிகளிடம் வளர்க்க வேண்டும்' என்பதுதான். பஞ்சாயத்தின் அவ்வளவு சாதனைகளுக்கும் எது மூலகாரணமாக இருக்கின்றது என்றால் தலைமைத்துவம்தான். அதை வளர்ப்பதன் மூலம்தான் சாதனைகள் சாத்தியம் என்று பரிந்துரைக்கின்றனர். எனவே, பஞ்சாயத்துகளை வலுப்படுத்தி, மக்களுடன் பணியாற்ற வைக்கத் தேவையான தலைமைத்துவத்தை வளர்க்க வேண்டும்.

□

16

மக்கள் பங்கேற்பும் மக்களாட்சியும்

ராபர்ட் டேவிட் புட்னாம் ஒரு தலைசிறந்த அமெரிக்க அரசியல் ஆராய்ச்சியாளர். அவர் 'குடிமைச் சமூக அமைப்புகள் எந்த அளவுக்கு ஒரு நாட்டில் செயல்படுகின்றனவோ, அந்த அளவுக்கு மக்களாட்சி அங்குச் சிறப்படையும்... மேம்படும்' என்று கூறுகிறார். அதை அவர் 'சமூக மூலதனம்' என்று விளக்குகிறார். அது மக்களாட்சியின் உச்சபட்சச் செயல்பாட்டிற்கு வழிவகுக்கும் என்பது அவரின் அடிப்படைக் கருத்து. இதை நூறு ஆண்டுகளுக்கு முன்பே மகாத்மா காந்தியும் கூறினார். 'சமூகத்தின் குடிமைச் செயல்பாடுகள்தாம் அரசாங்கத்தை நெறிப்படுத்தும். எனவே, பொதுமக்களின் குடிமைப் பங்கேற்பு ஒவ்வொரு மேம்பாட்டுப் பணியிலும் மிகவும் அத்தியாவசியம்' என வலியுறுத்தினார் காந்தி. அதற்கு இருநூறு ஆண்டுகளுக்கு முன்பே, தாமஸ் பெயின் இதே கருத்தை, 'மக்கள் வெறும் பார்வையாளர்களாக மட்டும் இருந்தால், ஆளுகையிலும், மேம்பாட்டுப் பணிகளிலும் பங்கேற்போர் மட்டுமே அதன் பயனை அனுபவித்துக்கொள்வர். மற்றவர்கள் சுரண்டப் படுவர். எனவே, மக்களைப் பங்கேற்புக்குத் தயார் செய்ய வேண்டும்' என்றார்.

சுதந்திரப் போராட்டத்துக்கு மக்களைத் திரட்டிய காந்தி, சுதந்திரத்துக்குப் பின்னும் நாட்டின் நிர்மாணப் பணிகளிலும் பங்கேற்க வைக்க எல்லா முன்னெடுப்புகளையும் செய்தார். ஆனால், நம் அரசு மக்கள் பங்கேற்பைச் சுதந்திரப் போராட்டத்தோடு நிறுத்திக்கொண்டது. அதன் பிறகு அரசே மக்களுக்கு அனைத்தையும் செய்யும் என்று அரசாங்கத்தை முன்னிலைப்படுத்திப் பிரகடனம்

செய்துவிட்டது. பொதுமக்கள் குடிமக்களாகச் செயல்படாமல், எந்த மக்களாட்சியும் மேம்பட முடியாது என்று உணர்ந்த காரணத்தால் தற்போது அரசு, பங்கேற்க வாருங்கள் என்று மக்களை அழைக்கிறது. ஆனால், மக்கள் அதற்குத் தயார்படுத்தப்பட வில்லை. எனவே தான், மக்கள் பங்கேற்பை எங்கும் குடிமைச் செயல்பாடாகப் பார்க்க இயலவில்லை.

பொதுமக்களின் பங்கேற்பு, குறிப்பாக ஆளுகையிலும், மேம்பாட்டுப் பணிகளிலும் மக்களுக்கு ஒரு தொடர் கல்வியைத் தரும். அது அவர்களுக்கு ஆளுகையைப் பற்றி, மேம்பாட்டைப் பற்றி விழிப்புணர்வைத் தரும். அடுத்துச் செயல்படுவதற்கு ஒரு சிந்தனைத் தெளிவைத் தரும். எல்லாவற்றிற்கும் மேலாக அவர்களை அதிகாரப்படுத்திவிடும். அதிகாரப்படுத்தப்பட்ட மக்களை யாரும் கோலோச்சவும் முடியாது, மேய்க்கவும் முடியாது, மேய்க்கவும் அனுமதிக்கமாட்டார்கள். அதுதான் பங்கேற்புக்கான கோட்பாடும் ஆகும். இதை கேரளத்து மக்களின் பொதுச்செயல்பாடுகளைக் கூர்ந்து கவனித்தால், புரிந்து கொள்ளலாம். ஆனால், இந்தப் பங்கேற்பு என்ற சொல்லின் பொருளை நாம் எப்படிப் புரிந்து செயல்படுகிறோம் என்பதுதான் இன்று நம்முன் இருக்கும் சவால்.

ஒரு சிறிய நகரம். அதில் ஒரு குடியிருப்போர் நலச்சங்கம். அது நல்ல வசதி படைத்தோர், படித்தவர்கள் குடியிருக்கும் பகுதி. தங்களுடைய நகரின் பாதுகாப்பு, மேம்பாடு ஆகியவற்றுக்காக அங்குக் குடியிருப்போர் அச்சங்கத்தை உருவாக்கி, பதிவு செய்து நடத்திவருகிறார்கள். சங்கச் செலவுக்கான நிதியையும், 80% உறுப்பினர்கள் கேட்டவுடன் தந்து விடுவார்கள். ஒருமுறை அந்த நகரின் பூங்காவிற்கென ஒதுக்கிய இடத்தைச் சிலர் ஆக்கிரமிக்க ஆரம்பித்தவுடன் அதைத் தடுத்து நிறுத்தி, அந்த இடத்தில் ஒரு பூங்காவைச் சட்டமன்ற உறுப்பினர், நாடாளுமன்ற உறுப்பினர் தொகுதி மேம்பாட்டு நிதியில் உருவாக்கிக் கொடுத்தனர் அந்தச் சங்க நிர்வாகிகள். அதன் பிறகு அதன் நீட்சியாக ஆண்டு விழா, விருந்து எனக் குடியிருப்போரை அரவணைத்துக்கொண்டு செயல்பட ஆரம்பித்தது அந்த நகர் நலச்சங்கம். சாலைகளைத் தார் சாலையாக மாற்றித்தர வேண்டும் எனக் கோரிக்கை வைத்து அனைத்து இடங்களிலும் போட வைத்தனர். அருகிலுள்ள ஒரு

தொன்மையான கோவில் புனரமைப்பில் பெரும் நிதிப் பங்கீடு கொடுத்து, திருப்பணியில் தங்களையும் இணைத்துக்கொண்டு அந்தக் கோவிலைத் தங்களுக்கானதாக ஆக்கிக்கொண்டனர். அதே நகரில் சாலையை ஆக்கிரமித்து ஒருவர் கடை கட்டுகிறார். அதை நமக்கென்ன என்று வேடிக்கை பார்த்துக்கொண்டிராமல், அந்த நகர் நலச் சங்கத்திலிருந்து தீர்மானம் ஒன்றை நிறைவேற்று கிறார்கள். அந்தத் தீர்மானத்தைப் பேரூராட்சியில் கொடுத்து முறையிட்டபோது, அந்த ஆக்கிரமிப்பு தடுத்து நிறுத்தப்பட்டு, நீதிமன்றம் வரை அந்தப் பேரூராட்சியே போராடுகிறது. யாரும் கேட்கவில்லை என்றால் அவர் அதிகாரிக்கு இலஞ்சம் தந்து விட்டு, சாலையில் கடைகட்டி வணிகம் செய்து இலாபம் ஈட்டியிருப்பார். இந்தக் குடியிருப்போர் நலச்சங்கத்தை மிகச் சிறப்பான ஒரு குடிமைச் சமூக அமைப்பு என்றே கூற வேண்டும்.

நாளடைவில் என்னவாகிவிட்டது என்றால், நகரில் எந்தச் சிறு பிரச்சினையானாலும் உடனே சங்கத் தலைவர்களைத் தொலை பேசியில் தொடர்புகொண்டு எடுத்துக் கூறி அதைச் சரிசெய்து கொள்ள ஆரம்பித்தார்கள் மக்கள். இந்தச் சங்கம் பதிவுபெற்ற அமைப்பாக இருக்கின்ற காரணத்தால், மாதந்தோறும் கூட்டம் நடத்துவார்கள். அந்தக் கூட்டம் சங்கத்தின் ஆளுகைக்கான கூட்டம். ஆனால், அந்தக் கூட்டத்தில்கூட உறுப்பினர்கள் பங்கேற்பதில்லை. ஏன் கூட்டத்துக்கு வரவில்லை என்று கேட்டால், 'சங்கத்துக்குச் சந்தா கொடுத்துவிடுகிறோம், பிரச்சினை என்றால் நிர்வாகிகளிடம் கூறிவிடுகிறோம், புலனத்தில் பதிவிட்டு விடுகின்றோம். சங்கப் பொறுப்பாளர்கள் உடனே தலையிட்டு அவற்றைத் தீர்த்துவிடுகின்றனர். நம் சங்க நிர்வாகிகள் அனைத்தையும் பார்த்துக்கொள்வார்கள், நாணயமானவர்கள். ஆகவே, நாங்கள் வந்து என்ன செய்யப் போகிறோம் என்று எண்ணித்தான் வருவது இல்லை' என்று கூறுவார்கள். ஆக ஓர் அமைப்பை ஒரு நான்கு ஐந்து பேர் கையில் விட்டுவிட்டு மற்றவர்கள் ஏனோ தானோ என்று வாளாவிருப்பார்கள்.

ஒருவர் வீட்டில் திருட்டுப் போய்விட்டது என்றால் மட்டும், அவசரக் கூட்டத்திற்கு அனைவரும் திரண்டு வருவர். கோவில் திருவிழா என்றால் பெண்கள் அனைவரும் திரண்டு வருவர். ஆண்டுவிழா கொண்டாட்டத்துக்கு அனைவரும் வந்துவிடுவர்.

ஆனால், மேம்பாட்டுப் பணிகள் பற்றி விவாதிக்க மாதக் கூட்டங் களுக்கு ஆள்கள் வருவது கிடையாது. அப்படியே வந்தாலும், பிரச்சினைகளை மட்டும் கூறிவிட்டுச் சென்றுவிடுவர். கேள்வி கேட்கும் பழக்கம் பெரும்பாலானவர்களுக்குக் கிடையாது. இந்த மாதிரி ஒரு மாதக்கூட்ட நிகழ்வில் கலந்துகொண்டுவிட்டு வீடு திரும்பினேன். வந்தவுடன் அன்றைய கூட்டத்தில் எடுக்கப் பட்ட முடிவுகளைச் சங்கத்தின் தலைவர், அறிக்கையாக உறுப்பினர்கள் அனைவருக்கும் புலனத்தில் அனுப்பிவைத்தார். அன்று இரவு முழுவதும் ஆண்களும் பெண்களுமாக உறுப்பினர்கள் அனைவரும் பல்வேறு கருத்துகளைப் புலனத்தில் அள்ளிக் கொட்டினர்.

காரணம், அனைவரும் படித்தவர்கள். பலர் அரசாங்கத்தில் பல உயரிய பதவிகளில் இருப்பவர்கள், இருந்தவர்கள். எனவே, கருத்துகளுக்குப் பஞ்சம் கிடையாது. இப்படி அவர்கள் கருத்து மழை பொழிந்தபோது கூட்டத்துக்கு வந்த ஒருவர் ஒரு பதிவைப் போட்டார். 'இவ்வளவு கருத்துகளை வைத்துக் கொண்டு ஏன் வீட்டுக்குள் இருக்கிறீர்கள், கூட்டத்துக்கு வந்து அந்தக் கருத்துகளைக் கூறி, நகரின் மேம்பாட்டிற்குத் தேவையான பல நல்ல முடிவுகளை ஏன் எடுத்திருக்கக் கூடாது... நம் நகரில் நாம் எப்படி இருக்கிறோமோ, அப்படித்தான் நாட்டு மக்கள் நம் மக்களாட்சியில் வெறும் பார்வையாளர்களாக இருக்கின்றனர்' என்று பதிவிட்டார் அவர்.

இன்று அனைவரும் கருத்துகளோடும் கனவுகளோடும்தான் இருக்கின்றனர். வீட்டுக்குள் இருந்துகொண்டு அலைபேசியில் கருத்துகளைத் தந்துவிட்டால் சமூகம் மாறிவிடும், மேம்பட்டு விடும் என்று அனைவரும் அந்த வேலையைச் செய்து, வேகமாகப் பகிருங்கள் என்று கூறுகின்றனர். ஆனால், கருத்துகளும் கனவுகளும் செயல்பாட்டிற்கு வர எது தேவை என்பதுதான் கேள்வி. வீட்டிற்குள் இருந்துகொண்டு தன் கருத்து செயல் படுத்தப்படவில்லை, தன் கனவு மெய்ப்படவில்லை என்று புலம்புவது, அரசியல் கட்சிகளைப் பார்த்து ஊழல்வாதிகள் என்று சமூக வலைதளத்தில் கலாய்த்துவிட்டுத் தங்கள் பணியை ஆற்றிவிட்டதாக வாளா இருப்பது போலாகும். எனவே, இன்று நமக்குத் தேவை. ஒரு பங்கேற்புச் செயல்பாடு.

அந்தப் பங்கேற்பு சந்தா கொடுப்பதோ, அன்பளிப்பு கொடுப்பதோ அல்ல. அவையும் தேவைதான். ஆனால், அதற்கு மேலும் பொறுப்புமிக்கச் செயல்பாடுகள் இருக்கின்றன. அவை தனித்த செயல்கள் அல்ல... கூட்டுச் செயல்பாடுகள். இவை சாதாரணமாக நிகழ்வதல்ல, ஒரு பொறுப்புமிக்கச் செயல் பாட்டிற்கு நமக்குத் தேவை ஒரு புரிதல், ஒரு தெளிவு, ஓர் உணர்வு. இதை ஒரு சமூகத்தில் ஒரு தலைமை செய்தாக வேண்டும். இதற்கு நாம் ஒவ்வொருவரும் களத்தில் இறங்க வேண்டும். அதற்கும் ஒரு விலை உண்டு, அதற்கு நாம் நேரத்தைச் செலவிட வேண்டும். பங்கேற்பு என்பது மிக ஆழமானது. மக்கள் ஓரிடத்தில் கூடினால் மட்டும் அது பங்கேற்பு ஆகிவிடாது. எந்த நிகழ்விலும் நாம் பங்கேற்கும்போது, யாராக நாம் பங்கேற்கிறோம் என்பதுதான் கேள்வி. நாம் பொறுப்பு மிக்கக் குடிமக்களாகப் பங்கேற்கிறோமா அல்லது வேடிக்கை பார்க்கும் பொது மனிதர்களாகப் பங்கேற் கிறோமா என்பதுதான் நம் செயல்பாடுகளின் தன்மையை முடிவு செய்யும். பங்கேற்பு என்பது தனக்கு ஒரு பங்கு இருக்கிறது, பொறுப்பு இருக்கிறது, கடமை இருக்கிறது, அதை நிறை வேற்றுவது தனக்கு மட்டுமல்ல, ஒட்டு மொத்தச் சமூகத்துக்கும் பயனளிப்பது என்ற சமூகச் சிந்தனையில் செயல்படுவதாகும். நாம் ஒரு கூட்டுச் செயல்பாட்டில் இணைகிறபோது நாம் ஒரு சமூக மூலதனத்தை உருவாக்குகிறோம், விவாதிக்கிறபோது, நாமும் தெளிவுபெறுகிறோம், பங்கேற்கும்போது தன்னம்பிக்கை பெறுகிறோம், நாம் தனிமனிதரல்ல... நாம் ஒரு நிறுவனமாக இருக்கிறோம், கூட்டுச் சக்தியாக இருக்கிறோம் என்ற உணர்வைப் பெறுவோம்.

எல்லா இடங்களிலும் குடிமைச் சமூக அமைப்புகளை உருவாக்கிச் செயல்பட வைக்கும்போதுதான், ஒரு நாட்டில் மக்களாட்சி மேம்படும். குடிமைச் சமூக அமைப்பு தங்கள் பகுதி உள்ளாட்சிப் பிரதிநிதிகள், சட்டமன்ற உறுப்பினர்கள், நாடாளு மன்ற உறுப்பினர்கள், கருத்தாளர்கள் என அனைவரையும் அழைத்துக் கூட்டங்கள் போட வேண்டும். அது மட்டுமல்ல; அவரவர் தெருவில் ஏதாவது ஓர் அரசுத்துறை ஒரு திட்டத்தைச் செயல்படுத்துகிறது என்றால், அது அந்த நகரில் வாழும் மக்களுக்குப் பயனளிக்குமா, பாரமாக இருக்குமா என்பதைப்

பற்றிச் சிந்தித்து அதில் பங்கேற்க வேண்டும். பயனளிக்கும் எனில் அதற்கு நாம் என்ன செய்ய முடியும் என்று யோசித்துப் பங்கேற்க வேண்டும். அது பாரமாக மாறுமென்றால் அதை எதிர்த்திட வேண்டும். அதைச் சட்டப்பூர்வமாகச் செய்திட வேண்டும்.

எனவே, குடிமக்கள் குடிமைச் சமூக அமைப்புகளாக இயங்குவது காலத்தின் கட்டாயமாக இருக்கிறது. இதை ஊக்குவிக்கும் வண்ணம்தான் கிராமங்களில் கிராம சபையையும், நகரங்களில் பகுதி சபை (ஏரியா சபை)யையும், வார்டு சபையையும் உருவாக்கி குடிமக்களைப் பங்கேற்க வைத்து ஒரு பங்கேற்பு ஆளுகையை, மேம்பாட்டுச் செயல்பாட்டைக் கொண்டுவர உயரிய நோக்கத்தோடு சட்டப்பூர்வமாக முன்னெடுக்கப்பட்டுள்ளது. இதற்கான பொது விழிப்புணர்வோ, தெளிவோ மக்களிடம் இன்றுவரை (ஒருசில கிராமங்களையும் நகரங்களையும் தவிர்த்து) ஏற்படவில்லை. அது ஏற்பட்டு விட்டால், இன்றைய ஊழல் அரசியலும், ஆளுகையும் மாறி விடும். நல்ல தலைவர்கள் இருக்கிற கிராமங்களிலும் நகரங்களில் இந்த மன்றங்கள் உயிர்ப்புடன் செயல்படுவதை அங்கொன்றும் இங்கொன்றுமாகப் பார்க்க முடிகிறது. அந்த வெற்றிகளை, சாதனைகளைக்கூட நாம் ஆராதிப்பதில்லை. எனவே, நம் மக்களாட்சியை வலுப்படுத்த குடிமைச் சமூக அமைப்புகளை உருவாக்கி, அதனை உள்ளாட்சி மன்றங்களுடன் இணைத்துக் குடிமக்களின் பங்கேற்பை உயர்த்திச் செயல்பட வைப்பது இன்றைய காலத்தின் கட்டாயம். வீட்டுக்குள் இருந்து புலனத்தில் கருத்தைப் பதிவிட்டுப் பகிர்வதால் எதுவும் நடக்காது. வீதிக்கு வந்து நாம் பங்கேற்க வேண்டும். அதுதான் நாம் கனவு காணும் மாற்றத்தை நிஜத்தில் நிகழ்த்தும்!

□

17

கிராமங்களும் உயர் கல்வி நிலையங்களும்

மத்திய அரசின் பஞ்சாயத்துராஜ் துறைச் செயலகத்திலிருந்து அனைத்து மாநில அரசுகளுக்கும் 13. 09. 2023-ஆம் தேதியன்று ஒரு கடிதம் அனுப்பப்பட்டுள்ளது. அந்தக் கடிதம் வலியுறுத்தும் செய்தி, நம் பஞ்சாயத்துகளும் உயர்கல்வி நிறுவனங்களும் பங்குதாரர்களாக இணைந்து செயல்பட வேண்டும் என்பதுதான். உயர்கல்வி நிறுவனங்கள் சமூகத்துடன் இணைந்து மக்களுக்குச் சேவையாற்றுவதை இன்றைய மத்திய அரசு கட்டாயக் கடமை யாக்கிவிட்டது. அதற்கான ஒரு திட்டத்தையும் அறிவித்து நடைமுறைப்படுத்தி வருகிறது. அதுதான், 'உன்னத் பாரத் அபியான் 2.0.' உயர் கல்வி நிறுவனங்கள், சமூகத்தின் தேவை களைப் பூர்த்திச் செய்ய உதவ முடியும் என்ற நோக்கில்தான் இந்தத் திட்டம் கொண்டு வரப்பட்டுள்ளது. உயர்கல்வி நிறுவனங்களில் பெருமளவில் சமூகத்துக்குத் தேவையான உதவிகளைச் செய்யும் வளங்கள் உள்ளன. அது திறன் வளர்ப்பாக இருக்கலாம், சில தொழில் நுட்பங்களாக இருக்கலாம், சில விழிப்புணர்வை ஏற்படுத்தும் செய்திகளாக இருக்கலாம், அவற்றை மக்களுடன் பகிர்ந்துகொண்டு செயல்படும்போது, மக்களின் தேவைகள் பூர்த்திச் செய்யப்படுவதோடு, மாணவர்களின் திறனும் வளர்க்கப் படும். அத்துடன் அவர்களுக்குச் சமூகம் சார்ந்து சிந்திக்கும் பார்வையும் உருவாகிவிடும்.

இந்தச் செயல்பாடு நாடு சுதந்திரம் அடைந்த காலத்திலிருந்து ஒருசில உயர் கல்வி நிறுவனங்களில் நடந்துகொண்டுதான்

இருந்தது. அதற்குப் பெயர் விரிவாக்கப் பணி. அந்த விரிவாக்கப் பணி, ஒருசில உயர் கல்வி நிறுவனங்களில் கட்டாயப் பணியாக இருந்தது. பிற நிறுவனங்களில் அது விருப்பக் கடமையாக இருந்தது.

காந்திய நிறுவனங்களும் சில கிறிஸ்தவ உயர்கல்வி நிறுவனங் களும் விரிவாக்கப் பணியை நாடு சுதந்திரம் அடைந்த திலிருந்து செம்மையாகச் செய்துவந்தன. கூடவே, இந்த விரிவாக்கப் பணியை எல்லா உயர்கல்வி நிறுவனங்களும் கட்டாயக் கடமை யாகச் செய்ய நடவடிக்கை எடுக்க வேண்டும் என்று தொடர்ந்து பல்கலைக்கழக மானியக் குழுவையும் மத்திய அரசையும் வலியுறுத்திவந்தன. குறிப்பாக, காந்தி கிராம கிராமியப் பல்கலைக் கழகம் பலமுறை பல்கலைக்கழக மானியக்குழுத் தலைவர் இங்கு வந்தபோதும் சரி, மற்ற உயர்நிலைக் கூட்டங்களிலும் சரி—இந்தக் கருத்தைத் தொடர்ந்து வலியுறுத்திவந்தது. இந்தக் கருத்தை ஏதோ தத்துவார்த்த நிலையில் ஆலோசனையாக வைக்கவில்லை. தங்கள் உயர்கல்வி நிறுவனத்தின் மூலம் களச் செயல்பாட்டில் சமூகம் பெற்ற பயன்களையும், களப்பணி ஆற்றிய மாணவர்கள் பெற்ற பயன்களையும் அடிப்படையாக வைத்தே இந்தக் கோரிக்கையை மத்திய அரசுக்கும் பல்கலைக் கழக மானியக் குழுவுக்கும் பரிந்துரைத்தது.

இந்த நீண்ட நாள் கோரிக்கையை இன்றைய மத்திய அரசு கவனத்தில்கொண்டு விரிவாக்கப் பணியைக் கட்டாயக் கடமையாக அறிவித்து ஆணை பிறப்பித்துவிட்டது. அதற்குக் காரணம் பல்கலைக்கழக மானியக்குழு ஒரு குழு அமைத்து இந்தக் கோரிக்கையைப் பரிசீலிக்க வைத்து, ஓர் அறிக்கையை மத்திய அரசுக்குச் சமர்ப்பித்திருந்தது. அந்தக் குழுவின் அறிக்கையிலும் காந்தி கிராம விரிவாக்கப் பணி மேற்கோள் காட்டப்பட்டு இதன் முக்கியத்துவம் விளக்கப்பட்டிருந்தது. இதற்கும் மேலாகப் புது டெல்லியில் இயங்கும் ஆசியப் பங்கேற்பு ஆய்வு (*பார்டிசிபாடரி ரிசர்ச் இன் ஆசியா*) என்ற நிறுவனத் தலைவர் உயர்கல்வி நிறுவனங்கள் மக்களுடன் பணி செய்ய வேண்டும் என்பதை ஒரு முப்பது ஆண்டுகாலமாக யுனெஸ்கோவுடன் இணைந்து உலக நாடுகளிலெல்லாம் பரப்புரை செய்து பல நாடுகளில் நடை முறைப்படுத்தியதன் அடிப்படையில் இந்திய அரசையும்

வலுயுறுத்திவந்தார். அதன் அடிப்படையில், இந்திய அரசு அவரையும் இதில் ஓர் உறுப்பினராகச் சேர்த்தது. மத்திய அரசு இதற்கான உத்தரவைப் பிறப்பித்தது மட்டுமல்ல, இதற்கான சிறப்புத் திட்டம் ஒன்றையும் உருவாக்கி அறிவித்தது. அதுதான், 'உன்னத் பாரத் அபியான்.' ஆனால், இந்தத் திட்டத்தை சில கல்வி நிறுவனங்களைத் தவிர எவரும் பெரிதாகக் கண்டு கொள்ளவில்லை. அதற்கு மாநில அரசுகளும் பெரும் முன்னெடுப்பைச் செய்யவில்லை. ஆனால், மத்திய அரசு இதை விடுவதாக இல்லை. அந்தத் திட்டம் ஏன் தொய்வடைந்தது எனக் கண்டு பிடித்து, அதற்கு உயிரூட்ட 'உன்னத் பாரத் அபியான் 2.0' என்ற திட்டத்தை மறுபடியும் அறிவித்து, அதற்கு நிறுவனங்களைக் கண்டுபிடித்து, பொறுப்பேற்கச் செய்து வலுப்படுத்திவருகிறது. இன்று இந்தப் பணி வலுவடைந்து வருகிறது.

இந்த நேரத்தில், இந்தக் கடிதத்தை எதற்காக மத்திய அரசு மாநில அரசுகளுக்கு எழுதியுள்ளது என்பதைப் புரிந்துகொண்டு நம் அரசு செயல்பட்டால், இந்தத் திட்டம் வெற்றிபெறுவதுடன் நம் கிராமங்களும் பயன் அடையும். இந்தக் கடிதத்துக்கு ஒரு பின்னணி உண்டு. மத்திய அரசின் பஞ்சாயத்து ராஜ் அமைச்சகம், பஞ்சாயத்துத் தலைவர்களுக்குப் பயிற்சித் திட்டம் ஒன்றை கொள்கை அளவில் உருவாக்க ஒரு குழு அமைத்திருந்தது. அந்தக் குழு பலமுறை கூட்டம் நடத்தி வல்லுநர்களின் கருத்துகளைக் கேட்டு, ஓர் அறிக்கை சமர்ப்பித்திருந்தது. அந்தக் குழுவின் பரிந்துரைகளை அரசு ஏற்றுக்கொண்டு நடவடிக்கை எடுத்து வருகிறது. அதில் மிகவும் முக்கியமான பரிந்துரை, உயர்கல்வி நிறுவனங்கள் ஒருசில கிராமங்களில் தொடர் செயல்பாடுகளில் ஈடுபட்டால் மிகப்பெரிய மாற்றங்களைச் சமூகத்தில் கொண்டுவர முடியும் என்பது. இந்தக் குழுவிற்கு நான் பலமுறை அழைக்கப் பட்டு அதில் கலந்துகொண்டு கருத்துகள் தெரிவித்திருக்கிறேன். அந்தப் பரிந்துரை எனது தனிப்பட்ட கருத்து அல்ல, எங்கள் பல்கலைக் கழகத்தில் நாங்கள் செய்த பணிகளின் அனுபவங்களை வைத்துக் கொடுக்கப்பட்ட கருத்துதான் அது.

பல்கலைக்கழகங்கள் சமுதாயத்துக்குத் தேவையான பல வளங்களை வைத்திருக்கின்றன. சமூகத்தில் இன்னும் பல தேவைகள் நிறைவேற்றப்படாமல் இருக்கின்றன. சமூகமும்

பல்கலைக்கழகங்களும் இணையும்போது, மக்களின் தேவையும் பூர்த்திச் செய்யப்படும், பல்கலைக்கழகமும் இந்தச் செயல் பாடுகளால் பயன்களைப் பெற முடியும் என்ற கருத்தை அந்தக் குழு ஏற்றுப் பரிந்துரைத்தது. இன்று கிராமங்களில் பஞ்சாயத்துகள் திட்டமிடும் பணி கட்டாயக் கடமையாக்கப் பட்டிருக்கிறது. ஆனால், கிராமப் பஞ்சாயத்துகளால் அதை நிறைவேற்ற இயலவில்லை. காரணம், அதற்கான நிபுணத்துவமும் அங்கு இல்லை... அதற்கான கட்டமைப்புகளும் இல்லை. இதற்கான நிபுணத்துவம் உயர்கல்வி நிறுவனங்களில் உள்ளது. இருந்த போதும் அது பயன்படுத்தப்படவில்லை. இதேபோல் ஐநாவில் நீடித்த வளர்ச்சியின் குறிக்கோள்களை அடைய கிராமங்களும் நகரங்களும் பணி செய்ய வேண்டிய கட்டாயத் திற்குத் தள்ளப் பட்டுள்ளன. இருந்தும் அந்தச் செயல்பாடுகளை அடிமட்டத்தில் நிறைவேற்றுவது குறித்து பஞ்சாயத்துகளுக்குக் கற்றுத்தர வேண்டிய முக்கியப் பணி, இந்த உன்னத் பாரத் அபியான் 2.0 திட்டத்தின் மூலம் உயர்கல்வி நிறுவனங்களுக்குத் தரப் பட்டுள்ளது.

எனவே, இந்த இரண்டு பணிகளையும் கிராமங்களில் கிராமப் பஞ்சாயத்துகள் செய்ய வேண்டும். இதற்குத் தேவையான நிபுணத்துவத்தைப் பெற்றிருக்கும் உயர்கல்வி நிறுவனங்கள் கிராமப் பஞ்சாயத்துக்களுடன் கைகோத்தால் மக்கள் பயன் பெறுவார்கள். இந்த அடிப்படையில் கல்வித் துறையும், ஊரக வளர்ச்சித்துறையும் இணைந்து இந்த முன்னெடுப்பைச் செய்வதற்காகவே மத்திய அரசு இந்தக் கடிதத்தை மாநில அரசுகளுக்கு எழுதியுள்ளது. கேரள மாநிலத்தில் ஒரு கல்லூரி, எர்ணாகுளம் மாவட்டத்தில் உள்ள ஒரு பஞ்சாயத்தில் செயல்பட்டு ஒரு திட்ட அறிக்கையை உருவாக்கி அந்தப் பஞ்சாயத்திற்குத் தந்துள்ள விவரத்தையும் அந்தக் கடிதம் குறிப்பிடுகிறது. அதை ஒரு வழிகாட்டியாக எடுத்துக்கொண்டு அனைத்து மாநிலங்களும் செயல்பட வேண்டும் என்ற அடிப்படையில் இந்தக் கடிதம் எழுதப்பட்டுள்ளது. இந்தக் கடிதத்துடன் கேரளப் பஞ்சாயத்தில் நடைபெற்ற இந்த சோதனைச் செயல்பாட்டின் அடிப்படைகளை விளக்கி ஒரு கருத்துத்தாள் இணைக்கப்பட்டுள்ளது. அதில் அந்தக் கல்லூரியும் கிராமப் பஞ்சாயத்தும் இணைந்து செயல்பட்ட

முறைமையும் விளக்கப்பட்டு உள்ளது. இதை முன்னு தாரணமாக வைத்து மாநிலங்கள் முன்னெடுப்புக்களைச் செய்ய வேண்டும் எனக் கேட்டுக்கொண்டுள்ளது மத்திய அரசு.

தமிழகத்தில் இப்படிப்பட்ட நிகழ்வுகள் முன்பே நடத்தப் பட்டுள்ளன. பல கிராமப் பஞ்சாயத்துகள் சமூக மேம்பாட்டை மையப்படுத்தி வளர்ச்சித் திட்டங்களை மாவட்ட நிர்வாகத்தின் பங்கேற்புடன் செய்துள்ளன. அதைக் காந்தி கிராமப் பல்கலைக் கழகமே ஒருங்கிணைத்துச் செய்துள்ளது. அதன் பிறகு சில பஞ்சாயத்துகள் சில தன்னார்வல நிறுவன உதவியுடன் வளர்ச்சித் திட்டம் தயாரித்தன. ஆனால், அவை அனைத்தும் தொடர வில்லை. அதற்கு மிக முக்கியக் காரணம், ஒன்று அரசு தொடர்ந்து அதில் ஆர்வம் காட்டவில்லை. இரண்டு, பஞ்சாயத்துத் தலைவர் களுக்கு இதன் முக்கியத்துவமும் தெரியவில்லை. அத்துடன் இந்தப் பணியைச் செய்ய அவர்களிடம் கட்டமைப்பும் இல்லை. இன்று இந்தக் குறையைப் போக்கவே கிராமப் பஞ்சாயத்துகள், அருகிலிருக்கும் உயர்கல்வி நிறுவனத்தை முறையாக அணுக வேண்டும் என்ற அறிவுரையை மத்திய அரசு வழங்கியுள்ளது. அப்படி அணுகும்போது உயர்கல்வி நிறுவனங்கள் தங்கள் நிறுவனத்தின் 'உன்னத் பாரத் அபியான் 2.0' திட்டத்தின் மூலம் பஞ்சாயத்துத் திட்டமிடலுக்கு உதவ முன்வர வேண்டும். இதை ஊக்குவிக்க மாநில அரசு முன்வர வேண்டும்.

கேரளாவில் நடைபெற்றுள்ள இந்தத் திட்டமிடலில் ஒன்றை நாம் கவனிக்க வேண்டும். மிகக் குறைந்த செலவில் அந்தத் திட்டத்தைத் தயாரித்துத் தந்துள்ளனர். தமிழ்நாட்டில் முன்பு தயாரித்த திட்டங்களுக்கு, அதிக நிதி தேவைப்பட்டது. அதற்கு ஹங்கர் திட்டம் போல் உள்ள நிறுவனங்கள் உதவியளித்தன. தற்போதுகூட இரண்டு கிராமப் பஞ்சாயத்துகள் (முத்துகாபட்டி கிராம பஞ்சாயத்து—நாமக்கல் மாவட்டம், பிரதாமபுரம் கிராமப் பஞ்சாயத்து—நாகை மாவட்டம்) நல்ல திட்டத்தைத் தயாரித்து வைத்திருக்கின்றன. இந்தத் திட்டங்களைத் தயாரிக்க மிகுந்த சிரமங்களை இந்தப் பஞ்சாயத்துகள் அனுபவித்து இருக்கின்றன. இருந்தும் திட்டங்களைத் தயாரித்துவிட்டன இந்தப் பஞ்சாயத்துகள்.

கடந்த காலங்களில் பல வாய்ப்புகளைத் தவறவிட்டிருக்கிறோம். இந்தப் புதிய வாய்ப்பை நம் அரசும், பஞ்சாயத்துகளும், உயர்கல்வி நிறுவனங்களும் பயன்படுத்தி, ஐநாவின் நீடித்த வளர்ச்சிக்கான செயல்பாடுகளை உள்ளூர்மயப்படுத்திக் கிராமப் பஞ்சாயத்துகளில் திட்டம் தீட்டி அடிப்படை மாற்றங்களை அடித்தட்டு மக்களின் வாழ்க்கையில் கொண்டுவர வேண்டும். இந்தப் புதிய வாய்ப்பைப் பயன்படுத்தி நம் பஞ்சாயத்துகள் திட்டம் தீட்ட முயல வேண்டும். இதற்கான உந்துசக்தியை மாநில அரசு பஞ்சாயத்துகளுக்கும், உயர்கல்வி நிறுவனங்களுக்கும், பயிற்சி நிறுவனங்களுக்கும் தரவேண்டும்.

□

18

குடியானவனாக இரு

கிராமங்களில் முன்பெல்லாம் வயதானவர்கள் இளைஞர்கள் பேசுகின்ற இடங்களில் மிகவும் கோபமாக, விவாதங்கள் செய்துகொண்டிருந்தால், 'யப்பா, தம்பிகளா... குடியானவன் மாதிரி பேசுங்கடா' என்று கூறுவார்கள். அப்பொழுதெல்லாம் நாம் பேசுகின்றவற்றில் எது வார்த்தை, எது வரையறை, எது கருத்து, எவை அர்த்தமுள்ளவை, எவை அர்த்தமற்றவை என்பதற்கான வித்தியாசங்கள் தெரியாமலேயே பேசிக்கொண்டிருந்தோம். இன்று என் போன்றவர்கள் அப்படிப் பேசுவதில்லை, பேசவும் முடியாது, பேசவும் கூடாது. அன்று அப்படிப் பெரியவர்கள் எங்களைப் பார்த்துக் கூறினாலும், அதைப்பற்றி நாங்கள் ஒன்றும் கவலைகொள்வதில்லை. அதைப் பொருட்டாகவும் எடுத்துக் கொள்வதில்லை. ஆகையால், நாங்கள் விவாதிப்பதை மாற்றிக் கொள்வதில்லை. அதே நேரத்தில், அவர்கள் கூறுவதை அவமதிக்கும் வகையில் நாங்கள் எதையும் செய்வதில்லை. உண்மை என்னவெனில் அவர்கள் கூறுவது எங்களுக்குப் புரியவில்லை.

நான் பல்கலைக்கழகத்தில் பணியில் இருந்தபோது என் ஊருக்குச் சென்றிருந்தேன், அப்பொழுது பழுத்த காந்தியவாதி ஒருவரைச் சந்திக்க நேர்ந்தது. அவர் என்னிடம் ஆர்வமாக உரையாடிக்கொண்டிருந்தார். அந்த நேரத்தில் எனக்கு ஒரு கேள்வி கேட்கத் தோன்றியது. அந்தக் கேள்வி வேறு ஒன்றுமல்ல, 'குடியானவன் என்று ஊரில் அடிக்கடி கூறுவார்களே... அதன் பொருள் என்ன?' என்பதுதான். 'குடியானவன் யார், அவனுடைய

குணநலன்கள் என்னென்ன?' என்று அவரிடம் விளக்கம் கேட்டேன்.

ஒரு நிமிடம்கூடத் தாமதிக்காமல் அவர் கூறினார்: 'அது பெரிய விஷயமல்ல, குடியானவன் என்றால் பொறுப்புடன் நடந்து கொள்ள வேண்டும், பேசிப் பழக வேண்டும் என்பதைத்தான் அப்படிக் கூறுவார்கள். குடியானவனுக்குப் பல பொறுப்புகள் இருக்கின்றன. குடும்பப் பொறுப்பு, சமூகப் பொறுப்பு, கிராமப் பொறுப்பு, கோவில் பொறுப்பு, விவசாயப் பொறுப்பு, பள்ளிப் பொறுப்பு எனப் பல பொறுப்புகள் இருக்கும். அவற்றை அவன் நிறைவேற்ற வேண்டும். குடும்பப் பொறுப்பு என்றால் குடும்பத்தைப் பொறுப்புடன் நடத்தி, கரை சேர்ப்பது. அதேபோல் அரசியல் பொறுப்பையும் நிறைவேற்ற வேண்டும். அது கட்சி சார்ந்ததாக இருக்கவேண்டும் என்பதல்ல, அது பொது மேம்பாடு சார்ந்ததாக, ஆளுகை சார்ந்ததாக, நிர்வாகம் சார்ந்ததாக இருக்கும். கோவில் சார்ந்ததாக இருந்தால், கோவில் பணிகள், திருவிழா நடத்தும்போது, கோயிலில் நடக்கும் எல்லா நிகழ்வுகளிலும் பங்கேற்பது. விவசாயப் பொறுப்பு என்றால், விவசாயத்திற்கான பணிகள், அதற்கான ஆயத்தங்கள் அனைத்தையும் செய்வது. இதுபோன்று அனைத்தையும் பொறுப்புடன் நிறைவேற்ற வேண்டும். பொறுப்பானவராகச் செயல்படப் பொறுப்புடன் நிதானித்து விளைவுகள் பற்றிச் சிந்தித்துப் பேச வேண்டும். முதலில், பேச வேண்டுமா என்பதை அறிந்து பேசவேண்டும். பெரும்பாலான சூழலில் நம் அன்றாட வாழ்வில் பேசும்போது நிதானம் இழந்து, ஏதோ ஒரு மனநிலையில் நாம் விளைவுகளைப் பற்றி யோசிக்காமல் விவாதம் செய்வோம். பெரும்பாலான விவாதங்கள் பயனற்றவையாக பலரைப் பாதிக்கலாம். அப்படி நடந்துவிடக்கூடாது என்பதற்காகத்தான் குடியானவனாகப் பேசுங்கள் என்று கூறுவது' என்றார்.

மேலும் அவர், 'விவாதம் செய்வதுகூட அதற்கான பொருளில் செய்வது அல்ல. கூச்சல் போடுவோம். நாம் செய்கின்ற ஒவ்வொரு செயலும் பொறுப்புடன் அனைவருக்கும் நன்மை விளைவிப்பதாய் இருக்க வேண்டும். இல்லை என்றால் அது ஒரு தந்தையாக, தாயாக, மகனாக, மகளாக, மாணவராக, உறவினராக, சமூகத்தின் உறுப்பினராக, நாட்டின் குடிமகளாக, பஞ்சாயத்துக்குக்

கட்டுப்பட்டவராக, நாட்டுக்குக் கட்டுப்பட்டவராக, நியாயத்துக்குக் கட்டுப்பட்டவராக, உறவினருக்குக் கட்டுப்பட்டவராக, சமூக வரையறைக்குள், நியாய நீதி வரையரைக்குள் இயங்கக் கூடியவராக இருக்க வேண்டும் என்பது எதிர்பார்ப்பு. அதுதான் பொறுப்புணர்வு என்றார். எந்த அளவுக்குப் புரிந்தவராக ஒருவர் இருக்கிறாரோ அந்த அளவுக்கு அவர் சமூகத்திற்கும், குடும்பத் திற்கும், நாட்டிற்கும் நேசராக இருப்பார். அப்படிப்பட்டவர் வாய் உள்ளது, உணர்வு உள்ளது, ஆத்திரம் உள்ளது, கருத்து உள்ளது என்பதற்காகப் பேசமாட்டார். கருத்தைக் கேட்டால் மட்டும் அப்படிப்பட்டவர்கள் பேசுவார்கள். அப்போதும்கூடத் தான் பேசுவதால் பயன் இருக்கின்றதா, அதன் விளைவுகள் என்ன என்பதை அறியாமல் பேசமாட்டார். பொறுப்புள்ளவர்களால் சமூகத்திற்கு எந்தக் கேடும் வராது. அதுமட்டுமல்ல; அவர் பிறருக்காகச் சிந்திப்பதைத் தன் இயல்பாகக் கொண்டு இயங்குவார்' என்றார்.

இதில் கவனத்தில்கொள்ள வேண்டியது என்னவென்றால் பொறுப்புணர்வுடன் எல்லாச் செயல்களையும் நிறை வேற்றுவது. பொதுச் செயல்பாடுகளில் தங்களை இணைத்துக் கொண்டு பொது நலத்தில் தன்னலத்தை அடக்குதல் என்பதுதான். குடும்பமாகச் செயல்படுதல், சமூகமாகச் செயல்படுதல், குழுவாகச் செயல்படுதல், பஞ்சாயத்துடன் செயல்படுதல், தன்னைப் பொதுத்தளத்தில் நிறுத்திக்கொண்டேயிருப்பதைத் தான் பொறுப்புடன் குடிமகனாகச் செயல்படுதல் என்று கூறினார். அப்படி ஒவ்வொருவரும் பொறுப்புள்ளவராக மாற மாற, அந்த ஊரே பொறுப்புள்ள ஊராக மாறிவிடும்.

அதற்குச் சில எடுத்துக்காட்டுகளையும் கூறினார். ஒரு நாள் இரவு ஒருவர் வீட்டிலிருந்து இரண்டு மாடுகளைத் திருடிச் சென்றுவிட்டனர் திருடர்கள். மறுநாள் காலை அதை அந்தத் தெருவில் இருப்பவர்களிடம் வீட்டுக்காரர் தெரிவித்தார். அவ்வளவுதான், சற்று நேரத்தில் ஊருக்கே அந்தச் செய்தியைப் பரப்பிவிட்டனர். ஒரு மூன்று மணி நேரத்தில் அந்த ஊர் பெரியவர்கள் கூடி இளைஞர்களை அழைத்துச் சைக்கிள் வைத்திருப்போர் சைக்கிள் எடுத்துக் கொள்ளுங்கள். மற்றவர்கள் வாடகைக் கடைகளில் சைக்கிள் எடுத்துக்கொள்ளுங்கள், பைக்

வைத்திருப்போர் அதை எடுத்துவந்து மாட்டைத் தேடுங்கள் என்றனர். உடனே ஒரு பெரிய இளைஞர் பட்டாளம் புறப்பட்டது. மூன்று மணி நேரத்தில் மாடு கட்டியிருக்கும் இடத்தைக் கண்டுபிடித்துவிட்டார்கள். அங்கேயே மூன்று நான்கு பேர் மாடுகளைப் பாதுகாப்பாகப் பார்த்துக்கொண்டு, ஊருக்குச் செய்தி அனுப்பினார்கள். ஊரிலிருந்து ஒரு லாரியைப் பிடித்துச் சென்று மாடுகளை மட்டுமல்ல, மாடு திருடிச் சென்றவனையும் லாரியில் ஏற்றிக் கொண்டுவந்து மைதானத்தில் கட்டிவிட்டனர். மாடு திருடியவனின் ஊரிலிருந்து அன்றே ஒரு சிலர் வந்து இந்த ஊர்ப் பெரியவர்களிடம் பேசினர். திருடனை யாரும் அடிக்க வில்லை. இருவர் பாதுகாப்பில் வைத்திருந்தனர். அவர்கள் எந்த விவாதமும் செய்யாமல், 'இவன் செய்தது தவறு' என அவனை மன்னிப்புக் கேட்க வைத்ததுடன் தாங்களும் மன்னிப்புக் கேட்டு அந்தத் திருடனை அழைத்துச் சென்றனர். இதில் எது முக்கியம் என்றால் திருடுப்போனது முக்கியமல்ல, மாடு திருடுப்போனது அவருக்குத்தானே என எவரும் கேட்கவில்லை. திருடுப்போனது நம் ஊரில், அந்த நிகழ்வு அவருக்கு மட்டுமல்ல, நம்மையும் பாதிக்கும் என்ற உணர்வில் அந்த ஊர் பொறுப்புடன் செயல் பட்டது. அதன் பிறகு அந்த ஊரில் அப்படிப்பட்ட நிகழ்வு நடக்கவில்லை' என்றார்.

இன்னொரு நிகழ்வையும் குறிப்பிட்டார். 'திருமணமான பெண் ஒருவர், தாய்வீட்டுக்கு வந்து ஒரு மாதம் ஆகியும், கணவன் வீட்டுக்குத் திரும்பிச் செல்லவில்லை. ஒரு மாதம் வரை யாரும் அவர்களிடம் சென்று எதையும் கேட்கவில்லை, காரணம் சாதாரணமாக அந்தப் பெண் தாய்வீட்டுக்கு வந்திருக்கும் என நினைத்திருந்தனர். ஒரு மாதம் ஆகியும் செல்லவில்லை. கர்ப்பமுற்று இருந்தால் முறைப்படி அழைத்து வருவார்கள். அது அனைவருக்கும் தெரிந்துவிடும். அப்படியும் இல்லை. அந்த வீட்டுக்குப் பங்காளிகளில் ஒருவர், வயதானவர் அந்த வீட்டுக்குச் சென்று அந்தப் பெண்ணைப் பார்த்து நலம் விசாரித்தார். அப்பொழுது அந்தப் பெண் தன்னை மாமனார் வீட்டில் துன்புறுத்தி அனுப்பிவிட்டனர் என்றார். முழுக் கதையையும் அவரிடமிருந்து கேட்டுவிட்டு, அந்தப் பெண்ணின் தந்தையை அழைத்து விவரம் கேட்டுவிட்டு, அந்தப் பெண்ணின் கணவன்

வீட்டிற்கு அந்தப் பெரியவர் மறுநாள் சென்று அவர்களுடனும் பேசி விவரத்தை அறிந்து வந்துவிட்டார். தங்கள் ஊரில் பஞ்சாயத்துப் பேசும் பெரியவர் ஒருவரை வைத்து பஞ்சாயத்துப் பேசுவோம் என முடிவு செய்து அந்த ஊரில் பொறுப்பு மிக்கப் பெரியவரை வரச் சொல்லி ஒரு கோவில் வாசலில் வைத்துப் பேசினர். அன்று பிரச்சினை முடியவில்லை. அடுத்தவாரம் கூடினர்... முடியவில்லை. மூன்றாவது வாரம் இரண்டு ஊர் பெரியவர்களும் பேசி முடிவு எடுத்து இரண்டு வீட்டிலும் கூறினர். கணவன் வீட்டில் அனைவரும் ஏற்றுக்கொண்டனர். பெண் வீட்டில் ஏற்க மறுத்தனர். அப்பொழுது, பஞ்சாயத்துப் பேசச் சென்ற பெரியவர் மீண்டும் அந்தப் பெண்ணிடம் பேசிய போது, அந்தப் பெண் நான் செல்வதற்குத் தயார், ஆனால் என் பெற்றோர் அனுமதிக்க வேண்டும்' என்றார்.

நீங்கள் பஞ்சாயத்தில் கூறியபடி, எனக்கு என் வீட்டில் ஐந்து பவுன் நகை வாங்கித் தந்து அனுப்ப வேண்டும். அதைத் தர அவர்களிடம் பணம் இல்லை. அதை யாரிடமும் கேட்க என் தாய் தந்தையருக்கு மனம் இடம் தரவில்லை என்று உண்மையைக் கூறியவுடன், பெண்ணின் சித்தப்பாவை அழைத்து அந்தப் பெரியவர் ஆலோசித்தார். அவர் கூறினார் அண்ணன் கூறியபடி நகை போட்டிருக்கவேண்டும் ; போடவில்லை. எனவே எப்படியாவது நகையைப் போட்டு அனுப்பி விடுவோம், இரண்டு நாள் எனக்கு அவகாசம் கொடுங்கள் என்று கூறி, இரண்டு நாளில் அந்த நகையைக் கடன் வாங்கிச் செய்து கொடுத்து அனுப்பி விட்டனர். அந்தச் சித்தப்பா பொறுப்புடன் செயல்பட்டதால் தன் அண்ணன் மகளுக்கு வாழ்க்கை கிடைத்தது என்றார். ஐந்து பவுன் நகை சாதாரணம் அல்ல, அவர் சக்திக்கு. அண்ணன் வாக்குக் கொடுத்து, நிறைவேற்றத் தவறிவிட்டார். அது தங்கள் குடும்பத்துக்கு இழுக்கு, தங்கள் ஊருக்கு இழுக்கு எனப் பொறுப்புடன் அவரைச் சிந்திக்க வைத்தது எது என்றால், அந்த ஊரில் இருந்த சமுதாய நியதி.

இன்னொரு நியதியையும் கூறினார். இந்த ஊரில் வெளி யூரிலிருந்து யாரும் சொத்து வாங்க முடியாது. ஒருவர் சொத்து விற்க வேண்டும் என்றால் அவரின் உறவினர் அதுவும் முதலில் பங்காளிகளிடம்தான் விற்க வேண்டும். இல்லை என்றால்

உறவினர்களிடம் மட்டும்தான் விற்க வேண்டும். ஊரில் எவ்வளவு மதிப்பு விலை போகிறதோ அதைச் சொத்து வாங்குகிறவர்கள் தந்துவிட வேண்டும். ஒருவேளை ஒருவருக்கு வாரிசு இல்லை என்றால் அந்தப் பெண் தன் கணவனை அழைத்துக்கொண்டு வந்து தன் வீட்டில் தங்கி தன் கணவனைத் தன் நிலங்களைப் பார்க்கச் செய்யலாம், அல்லது அவரின் பங்காளிகளிடமோ உறவினரிடமோ விற்றுவிட்டுத்தான் செல்ல வேண்டும். அது மட்டுமல்ல; அந்த ஊரில் அங்கு என்ன விலை விற்கிறதோ அதைத்தான் தருவார்கள். வாங்கிக்கொண்டு செல்ல வேண்டும். அந்த ஊர் மண்ணை வேறு ஊர்க்காரர் யாரும் வாங்க முடியாது.

அடுத்து, ஒரு வழக்கத்தைக் கூறினார். கோவில் திருவிழா நடக்கும். அதற்குத் தலைக்கட்டு வரி போடுவார்கள். அதற்கும் ஒரு நியதி உண்டு. ஒருவர் 10 ஏக்கர் நிலம் வைத்திருந்தால் அவர் கொடுக்க வேண்டிய தொகை மிக அதிகம். ஒரு ஏக்கர் நிலத்தை ஒருவர் வைத்திருந்தால், அவர் கொடுக்க வேண்டிய தொகை மிகக் குறைவு. ஒருவர் அரசுப் பணியில் இருந்தால், அவர் வாங்கும் சம்பளத்திற்குத் தகுந்தவாறு வரி விதிப்பார்கள். எவரும் மறுப்பதில்லை. திராவிடர் கழகத்தைச் சேர்ந்தவர்கூட தங்கள் தலைக்கட்டு வரியைக் கொடுத்துவிடுவார்கள். இதிலொரு வேடிக்கை என்னவென்றால், இந்த வரி விதிப்பைச் செய்பவர் பெரும் வசதி படைத்தவரோ அந்த ஊரில் செல்வாக்குமிக்கவரோ அல்ல, கோவில் திருவிழாவுக்குப் பொறுப்பேற்றிருப்பவர். மிகவும் சாதாரணக் குடும்பத்தைச் சார்ந்தவராக இருப்பார்.

அடுத்து ஒரு நியதியைக் கூறினார். இந்த ஊரில் நீர் மேலாண்மைக்கு ஒரு குழு, அதற்குத் தலைவர் என உள்ளனர். ஒட்டுமொத்த பாசனத்திற்கான நீர் மற்றும் பொதுப் பயன் பாட்டிற்கான நீர் குளங்களில், குட்டைகளில், ஓடைகளில் தேக்கிவைக்க மழைக்காலத்தில் நீரை முறையாக எல்லா நீர்நிலைகளுக்கும் கொண்டு சென்று பாதுகாக்கும் பணியைச் செய்துவிடுவர். அவர்களுக்குச் சம்பளம் எதுவும் தருவதில்லை. மாதந்தோறும் கூட்டம் போடுவார்கள். நீர் நிலைகளில் உள்ள தண்ணீர் எவ்வளவு, பயன்படுத்துவதில் எப்படிச் சிக்கனமாக இருக்க வேண்டும், நீரை எப்படிப் பாதுகாப்பது அனைத்தையும் விவாதித்து முடிவெடுப்பார்கள்.

நீர் பற்றாக்குறை ஏற்படும் காலங்களில் எப்படி நீரைப் பயன் படுத்த வேண்டும் என்று வரையறைத்து தண்டோரா போட்டு விடுவார்கள். எந்தெந்தக் குளங்கள் மனிதர்கள் குளிப்பதற்கு, வீட்டுக்குப் புழங்குவதற்கு நீரைப் பயன்படுத்தலாம், எந்தெந்தக் குளங்களில் மாடு ஆடுகள் குளிப்பாட்டலாம், எந்தெந்த ஊருணிகள் குடிநீருக்காக இருக்கின்றன என்பனவற்றை அறிவித்து நெறிப் படுத்திவிடுவார்கள். அதேபோல், சாகுபடிக்காக இருக்கும் ஏரியில் நீர் பற்றாக்குறை ஏற்படும்போது பயன் படுத்தும் நியதி ஒன்று இருக்கிறது. அதாவது, ஒரு ஏக்கரோ, அரை ஏக்கரோ நிலத்தை ஒருவர் வைத்திருந்தால், அவர் வைத்திருக்கும் நிலத்தை முழுவதும் சாகுபடி செய்துகொள்ளலாம். பட்டியல் இன மக்கள் வைத்திருக்கும் நிலம் அவ்வளவையும் அவர்கள் சாகுபடி செய்துகொள்ளலாம். கணவர் துணையின்றி ஒரு பெண் இருக்கிறார், அவருக்கு இரண்டு ஏக்கர் நிலம் இருக்கிறது, அதைக் குத்தகைக்கு விட்டிருந்தால் அந்த நிலம் அவ்வளவையும் சாகுபடி செய்யக் கொடுத்துவிடலாம் என ஒரு நியதியை வைத்துச் செயல்பட்டு வந்துள்ளனர் என்றார். இந்த நீர்நிலைகளுக்குத் தண்ணீர் கொண்டுவர அமைந்த வரத்துக் கால்வாய், போக்குக் கால்வாய் அனைத்தும் எல்லாக் குடும்பங்களின் பங்கேற்போடு தூர்வாரப்பட்டுவிடும். குடும்பத்திலிருந்து ஆள்கள் வர இயல வில்லை என்றால் அதற்கான பணம் தந்துவிட வேண்டும். அந்த வரவு செலவுக் கணக்கு ஒரு பெரிய கணக்குப் புத்தகத்தில் பராமரித்து 40 அல்லது 50 ஆண்டுகால வரலாற்றை வைத் திருப்பார்கள்.

பெருமழை பெய்து, வெள்ளம் வந்து இயற்கைப் பேரிடர் வந்துவிட்டது என்றால் கோவில்கள் அனைத்தையும் திறந்து விட்டுவிடுவார்கள். அங்கு ஏழை எளிய மக்கள் யார் வேண்டு மானாலும் சென்று படுத்துக்கொள்ளலாம். அங்கு அனைவருக்கும் கஞ்சி காய்ச்சி பசியாற்றிவிடுவார்கள். கோவில் திறந்தவுடன் இயன்றவர்கள் அத்தனைபேரும் அரிசியைக் கொண்டுவந்து கொடுத்துவிடுவார்கள். அதைக் கிராமத்து இளைஞர்களே முறைப்படுத்திவிடுவார்கள். அவரவர் வேலைக்குச் செல்லும் நாள்வரை இந்தக் கோவிலில் தங்கியிருந்து அவர்கள் ஊற்று கின்ற கஞ்சியைக் குடித்துவிட்டுக் காலத்தைக் கழிப்பார்கள்.

இதுபோன்று எண்ணற்ற செயல்பாடுகளைக் கிராமத்தில் மக்கள் வைத்திருந்தார்கள். வறுமை இருந்தது, ஏழ்மை இருந்தது, எளிய வாழ்க்கையைத்தான் வசதிபடைத்தவர்களும் வாழ்ந்தனர். மற்றவர்களுடன் பகிர்ந்து வாழ்வதை விழுமியமாக வைத்து வாழ்ந்தனர். ஒரு கூட்டு வாழ்க்கை, சமூக வாழ்க்கை என்பதாகத் தான் கிராமிய வாழ்க்கை முறை இருந்தது. பல்வேறு பிற்போக்குப் பழக்கவழக்கங்களும், ஒதுக்குதலும் ஒடுக்குதலும் இருந்ததை யாரும் மறுக்க இயலாது. ஆனால், கிராம வாழ்க்கை கிராமத்து மக்கள் கையில் இருந்தது. அவர்களிடம் யாரும் இவையெல்லாம் உங்கள் பொறுப்பு என்று கூறவில்லை. நீங்கள் இந்தப் பணிகளை யெல்லாம் கட்டாயக் கடமைகளாகச் செய்ய வேண்டும் என்றும் யாரும் கூறவில்லை.

இருந்தும் அவர்களாகப் பொறுப்பேற்றுச் செயல்பட்டுக் கிராமத்தை அவர்கள் கையில் வைத்திருந்தனர். இன்று அரசாங்கம் வந்த பிறகு, கோவிலை அறநிலையத்துறை எடுத்துக்கொண்டது, குளங்களையும் ஏரிகளையும் பொதுப்பணித்துறை எடுத்துக் கொண்டது, வீதிகளை—சாலைகளை மாவட்ட நிர்வாகம் எடுத்துக்கொண்டது, பெண்களையும் குழந்தைகளையும் பெண்கள் மற்றும் குழந்தைகள் நலத்துறை எடுத்துக்கொண்டது, விவசாயத்தை விவசாயத்துறை எடுத்துக்கொண்டது, சிறிய காடுகளைச் சமூகக் காடுகள் துறை எடுத்துக்கொண்டது, பொதுச் சொத்துகளை வருவாய்த்துறை எடுத்துக்கொண்டது, பழம் தரும், பூக்கள் தரும் மரங்களைத் தோட்டக்கலைத்துறை எடுத்துக்கொண்டது, சிறுபாசனம் செய்யும் சிறு குளங்கள், குட்டைகளை வேளாண் பொறியியல் துறை எடுத்துக்கொண்டது, சாலை குப்பைகளை உள்ளாட்சித்துறை எடுத்துக்கொண்டது.

ஒட்டுமொத்தமாக உயிர்ப்புடனும், உணர்வுடனும், பொறுப் புடனும் இருந்த கிராமங்களை அரசு பொறுப்பேற்று ஒவ்வொன் றாகப் பிரித்து ஒவ்வொரு அரசுத் துறைகளிடம் தந்துவிட்டது. அரசுத் துறைகள் உங்களை மேம்படுத்திவிடும், நிறையத் திட்டங்களைக் கொண்டுவந்து மேம்படுத்திவிடும் எனக் கூறி பொறுப்புடன் இருந்த கிராமங்களைச் சிதைத்துவிட்டது அரசு. கிராம மக்கள் அனைவரையும் பயனாளிகளாக மாற்றி, அவர்களை மேய்த்து வாழ அரசாங்கம் பழகிக்கொண்டது. மக்களும்

பொறுப்பற்ற பயனாளியாக இருந்து பயன்களைப்பெற்றுச் சோம்பேறியாக வாழ்ந்து சுகம் கண்டுவிட்டனர். இதன் விளைவு, கிராமிய வாழ்வு அழிந்தது; கிராமங்கள்தான் இருக்கின்றன. கிராமங்களில் மக்கள் வாழ்கின்றனர். அவர்கள் வாழும் வாழ்வு கிராமிய வாழ்வு அல்ல.

இந்தச் சூழலை மாற்ற வந்ததுதான் புதிய உள்ளாட்சி. அது ஓர் அரசாங்கமாக வந்தது அரசியல் சாசனத்தின் மூலம். மக்களிடம் பொறுப்பை ஒப்படைக்க வந்ததுதான் அந்த அரசாங்கம். உங்கள் ஊர் உங்கள் பொறுப்பு, உங்கள் உடல்நலம் உங்கள் பொறுப்பு, உங்கள் பள்ளி உங்கள் பொறுப்பு, உங்கள் சத்துணவுக்கூடம் உங்கள் பொறுப்பு, உங்கள் ஊர் சுகாதார மையம் உங்கள் பொறுப்பு, உங்கள் நீர்நிலைகள் உங்கள் பொறுப்பு, உங்கள் ஊர் பொதுச் சொத்துகள் உங்கள் பொறுப்பு, உங்கள் குழந்தைகளின் கல்வி உங்கள் பொறுப்பு, ஒவ்வொருவரும் குடிமக்களாக மாறுங்கள், பொறுப்பேற்றுக் கொள்ளுங்கள், விழிப்புடன் இருங்கள், உங்கள் ஊரை எப்படி மேம்படுத்தலாம் எனக் கனவு காணுங்கள், அரசுத்துறைகளை வேலை வாங்குங்கள், சமத்துவம் பேணுங்கள், உங்கள் ஊர் மேம்பாடு பற்றிக் கிராமசபையில் விவாதித்து முடிவெடுத்து அரசுத்துறைகளைப் பணி செய்யச் செய்யுங்கள், உங்களுக்குக் கட்டுக்கட்டாக உரிமைகள் தரப் பட்டுள்ளன, கிராமசபையில் பங்கேற்று அதை மீட்டெடுத்துக் கொள்ளுங்கள் என்று அரசாங்கம் கூறுகிறது.

பொதுமக்களை அறிவார்ந்த செயல்பாடுகளுக்குத் தயாராக்க வேண்டும். சுதந்திரம் பெற்றபின் சுதந்திரமாகக் கட்டுப்பாடாகக் குடிமக்கள் வாழ்க்கை வாழ வேண்டியதை 75 ஆண்டுகளுக்குப்பின் அரசு மக்களிடம் கேட்கிறது. ஆனால், மக்கள் பயனாளியாக இருக்கவே பழகிக்கொண்டனர். ஆழமாகச் சிந்தித்தால் இன்று நாம் இந்தியாவில் வாழ்கிறோம். இந்தியராக வாழவில்லை. இந்தியராக வாழ்வதென்றால் இந்திய நாகரிகத் தொன்மையின் விழுமியங்களைப் பின்பற்றி வாழ்வது. வாழ்வு சமூகத்திற்கானது. சமூகம் என்பது நம் சாதி அல்ல, நம்முடன் வாழும் அத்தனை உயிரினங்களும்தான். அண்டத்தைக் காக்கும் பொறுப்புடன் வாழ்வது. ஆகையால்தான் பாரதி காக்கை, குருவி, நீர்நிலை, மலை அனைத்தையும் எமது சாதி என்றான். இந்தியராக வாழ

இரண்டு குணங்கள் முக்கியம். தியாகமும் சேவையும். அந்தக் குணங்களை நமக்குள் கொண்டுவர வேண்டும்.

ஒரு பொறுப்புமிக்க, குடிமக்கள் வாழ்க்கை வாழ, அதுவும் இந்தியராக வாழத் தேவையான புரிதலுடன் நாட்டின் மீதும், மக்களின் மீதும், மண்ணின் மீதும், இயற்கையின் மீதும், மாறா அன்பும் நம்பிக்கையும் கொண்ட வாழ்க்கையை வாழ நாம் நம்மைத் தயார் செய்துகொள்ள வேண்டும். அத்துடன் உலக மக்களுக்கு வழிகாட்ட தேவையான ஒரு சிந்தனைப் போராட்டத்தையும் ஏற்படுத்திக் கொண்டுசெயல்பட வேண்டும். ☐

19

புதுமைக் காந்தியர்

நாடு சுதந்திரம் அடைந்த பிறகு, தேசக் கட்டுமானப் பணிகளுக்காகவும் சமூக மாற்றத்திற்காகவும், மேம்பாட்டிற்காகவும், பொருளாதார வளர்ச்சிக்காகவும் கல்விக்கூடங்களும், சில அரசு நிறுவனங்களும் உருவாக்கப்பட்டன. ஆனால், காலப்போக்கில் பெரும்பாலான அரசு நிறுவனங்கள் திசைமாறி சமூகத்திலிருந்து தங்களை அந்நியப்படுத்திக்கொண்டு, தங்களின் இருப்புக்காகவே சாதாரண மக்கள் மேல் ஆதிக்கம் செலுத்த ஆரம்பித்துவிட்டன. அதன் விளைவுதான் அரசு நிறுவனங்கள் தோற்க ஆரம்பித்து விட்டன என்று ஆராய்ச்சியாளர்கள், அதுவும் குறிப்பாக அரசுக்கு ஆலோசனை வழங்கும் பொருளாதார அறிஞர்கள் கூறி, சந்தையின் துணையின்றி இனிமேல் அரசு எதை சாதிக்க இயலாது என்று சந்தைச் செயல்பாட்டிற்கு வழிவகுத்தனர். சந்தை நிறுவனங்கள் தோற்றுப்போன அரசு நிறுவனங்களுக்குப் பதிலாகச் சேவை செய்யவந்தன. ஆனால், சேவை வணிகமாக மாற்றப் பட்டு, எல்லை இல்லா இலாபம் ஈட்டுவதையே குறிக்கோளாக வைத்துச் செயல்பட்டன அந்தச் சந்தை நிறுவனங்கள். அதன் விளைவாக, சாதாரண மனிதர்கள் தங்கள் உழைப்பில் பெற்ற

ஊதியத்தில் பெரும்பகுதியை அடிப்படைச் சேவைகளை அரசிடமிருந்து பெறுவதற்கு இலஞ்சமாகவும், சந்தை நிறுவனங்களிடமிருந்து பெறுவதற்குக் கட்டணமாகவும் செலவு செய்ய வேண்டி வந்துவிட்டது.

அரசு நிறுவனங்களோ, புதிய பணிகளாகச் சந்தையை நெறிப்படுத்திச் சேவை செய்வதாகப் பிரகடனப்படுத்தி, தங்களை நிலைநிறுத்திக்கொண்டுவிட்டன. சந்தைச் செயல்பாடுகள் புதிய பொருளாதாரக் கொள்கை மூலம் வியாபிக்க ஆரம்பித்தபோது, ஒரு கோட்பாட்டு விளக்கம் அளிக்கப்பட்டது. அதாவது, சந்தைச் செயல்பாடு வளர்ந்துவரும் மக்கள் தொகைக்குத் தேவையான சேவைகளை அரசு செய்ய இயலாத சூழலில், அரசுக்குக் கை கொடுக்க வருவதாக விளக்கம் அளிக்கப்பட்டது. அத்துடன் இனிமேல் அரசு நிறுவனங்கள் விரிவாக்காமல், சுருக்கப்பட்டுச் சிறிய அரசாங்கம் பெருமளவு ஆளுகை (லெஸ் கவர்ண்மெண்ட், மோர் கவர்னன்ஸ்) என்பது முன்னெடுக்கப்படும் என்றும் பிரகடனப் படுத்தினர். இதில் மிக முக்கியமாக ஆளுகையை அரசுத் துறைகள் மட்டுமே செய்யும் என்ற நிலையிலிருந்து, சந்தை நிறுவனங்களும் சமூக இயக்கங்களும் சேர்ந்து நடத்தும் நிகழ்வாக மாற்றப்படுகிறது என்ற புது விளக்கமும் அரசின் மூலமாகவே அறிவிக்கப்பட்டது.

இந்தியாவில் புதிய பொருளாதாரக் கொள்கையை நிதிநிலை அறிக்கை மூலமாகவே 1991ஆம் ஆண்டு பிரகடனப்படுத்தினார்கள். இந்தப் பிரகடனங்களை அறிந்தவர்கள், அரசுச் செயல்பாடுகளையும், சந்தைச் செயல்பாடுகளையும் கூர்ந்து கவனித்துவந்தனர். அரசுத் துறைகள் இனிமேல் வளராது. அரசுத் துறைகள் சந்தைக் கண்காணிப்பில் இறங்கி தரமான சேவைகளை மக்களுக்குக் கிடைக்கச் செய்துவிடும் என்று கருதினர். அத்துடன் அரசுத் துறைகள் குறையப் போகிறது, அரசுத் துறைகளின் தரமற்ற சேவைக்குப் பதிலாகத் தரமான சேவைகளை நாம் பெறலாம் என்று பலர் எண்ணினர். இருபது ஆண்டுகள் கழிந்த பின்னர், பல ஆய்வுகள் இதன் உண்மைத் தன்மையை அறிய நடத்தப் பட்டன. அவற்றில் ஒன்றான, கனடா நாட்டின் மிக்கில் பல்கலைக்கழகப் பேராசிரியர் பல்தேவராஜ் நய்யார் நடத்திய ஆய்வு அறிக்கை ஆக்ஸ்போர்டு பல்கலைக்கழகப் பதிப்பகத்தால் வெளியிடப் பட்டது.

அந்த அறிக்கைதான் அரசுக் கட்டமைப்புகள் எந்த விதத்திலும் குறையவில்லை. அவை தங்களை நிலைநிறுத்திக்கொண்டு விட்டன என்கின்ற உண்மையை உலகுக்குக் கொண்டுவந்து வெளியிட்டது. இதன் பிறகு வந்த என்சிஏஇஆர் ஆய்வு அறிக்கை மற்றோர் உண்மையை ஆராய்ச்சி மூலம் கொண்டுவந்து வெளியிட்டது. அது கூறும் முக்கியச் செய்தி, ஒவ்வொரு குடும்பமும் அரசுக்குச் செலுத்தும் வரிகளைவிடத் தாங்கள் செலுத்தும் இலஞ்சம் அதிகமாகியிருக்கிறது என்பதுதான். இவற்றையெல்லாம் கணித்த அரவிந்த் வீர்மணி என்ற அரசுக்கு ஆலோசனை வழங்கும் பொருளாதார நிபுணர் ஒரு கட்டுரையை, *எக்கனாமிக் அண்டு பொலிட்டிக்கல் வீக்லி* ஆய்விதழில் எழுதி, ஒரு கருத்தை முன்வைத்தார். அதாவது, இந்தியாவில் அரசும் சந்தையும் அவை கொடுத்த உறுதிமொழிகளை நடைமுறைப் படுத்துவதில் தோல்வியடைந்து வருகின்றன. எனவே, இந்தியா புதிய அணுகுமுறையில் செயல்பட்டாக வேண்டிய சூழலுக்கு வந்துவிட்டது என்று விளக்கினார். புதிய அணுகுமுறை என்பது, பொதுமக்களை அதிகாரப்படுத்தவும், வேலைவாய்ப்பை வழங்குவதும், அவர்களின் உரிமைகளை நிலை நாட்டுவதும்தான் புதிய வளர்ச்சியாக, மேம்பாட்டுப் பாதையாக இருக்கும் எனும் கருத்தை அவர் முன்வைத்தார்.

அதைத் தொடர்ந்துதான் உள்ளாட்சிகளை அரசாங்கமாக உருவாக்கி மக்களை அதிகாரப்படுத்த முனைந்தது மத்திய அரசு. புதிய வேலைவாய்ப்பு உறுதியளிப்புச் சட்டத்தின் மூலம் வந்த 100 நாள் வேலைத்திட்டம், அதைத் தொடர்ந்து சமூகப் பொருளாதார மேம்பாட்டை உரிமைகளாகப் பிரகடனப்படுத்தும் பல்வேறு உரிமைகளைச் சட்டங்கள் மூலம் மக்களுக்குத் தந்தது எனப் பல்வேறு முன்னெடுப்புக்கள் மத்திய அரசால் கொண்டு வரப்பட்டன. இவை அனைத்தும் மக்களாட்சி நடைபெறும் நாட்டில் குடிமக்களைப் பெருமளவில் மேம்பாட்டுச் செயல் பாடுகளில் ஈடுபடுத்திக் குடிமை சமூகமாகத் துடிப்புடன் செயல்பட்டு மக்கள் சக்தியை பயன்படுத்த உருவாக்கப் பட்டவை. இந்தச் செயல்பாடுகளில் பெருமளவு கூட்டுறவு அமைப்புகள், தன்னார்வத் தொண்டு நிறுவனங்கள், தொழில் நிறுவனங்கள், தொழில் முனைவோர் அமைப்புகள், சமூக நிறுவனங்கள்,

தன்னார்வலர்கள் என அனைத்துத் தரப்பையும் பங்கெடுக்க வைத்து மக்களை மேம்பாட்டுக்கான செயல்பாட்டுத் தளங்களில் நிறுத்திட வேண்டும்.

எனவே, மேம்பாட்டுக்கான மாற்றுப்பாதையில் மக்களை அழைத்துச் செல்ல மிகப் பெரிய மக்கள் இயக்க அமைப்புகள் தேவை. இந்த அமைப்புகள் மூலம்தான் மக்களை அதிகாரப் படுத்தலாம். உள்ளாட்சியை வலுவாக்குவதுடன் இந்தத் தன்னார்வ, குடிமைச் சமூக அமைப்புகள் மூலம் புதிய திசையில் மக்களை மேம்பாட்டுப் பணிகளில் செயல்பட வைக்க வேண்டும். அனைத்துத் தரப்பு மக்களையும் உள்ளடக்கிய மகிழ்ச்சிமிக்க எளிய வாழ்க்கையை இயற்கையுடன் இயைந்து வாழ வழிவகை செய்ய வேண்டும். இன்று இந்தப் பணிக்குத்தான் களத்தில் இறங்கிச் செயல்பட நமக்கு ஆள்கள் தேவை. இந்தச் செயல்பாடு களில் ஈடுபட நமக்குத் தன்னார்வலர் வேண்டும். அந்தத் தன்னார்வலர்கள், பழைய தொண்டு நிறுவனங்கள் போல் செயல்பட இயலாது. புதிய மாற்றுப் பாதையில் பயணிக்க வேண்டும். அழிந்த அறிவை மீட்டெடுக்க வேண்டும், சூழலைப் பாதுகாக்க வேண்டும். உள்ளாட்சியை வலுப்படுத்த வேண்டும். கிராமப்புறக் கல்வியைப் புத்துயிர் பெற வைக்க வேண்டும். வேலைவாய்ப்பைக் கிராமங்களில் உருவாக்க வேண்டும், கிராம வளங்களைப் பாதுகாத்து மேம்படுத்த வேண்டும், மரபுவழி விவசாயத்தைப் பெருமளவில் விவசாயிகளிடம் கொண்டு சேர்க்க வேண்டும். இதற்குத் தேவையான உரம் தயாரிக்க வேண்டும், புதிய நீர் மேலாண்மை வேண்டும், தூய்மைப்பணி செய்ய வேண்டும், இவை அனைத்திலும் மேற்கத்திய முறைக்கு மாற்றுமுறை கண்டு செயல்பட வேண்டும். இந்தச் சவாலான பணிகளை அரசாங்கமோ, சந்தையோ செய்யமுடியாது... செய்யப் போவதும் கிடையாது.

இந்தப் பணியைத்தான் தமிழகத்தில் மூன்று பெரும் ஆளுமை களான இயற்கை வேளாண் விஞ்ஞானி நம்மாழ்வாரும், மக்கள் மருத்துவர் ஜீவானந்தமும் செய்தார்கள். தங்களின் செயல்பாடு களினால் ஓடி ஓடி இளைஞர்களைத் தேடிக் கண்டுபிடித்து அவர்களிடமிருந்த துடிப்பைக் கண்டு செயலூக்கப்படுத்த தேவை யான கருத்துகளைத் தூவி வளர்த்துக்கொண்டே இருந்தார்கள்.

இன்று அவர்கள் விதைத்த விதை மரமாகி நிற்பதை எல்லாக் களத்திலும் காணமுடிகிறது. அது இயற்கை விவசாயமாக இருக்கலாம், நம் நாட்டு இன ஆடு, மாடு வளர்ப்பாக இருக்கலாம், துப்புரவு, தூய்மைப் பணியாக இருக்கலாம், இயற்கை வளப் பாதுகாப்பாக இருக்கலாம், சமூகக் காடு வளர்ப்பாக இருக்கலாம், புதுமைக் கல்வி உருவாக்குவதாக இருக்கலாம், மலைவாழ் மக்களின் மேம்பாடாக இருக்கலாம், குழந்தை மேம்பாட்டுப் பணிகளாக இருக்கலாம், நீர் மேலாண்மையாக இருக்கலாம், மாற்றுமுறை கட்டடங்கள் அமைப்பதாக இருக்கலாம், மரபுவழி கட்டடக்கலை வளர்ப்பதாக இருக்கலாம், இயற்கை உரம் தயாரிப்பதாக இருக்கலாம், நீர்நிலைகள் புதுப்பித்ததாக இருக்கலாம். எல்லாத் தளங்களிலும் செயல்பட்டுக்கொண்டிருக்கின்றனர்.

அத்தனை செயல்பாடுகளிலும் ஓசை இல்லாமல் தடம் பதித்துவருகின்றனர். இவர்கள்தாம் தற்சார்புத் தமிழகத்தை உருவாக்குவார்கள். இவர்களுக்கு அரசியல் தெரியாது, தெரிந்தாலும் அதில் அவர்களுக்கு நாட்டமில்லை. இந்தச் செயல்பாடுகளின் மூலம்தான் அரசியலை மாற்ற முடியும் என எண்ணக்கூடிய இளைஞர்களாக இருக்கின்றனர். இந்தப் பணிகள் செய்வதில் ஆண்களுக்கு நிகராகப் பெண்களும் களம் காண்பதுதான் மிகப் பெரிய நம்பிக்கையைத் தருகிறது. இவர்கள் அனைவரும் பெரும் நிறுவனங்களைக் கட்டவில்லை... மாறாக, கருத்துகளிலிருந்து களத்துக்குச் சென்று செயல்பாட்டில் இறங்கி விட்டனர். இவர்களின் பணிகள் எல்லாம், மகாத்மா காந்தி கிராமங்களில் செய்ய வேண்டிய பணிகளாகத் திட்டமிட்டவை. இவர்கள்தாம் புதுமைக் காந்தியர்கள். இவர்கள் யாருக்கும் பெரும் பின்புலம் கிடையாது. பொருளாதாரப் பலம் கிடையாது. ஆனால், இவர்கள் செய்கிற பணிகளில் அறிவியல் தொழில்நுட்பம், ஆன்மிகம் இருக்கிறது. அதுதான் இவர்களின் செயல்பாடுகளுக்கு நல்ல விளைவை ஏற்படுத்திக் கொண்டிருக்கிறது. இவர்கள்தாம் இன்று நம் சமூகத்திற்குத் தேவைப்படுகிறார்கள். இன்று தனியாகச் செயல்பட்டுக்கொண்டிருக்கிறார்கள். இவர்களை இனம் கண்டு ஊக்கப்படுத்தி ஒருவர் நல்லோர் வட்டம் எனப் பெயரிட்டு இணைத்து, மிகப் பெரிய மக்கள் சக்தியாக மாற்றிக் கொண்டுள்ளார். இந்த நல்லோர் வட்டம், வல்லவர் வட்டமாக

மாறி ஓர் இலட்சிய சமுதாயத்தை உருவாக்க முனைகின்றது. அந்த இலட்சிய சமுதாயம் உருவாகும் போது, நம் தமிழ் இளைஞர்கள் இவர்களுடன் கைகோத்தால் நம் அரசியல் கட்சி அரசிய லிலிருந்து, தேர்தல் அரசியலிலிருந்து, மேம்பாட்டு அரசியலுக்கு நகர்ந்துவிடும். இந்தப் புதுமைக் காந்தியர்களுடன் நம் உள்ளாட்சி இணைந்து செயல்பட்டால், தற்சார்புக் கிராமங்களை உரு வாக்குவது வெகுதூரத்தில் இல்லை!

‰